நெஞ்சம் மறப்பதில்லை

மூன்றாம் பாகம்

நெஞ்சம் மறப்பதில்லை

மூன்றாம் பாகம்

சித்ரா லட்சுமணன்

எழுத்து பிரசுரம்

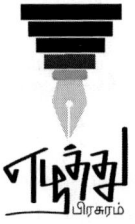

Title : Nenjam Marappathillai - Part 3
Author's Name : Chithra Lakshmanan
Copyright © Chithra Lakshmanan 2021
Published by Ezutthu Prachuram

All rights reserved. No part of this publication may be reproduced, stored in a retrieval system, or transmitted, in any form or by any means, electronic, mechanical, photocopying, recording, psychic, or otherwise, without the prior permission of the publishers.

Zero Degree Publishing
No. 55(7), R Block, 6th Avenue,
Anna Nagar,
Chennai - 600 040

Website: www.zerodegreepublishing.com
E Mail id: zerodegreepublishing@gmail.com
Phone : 98400 65000

Ezutthu Prachuram First Edition: August 2021
ISBN : 978-93-90884-85-8
TITLE NO EP : 231

Cover Design & Layout: Vijayan, Creative Studio
Printed at: clictoprint | *Chennai-600 018.*

உள்ளே

101	பட்டுக்கோட்டையார் இறந்த சோகத்தில் பல நாட்கள் பாட்டெழுதாமல் இருந்த கவிஞர் கண்ணதாசன்	7
102	சிவாஜி,எம்.ஜி.ஆரைத் தொடர்ந்து "கற்பகம்" படத்தின் கதாநாயகனான ஜெமினிகணேசன்	13
103	"அன்பே வா" படத்தில் நடிக்க மூன்று லட்சம் ரூபாய் சம்பளம் பேசிய எம்.ஜி.ஆர்.	18
104	முன்பணமே வாங்காமல் சிவாஜி நடித்த படம்	24
105	அதிகமான சம்பளம் வாங்கிய இரண்டாவது தென்னிந்திய நடிகை	29
106	முதல் படத்தில் வில்லனாக நடித்த சிவகுமார்	34
107	சிவகுமாரைப் பார்த்து சிவாஜி கேட்ட கேள்வி	40
108	திரைப்பட வாய்ப்பை ஏற்றுக்கொள்ள கலைஞர் விதித்த நிபந்தனை	45
109	எம்.ஜி.ஆரை சுட்ட எம்.ஆர்.ராதா அவருக்கு சொன்ன அறிவுரை	50
110	தன்னுடைய சபதம் நிறைவேற 22 ஆண்டுகள் காத்திருந்த கண்ணதாசன்	54
111	கண்ணதாசனின் வேலை பறிபோகக் காரணமாக அமைந்த பெண்	58
112	மாடர்ன் தியேட்டர்ஸ் அதிபரிடம் அறைவாங்கிய முக்தா சீனிவாசன்	63
113	எம்.ஜி.ஆருக்கு பின்னணிப் பாட்டு பாடிய இளையராஜா	69
114	'திருடாதே' படத்திலே நடிக்க சரோஜாதேவிக்கு எம்.ஜி.ஆர் விதித்த நிபந்தனை	74
115	எம்.ஜி.ஆரைக் காக்க வைத்த சரோஜாதேவி	79
116	இந்தி நடிகர் திலீப்குமாரை இயக்க மறுத்த இயக்குனர் சிகரம்	85
117	கண்ணதாசன் எழுதிய கடைசீ பாடலுக்கு இசையமைத்த இளையராஜா	89
118	கவிஞர் கண்ணதாசனின் கடைசி நாட்கள்	93
119	வாலி பாடலாசிரியராகக் காரணமான பட்டுக்கோட்டை கல்யாண சுந்தரம்	98
120	கவிஞர் கண்ணதாசனிடம் உதவியாளராக சேர மறுத்த வாலி	102
121	வாலியை பாடலாசிரியராக ஏற்றுக்கொள்ள மறுத்த கே.வி.மகாதேவன்	107

122	பாக்யராஜின் பாடல் வரிகளைப் பாட மறுத்த இளையராஜா	112
123	அலுவலகத்துக்கு அரை நிஜாரோடு சென்ற நாகேஷ்	119
124	நடனத்தில் நாகேஷ் சாதனை புரியக் காரணமாக அமைந்த இயக்குனர்	124
125	கதாசிரியருக்காக கிளைமாக்ஸ் காட்சியில் மீண்டும் நடித்த சிவாஜி	129
126	ஜெய்சங்கர் சினிமாவில் நடிக்கக் காரணமாக இருந்த கவிஞர் வாலி	134
127	இயக்குனர் கே. சங்கருக்கு எம்.ஜி.ஆர். கொடுத்த அதிர்ச்சி	139
128	சோவின் வாழ்க்கையைப் புரட்டிப் போட்ட பந்தயம்	144
129	பலத்த எதிர்ப்புகளுக்கு நடுவே பத்திரிகை நடத்த முடிவெடுத்த சோ	148
130	சஸ்பென்ஸ் திரில்லர் போல நடந்து முடிந்த எம்.ஜி.ஆரின் முதல் திருமணம்	153
131	முதல் திருமணத்திற்கு எம்.ஜி.ஆர் போட்ட முட்டுக்கட்டைகள்	158
132	முதல் மனைவி இறந்ததும் எம்.ஜி.ஆர் எடுத்த விபரீத முடிவு	163
133	ஏழரை ரூபாய் மாதச் சம்பளத்திற்கு மாடர்ன் தியேட்டர்சில் நடிகராகச் சேர்ந்த சீர்காழி கோவிந்தராஜன்	169
134	சீர்காழி கோவிந்தராஜனின் குரலை ஏற்க மறுத்த சிவாஜி	175
135	சிவாஜியின் வாழ்த்தும் எம்.ஜி.ஆரின் எதிர்ப்பும்	181
136	ஆளூர்தாஸ் இயக்குனராவதற்கு எதிர்ப்பு தெரிவித்த எம்.ஜி.ஆர்.	186
137	எம்.ஜி.ஆருக்கும் ஆளூர்தாசுக்குமிடையே இரும்புத் திரை விழக் காரணமான படம்	191
138	அறிஞர் அண்ணாவிற்கு மேக்கப் போட்ட எஸ்.எஸ்.ராஜேந்திரன்	196
139	எம்.ஜி.ஆரிடம் முதலமைச்சர் பதவியைக் கேட்ட எஸ்.எஸ்.ராஜேந்திரன்	201
140	தருமிக்கு அழைப்பில்லாத 'திருவிளையாடல்' படத்தின் நூறாவது நாள் விழா	206
141	சிவாஜியை இயக்க ஆசைப்பட்ட பாலு மகேந்திரா	211
142	எம்.ஜி.ஆர் முன்னாலேயே அவரது படங்களை காரசாரமாக விமர்சித்த மகேந்திரன்	216
143	இயக்குனர் மகேந்திரன் பார்த்த முதல் படப்பிடிப்பு	221
144	நடிகர் சங்கத்தின் முதல் பெண் தலைவியான அஞ்சலிதேவி	227
145	விஞ்ஞானியாக ஆசைப்பட்ட கமல்ஹாசன்	233
146	சிவாஜியை இன்ப அதிர்ச்சியில் ஆழ்த்திய விருது	239
147	இயக்குனர் ஸ்ரீதருக்கு எம்.ஜி.ஆர். கொடுத்த வாக்குறுதி	244
148	கண்ணதாசனால் ஸ்ரீதருக்கு ஏற்பட்ட சிக்கல்	250

101

பட்டுக்கோட்டையார் இறந்த சோகத்தில் பல நாட்கள் பாட்டெழுதாமல் இருந்த கவிஞர் கண்ணதாசன்

தமிழ்த் திரையுலகம் பாபநாசம் சிவன், சுத்தானந்த பாரதி, உடுமலை நாராயண கவி, மருதகாசி, சுரதா, பட்டுக்கோட்டை கல்யாண சுந்தரம், வாலி எத்தனயோ அற்புதமான கவிஞர்களைச் சந்தித்திருக்கிறது அந்தக் கவிஞர்களின் நட்சத்திரக் கூட்டத்துக்கு நடுவே முழு நிலவாக ஒளிவீசிய ஒரே கவிஞர் தமிழ் நெஞ்சங்கள் இன்றும் ஆராதிக்கும் முத்தையா என்கின்ற நாராயணன் என்கின்ற கவிச் சக்கரவர்த்தி கண்ணதாசன். அவருக்கு இன்று பிறந்த நாள். அவருக்கு மட்டுமின்றி இசையால் அவருடன் இணைந்த மெல்லிசை மன்னரான எம்.எஸ்.விஸ்வநாதனுக்கும் இன்றுதான் பிறந்த நாள்.

தமிழ்த் திரை இசையை அடுத்த கட்டத்திற்கு எடுத்துச் செல்ல 1927 ஆம் ஆண்டு ஜூன் மாதம் 24ஆம் தேதியன்று கவிஞர் கண்ணதாசனும் அதற்கு அடுத்த ஆண்டில் அதே தேதியில் எம்.எஸ்.விஸ்வநாதனும் அவதரித்தனர். அவர்கள் இருவரும் இணைந்து பணியாற்றிய முதல் படமாக சிவாஜி கணேசன் கதாநாயகனாக நடித்த 'பணம்' திரைப்படம் அமைந்தது. அந்தப் படத்திற்கு முன்னதாக எம்.ஜி.ஆர் கதாநாயகனாக நடித்த 'ஜெனோவா' படத்திற்கு எம்.எஸ்.விஸ்வநாதன் இசையமைத்திருந்த போதிலும் வெள்ளித்திரையில் அவருடைய பெயரைத் தாங்கி வந்த முதல்

படம் ‘பணம்’தான். தன்னுடைய முதல் படத்திலிருந்து அந்த மகா கவிஞன் மறைகின்றவரையில் அவருடன் இணைந்து பணியாற்றினார் எம்.எஸ்.விஸ்வநாதன்.

இன்று கண்ணதாசன் நம்மிடையே இல்லை, ஆனால் இன்றும் அவர் பாடல் ஒலிக்காத இடமே இல்லை.

பாட்டு என்றாலே தமிழ்த் திரைப்பட ரசிகர்கள் நினைவில் வரும் முதல் பெயர் கண்ணதாசன்தான்.

பள்ளியில் எட்டாவது வகுப்பைக்கூட எட்டாத அவரால் தமிழ் அறிஞர்கள் காலம் காலமாகப் போற்றிப் புகழ்கின்ற பல படைப்புகளை உருவாக்க முடிந்தது என்றால் அதற்குக் காரணம், அந்தக் கலைமகளின் அருளை அவர் முழுமையாகப் பெற்றிருந்ததுதான்.

அவரே ஒரு பாடலில் எழுதியிருந்ததைப்போல் காவியத் தாயின் இளைய மகனாகவே வாழ்ந்த பெருமகன் அவர்.

அவர் தொடாத விஷயங்களே இல்லை என்று சொல்லக்கூடிய அளவிற்கு மனித வாழ்க்கையின் எல்லா அனுபவங்களையும் அவர் பாடலாக வடித்திருக்கிறார். எந்தச் சிக்கலான விஷயத்தையும் எளிதான வார்த்தைகளில் எல்லோருக்கும் புரிகின்ற விதத்திலும் அதே நேரத்தில் இலக்கிய நயம் சற்றும் குறையாமலும் எழுதக் கூடிய ஆற்றல் அவருக்கு மட்டுமே சொந்தமானது.

கதை, கவிதை, நாடகம், நாவல் என்று தமது வாழ்நாள் முழுவதும் ஆயிரக்கணக்கான படைப்புகளை எழுதிக் குவித்த கண்ணதாசனை எல்லோருக்கும் மிகவும் பிடித்ததற்கு, அவரிடம் இருந்த எல்லையில்லாத புலமை மட்டுமல்ல, அந்தப் புலமைக்குரிய எந்த கர்வமும் இன்றி மிக எளிமையாக எல்லோரிடமும் பழகிய பண்புதான் காரணம்.

புதிதாக யார் பாட்டெழுத வந்தாலும் அந்தப் போட்டியாளர்களை ஒடுக்க வேண்டும் என்று நினைக்காத போக்கை கடைசிவரை கடைப்பிடித்த அவர் திறமையான பாடலாசிரியர்களை, அவர்கள் தன்னுடைய போட்டியாளர்களாக இருந்தபோதிலும் மனம் திறந்து பாராட்டத் தவறியதேயில்லை.

தனது பாட்டுத் திறனால் தமிழ்த் திரைப்பட ரசிகர்களைக்

கட்டிப்போட்ட மாபெரும் கவிஞரான பட்டுக்கோட்டை கல்யாண சுந்தரம் இறந்தபோது, அந்த இழப்பைத் தாங்கிக் கொள்ள முடியாமல் தவித்த கண்ணதாசன், பல நாட்கள் பாடல் எழுதுவதையே நிறுத்தியிருந்தார் என்பதையெல்லாம் படிக்கும்போது சக கவிஞர்கள் மீது அவர் எந்த அளவு பாசம் வைத்திருந்தார் என்பதைப் புரிந்துகொள்ள முடிகிறது.

தமிழ்த் திரைப்படங்களின் கதையைப் போல எல்லா உணர்ச்சிகளும் சங்கமித்த வாழ்க்கை அவருடைய வாழ்க்கை. அதில் காதல் மோதல், சோகம், வீரம், வீழ்ச்சி, எழுச்சி என எல்லாவற்றிற்கும் இடம் உண்டு.

இவை எல்லாவற்றிற்கும் மேலாக அவரது வாழ்க்கை என்பது ஒரு திறந்த புத்தகமாகவே இருந்தது.

சுயசரிதம் எழுதியபோது எந்த விஷயத்தையும் ஒளிக்க விரும்பாமல் தனது பலவீனங்கள், தோல்விகள், தவறுகள் அத்தனையையும் பகிர்ந்து கொண்டவர் அவர்.

தமிழகத்தை ஆளும் பொறுப்பிலே இருந்த மூன்று மிகப்பெரிய தலைவர்களான அறிஞர் அண்ணா, கலைஞர் கருணாநிதி, எம்.ஜி.ஆர். ஆகிய மூவரிடமும் மிக நெருக்கமான பழக்கம் இருந்தபோதிலும் தனது வளர்ச்சிக்காகவோ சுய லாபத்திற்காகவோ அந்தச் செல்வாக்கை ஒருநாளும் பயன்படுத்திக் கொள்ளாத நேர்மையாளர் கண்ணதாசன்.

காரைக்குடியை அடுத்து அமைந்துள்ள சிறுகூடல்பட்டியில் சாத்தப்ப செட்டியாருக்கும் விசாலாட்சிக்கும் எட்டாவது குழந்தையாகப் பிறந்த அவருக்கு இரண்டு அண்ணன்கள். அவருடைய மூத்த அண்ணனின் பெயர் கண்ணப்பன். கண்ணதாசனிடம் உதவியாளராகச் சேர்ந்து பின்னர் பாடலாசிரியர், கதாசிரியர், தயாரிப்பாளர், இயக்குனர் என்று பல அவதாரங்களை எடுத்த பஞ்சு அருணாச்சலம் கண்ணதாசனின் அண்ணனான கண்ணப்பன் அவர்களின் மூத்த பிள்ளை.

கண்ணதாசனின் இரண்டாவது அண்ணனான ஏ. எல். சீனிவாசன், எழுபதுகளில் தமிழ்த் திரையுலகின் அசைக்க முடியாத ஒரு சக்தியாக விளங்கியவர்.

கண்ணதாசனின் பள்ளிப் படிப்பு அவருடைய நான்காவது வயதில்

சிறுகூடல்பட்டியிலே அமைந்திருந்த பள்ளிக்கூடத்திலேதான் ஆரம்பமாகியது.

ஏழாம் வகுப்பு வரை சிறுகூடல்பட்டியிலே படித்த கண்ணதாசன் அடுத்து அமராவதிபுதூரில் அமைந்திருந்த சுப்ரமணியம் செட்டியார் குருகுலத்தில் சேர்ந்தார். அவர் ஏழாவது படித்திருந்தபோதிலும் அந்தப் பள்ளியிலே அவரை ஐந்தாம் வகுப்பிலேதான் சேர்த்துக் கொண்டார்கள். பன்மொழிப் புலவர் கா. அப்பாதுரை அவர்கள்தான் அந்தப் பள்ளியின் தலைமை ஆசிரியர். அந்தப் பள்ளியிலே படித்தபோது கண்ணதாசன் செய்த குறும்புகளுக்கு அளவேயில்லை. பலாப்பழம் திருடுவார், வாத்தியார்களுக்குப் புதிது புதிதாகப் பட்டப் பெயர் சூட்டுவார், ஹாஸ்டல் நிர்வாகிக்கு டிமிக்கி கொடுத்துவிட்டு சினிமா பார்ப்பார்

இப்படி பல திருவிளையாடல்களில் ஈடுபட்ட அவர், தட்டுத் தடுமாறி அந்தப் பள்ளியில் எட்டாவது வகுப்பை முடித்துவிட்டுக் கிளம்பியபோது, அந்தக் குருகுலத்தின் நிர்வாகி மிகப் பெரிய வாழ்த்தை கண்ணதாசனுக்கு அளித்தார்.

நீ எங்கு போனாலும் உருப்படமாட்டாய் என்பதுதான் அது.

அந்த நிர்வாகியின் வாக்கு எந்த அளவிற்குப் பலித்தது என்பது அனைவரும் அறிந்த ஒன்று.

பள்ளிப் படிப்பை எட்டாவதோடு முடித்துக்கொண்ட கண்ணதாசன், நாளின் பெரும் பகுதியைக் கழித்தது சிறுகூடல் பட்டியில் அமைந்திருந்த தென்னந்தோப்பில்தான். கவிதை எழுதும் ஆர்வத்தை கண்ணதாசன் மனதில் விதைத்ததில் அந்த தென்னந்தோப்பிற்குப் பெரும் பங்கு உண்டு. அந்த இடத்தில்தான் தான் ஒரு எழுத்தாளன் என்று கண்ணதாசன் தனக்குத் தானே பட்டம் சூட்டிக் கொண்டார்.

தன்னை ஒரு எழுத்தாளனாக வரித்துக்கொண்ட கண்ணதாசனை அந்தச் சிறுகூடல்பட்டியிலோ அல்லது அந்தக் கிராமத்தைச் சுற்றியிருந்த கிராமங்களிலோ ஒருவரும் கவிஞனாகவோ எழுத்தாளனாகவோ பார்க்கவில்லை. அவர்கள் எல்லோரது பார்வையிலும் ஒழுங்காகப் படிக்காத ஊர்சுற்றியாகவே அவர் தெரிந்தார்.

தன்னை ஒரு எழுத்தாளனாக மதிக்காத அந்த ஊரில் இனியும்

இருக்க வேண்டுமா என்ற எண்ணம் அவருக்கு ஒரு நாள் தோன்றவே தனது உடைமைகளான சட்டைகள், புத்தகங்கள், தான் கதை எழுதிய நோட்டுப் புத்தகங்கள், பேனா ஆகியவற்றை எடுத்துக் கொண்டு ஊரில் யாருக்கும் சொல்லாமல் திருச்சிக்கு பஸ் ஏறினார்.

கண்ணதாசன் தனது பயண இலக்கை திருச்சி என்று தீர்மானித்ததற்கு முக்கியமான காரணம், அவர் எழுதிய ஒரு கதையை பத்திரிகையில் பிரசுரித்த பத்திரிகை ஆசிரியர் திருச்சியில் இருந்ததுதான்.

அவரது கணிப்பு தப்பானது அல்ல என்பதுபோலத்தான் திருச்சியில் அவரது முதல் நாள் வாழ்க்கை அமைந்தது.

கண்ணதாசன் தன்னை அறிமுகப்படுத்திக் கொண்டதும் உற்சாகமாக வரவேற்ற அந்தப் பத்திரிகை ஆசிரியர் "முதலில் சாப்பிடுங்கள்" என்றார். அந்த உபசரிப்புகளுக்குப் பின்னர் கண்ணதாசன் தான் ஒரு பெரிய எழுத்தாளராக ஆகிவிட்டதாகவே உணர்ந்தார்.

அப்போதுதான் அந்தப் பத்திரிகை ஆசிரியர், கண்ணதாசனைப் பார்த்து அந்த முக்கியமான கேள்வியைக் கேட்டார்.

"என்ன விஷயமாக திருச்சி வந்திருக்கிறீர்கள்?" என்பதுதான் அந்தக் கேள்வி.

எழுத்தாளனாக வேண்டும் என்ற ஆசையில் ஊரை விட்டுக் கிளம்பி வந்ததை ஒளிக்காமல் அவரிடம் சொன்னார் கண்ணதாசன்.

அப்போதும் எந்தப் பிரச்னையும் எழவில்லை.

உடனே அந்த பத்திரிகை ஆசிரியர் பத்திரிகை நடத்திக் கொண்டிருந்த தனது நண்பர்கள் சிலருக்கும் வானொலி நிலையத்திற்கும் சில சிபாரிசுக் கடிதங்களை எழுதி கண்ணதாசனிடம் கொடுத்தார்.

இரண்டு பத்திரிகை அலுவலகத்தையும் வானொலி நிலையத்தையும் பார்த்து விட்டு மாலையில் அந்தப் பத்திரிகை ஆசிரியரின் வீட்டுக்குத் திரும்பியபோது, அன்று காலை முதல் மாலை வரை தனக்கு நேர்ந்த அனுபவங்களை எல்லாம் அசைபோட்டபடியே வந்தார் கண்ணதாசன்.

அவர்கள் இரண்டு விஷயங்களை அவரிடம் சொன்னார்கள்.

முதல் விஷயம் “உன்னால் கதை எல்லாம் எழுத முடியாது” என்பது.

இரண்டாவது விஷயம் “கதையை வேண்டுமானால் பிரசுரிக்கிறோம். ஆனால் காசு கொடுக்க முடியாது” என்பது.

ஆக, தன்னை எழுத்தாளராக திருச்சி மாநகரம் ஏற்றுக் கொண்டாலும் தனது மூன்று வேலை சாப்பாட்டிற்கு அந்த ஊர் காசு கொடுக்காது எனறு அவருக்குப் புரிந்தது.

சிபாரிசுக் கடிதங்களைத் தந்து அனுப்பிய பத்திரிகை ஆசிரியரிடம் தனக்கு நேர்ந்த அனுபவங்களை கண்ணதாசன் சொன்னபோது “இதற்கு மேல் நான் என்ன செய்ய முடியும் சொல்லுங்கள். என் நிலைமையும் அவ்வளவு சரியாக இல்லை” என்றபடி கண்ணதாசனின் உடமைகள் அடங்கிய பெட்டியை எடுத்து அவரிடம் நீட்டி இனியும் இங்கே உங்களுக்கு இடமில்லை என்று நாகரிகமாகச் சொன்னார்.

எழுத்தாளர் ஆகியே தீரவேண்டும் என்ற முடிவை கவிஞர் கண்ணதாசன் எடுத்ததற்கு முக்கியமான காரணம் திருச்சி மாநகரிலே அவர் பெற்ற அனுபவங்கள்தான். கண்ணதாசன் என்ற அந்த மாபெரும் கவிஞனின் திறமை சுடர்விட்டுப் பிரகாசிக்கத் தூண்டுகோலாக இருந்தது திருச்சியிலே அவர் பெற்ற அனுபவங்கள்தான்.

102

சிவாஜி,எம்.ஜி.ஆரைத் தொடர்ந்து 'கற்பகம்' படத்தின் கதாநாயகனான ஜெமினிகணேசன்

கே.எஸ்.கோபாலகிருஷ்ணனின் வாழ்க்கையில் மிகப்பெரிய திருப்பத்தை ஏற்படுத்திய படம் 'கற்பகம்'. கதை வசனகர்த்தாவாகவும், இயக்குனராகவும், தயாரிப்பாளராகவும் இருந்த அவரை ஸ்டூடியோ அதிபராக்கிய பெருமை அந்தப் படத்திற்கு உண்டு.கே.எஸ். கோபாலகிருஷ்ணன் எழுதிய 'தூண்டாமணி விளக்கு' என்ற கதைதான் "கற்பகமாக" திரைக்கு வந்தது. அந்தக் கதையை முதலில் திரைப்படமாக எடுக்க ஆசைப்பட்டவர் பாடலாசிரியரான மருதகாசி. சிவாஜி கணேசனை வைத்து அந்தப் படத்தைத் துவக்கிய அவர் பொருளாதாரச் சிக்கல் காரணமாக ஒரு கட்டத்தில் அந்தப் படத் தயாரிப்பைக் கைவிட நேர்ந்தது.

அதற்குப் பின்னர் அந்தக் கதையில் எம்.ஜி.ஆர். நடித்தார், இரண்டு நாள் படப்பிடிப்பு நடந்த பின்னர் அந்தப் படத்தின் படப்பிடிப்பும் நின்றுபோய்விட மூன்றாவது முறையாக அந்தக் கதையை கற்பகம் என்ற பெயரில் கே.எஸ்.கோபாலகிருஷ்ணன் இயக்கித் தயாரித்தபோது, அதிலே ஜெமினி கணேசன் கதாநாயகனாக நடித்தார்.

அந்தப் படத்திலே மிகவும் முக்கியமான பாத்திரம் கற்பகம் என்ற அந்தக் கதாநாயகியின் பாத்திரம். அந்தப் பாத்திரத்துக்கு அப்போதிருந்த நாயகிகள் யாரும் ஒத்துவராததால் புதுமுக நடிகை ஒருவரை அந்தப் பாத்திரத்திலே அறிமுகம் செய்ய முடிவு எடுத்த கே.எஸ். கோபாலகிருஷ்ணன் 'கற்பகம்' என்கிற படத்தில் கதாநாயகியாக நடிக்க புதுமுகம் தேவை என்று ஒரு விளம்பரத்தை,

நெஞ்சம் மறப்பதில்லை – மூன்றாம் பாகம்

அன்று முதல் இன்று வரை தமிழ் சினிமா உலகின் ஜெகஜ்ஜாலமாக விளங்கிக் கொண்டிருக்கும் 'தினத் தந்தி' நாளிதழில் வெளியிட்டார். அந்த விளம்பரத்தைப் பார்த்துவிட்டுப் பல பெண்கள் கே.எஸ். கோபாலகிருஷ்ணனின் அலுவலகத்தை முற்றுகை இட்டனர்.

ஆனால், அவர்களில் யாரையுமே கோபாலகிருஷ்ணனுக்குப் பிடிக்கவில்லை. பின்னர் அந்தப் படத்தின் நாயகியாக கே.ஆர். விஜயா அறிமுகமானதும் அதைத் தொடர்ந்து நானூறுக்கும் மேற்பட்ட படங்களில் நடித்து தமிழ் சினிமா உலகில் அவர் கொடிகட்டிப் பறந்ததும் எல்லோரும் அறிந்த செய்திகள்.

ஆனால் 'கற்பகம்' பட நாயகியாக அறிமுகம் ஆவதற்கு முன்னர் கே.ஆர்.விஜயா என்ன செய்து கொண்டிருந்தார் என்பதை இப்போது பார்ப்போம்.

கே.ஆர். விஜயாவின் இயற்பெயர் தெய்வநாயகி. கேரள மாநிலத்தைச் சேர்ந்த திருச்சூர்தான் அவரது சொந்த ஊர். அவரது தந்தை ஆந்திர மாநிலத்தில் உள்ள சித்தூரில் நகைக்கடை வைத்திருந்தார். தெய்வநாயகி தன் தாயாருடன் திருச்சூரில் வசித்து வந்தார்.

ஒரு கால கட்டத்தில் அவரது தந்தையின் வியாபாரத்தில் மிகப்பெரிய நஷ்டம் ஏற்பட்டதால், மொத்த குடும்பமும் பழனிக்குக் குடியேறியது. பழனிக்கு வரும் பக்தர்களுக்கு உதவிகள் செய்து அந்த வருமானத்தில் வாழ்க்கை நடத்திக் கொண்டிருந்தார் தெய்வநாயகியின் தந்தை.

தன்னுடைய பத்தாவது வயதில் பழனியில் அமைந்துள்ள அம்மன் கோவில் திருவிழாவில் நடைபெற்ற ஒரு நாடகத்தில் நடனம் ஆடினார் தெய்வநாயகி. அதன் பின்னர், கே.பி.தங்கமணி என்பவர் நடத்தி வந்த நாடகக்குழுவில் சேர்ந்த அவர் வால்பாறை, தாராபுரம், காங்கேயம் முதலிய இடங்களில் நடந்த நாடகங்களில் பங்கு கொண்டார்.

அந்தச் சமயத்தில் பிரபல நகைச்சுவை நடிகரான கே.ஏ.தங்கவேலு நாடகங்களில் நடிப்பதற்காக பழனிக்கு வந்தார். நாடகம், நடனம் ஆகியவற்றில் தெய்வநாயகிக்கு உள்ள திறமை பற்றி நண்பர்கள் மூலம் தெரிந்துகொண்ட தங்கவேலு தெய்வநாயகியைச் சந்திக்க விரும்பினார். ஆனால் அப்போது, திருச்சூரில் இருந்த தன்னுடைய பாட்டி வீட்டுக்கு தெய்வநாயகி சென்றிருந்ததால் தங்கவேலுவால் அவரைச் சந்திக்க முடியவில்லை. அந்தச் சம்பவம் நடந்த சில

மாதங்களில் ஜுபிடரின் ‘அபிமன்யு’ படத்தில் கதாநாயகனாக நடித்த எஸ்.எம்.குமரேசன் பழனி பொருட்காட்சியில் நாடகம் நடத்த வந்தார். அவருடைய ‘வள்ளித் திருமணம்’ நாடகத்தில் துணை நடிகையாக நடிக்கும் வாய்ப்பு தெய்வநாயகிக்குக் கிடைத்தது.

தெய்வநாயகியின் புன்னகையும், நடிப்பும் குமரேசனைக் கவர்ந்ததால் “சென்னைக்கு வரும்போது என்னைப் பாருங்கள். என்னால் முடிந்த உதவிகளைச் செய்கிறேன்” என்று தெய்வநாயகியிடம் கூறினார்.

அதைத் தொடர்ந்து, 1961-ம் ஆண்டின் இறுதியில் தெய்வநாயகியின் குடும்பம் சென்னையில் குடியேறியது.

அப்போது, கதாசிரியர் விருதை ந.ராமசாமி சென்னையில் ஒரு நாடகக் குழுவை நடத்தி வந்தார். அதில் சேர்ந்து சில நாடகங்களில் நடித்தார் தெய்வநாயகி.

அந்த நாடகத்தைப் பார்த்த பி.ஏ.குமார் என்னும் தயாரிப்பாளர் தாம் தயாரித்த ‘மகளே உன் சமத்து’ என்ற படத்தில், எம்.ஆர். ராதாவுடன் ஒரு காட்சியில் நடிக்கக் கூடிய ஒரு வாய்ப்பை தெய்வநாயகிக்குக் கொடுத்தார்.

நியூடோன் ஸ்டூடியோவில் அந்தப் படத்தின் படப்பிடிப்பு நடந்தபோது தெய்வநாயகியைப் பார்த்த எம்.ஆர்.ராதா, “உன் பெயர் என்ன?” என்று கேட்க “தெய்வநாயகி” என்று மெல்லிய குரலில் அவர் பதில் சொன்னார்.

“தெய்வநாயகியா? இதெல்லாம் ஓல்டு மாடல் பெயர். சினிமாவுக்கு எடுபடாது. விஜயா... கிஜயா... இப்படி ஏதாவது ஒரு பெயரை வைத்துக்கொள்” என்று எம்.ஆர்.ராதா அவரிடம் சொன்னதைத் தொடர்ந்து அன்றே தெய்வநாயகியை, கே.ஆர்.விஜயாவாக ஆக்கிவிட்டார் விஜயாவின் தந்தை.

அதன்பின், நடிகர் எஸ்.எஸ்.ராஜேந்திரன் தயாரித்த ‘முத்து மண்டபம்’ படத்தில், ஊனமுற்ற பெண்ணாக நடித்த கே.ஆர். விஜயாவிற்கு ‘விளக்கேற்றியவள்’ படத்தில் ஒரு சிறு வாய்ப்பு கிடைத்தது. அந்தச் சந்தர்ப்பத்தில்தான் ‘கற்பகம்’ படத்தின் நாயகி வேடத்திற்கு ஒரு பெண்ணைத் தேடிக்கொண்டிருந்தார் கோபாலகிருஷ்ணன். ஆனால், அவருடைய எதிர்பார்ப்புக்கு

ஏற்றபடி எந்தப் பெண்ணும் அமையவில்லை. சரியான நாயகி அமையாததால் படப்பிடிப்பு தள்ளிக்கொண்டே போனதால் தேர்வுக்கு வந்திருந்த பெண்களில் ஓரளவிற்கு சுமாராக இருந்த ஒரு பெண்ணை 'கற்பகமா'க்க கோபாலகிருஷ்ணன் முடிவு செய்தார்.

அந்த நிலையில்தான் கோபாலகிருஷ்ணனைச் சந்திக்க கே.ஆர். விஜயாவை அழைத்துக் கொண்டு வந்தார் அச்சுதன் என்னும் துணை நடிகர் ஏஜென்ட்.

"நீ ரெண்டு நாளைக்கு முன்னாடி வரக்கூடாதா?அந்த ரோலுக்கு நான் ஏற்கனவே ஒரு பெண்ணைத் தேர்வு செய்து விட்டேனே" என்று கே.எஸ். கோபாலகிருஷ்ணன் சொன்னபோது "கற்பகம் வேடத்திற்கு நான் அழைத்துக் கொண்டு வந்திருக்கும் பெண் நூற்றுக்கு நூறு சதவிகிதம் சரியாக இருப்பார். நீங்கள் ஒருமுறை அவரைப் பார்த்தீர்கள் என்றால் நிச்சயம் உங்களுடைய மனதை மாற்றிக்கொள்வீர்கள்" என்று நம்பிக்கையோடு கே.எஸ். கோபாலகிருஷ்ணனிடம் கூறினார் அச்சுதன்.

"நீ சொல்வதெல்லாம் சரியாகக்கூட இருக்கலாம். ஆனால் நான் அந்த வேடத்திற்கு ஒரு பெண்ணை செலக்ட் பண்ணி நீதாம்மா 'கற்பகம்'னு சொல்லிவிட்டேனே. அதனால ஒண்ணு செய். நீ கூப்பிட்டுக் கொண்டு வந்துள்ள பெண்ணை அடுத்த படம் ஆரம்பிக்கும்போது அழைத்துக் கொண்டு வா. நிச்சயமாக அதில் நான் சான்ஸ் கொடுக்கிறேன்" என்றார் கே.எஸ்.கோபால கிருஷ்ணன்.

"உங்களை அறிமுகப்படுத்தி வைக்கறதாகச் சொல்லி அந்தப் பெண்ணைக் கூட்டிக்கிட்டு வந்திட்டேன். அதனால இந்தப் படத்தில நீங்க வாய்ப்புக் கொடுக்கலேன்னாகூட பரவாயில்லே. ஒரு தரம் அந்தப் பெண்ணைப் பார்த்துவிட்டு அனுப்பிவிடுங்க" என்றார் அச்சுதன்.

அவருடைய வற்புறுத்தலைத் தொடர்ந்து வேறு வழியில்லாமல் "சரி அந்தப் பெண்ணை வரச் சொல்" என்றார் கே.எஸ். கோபாலகிருஷ்ணன். அதைத் தொடர்ந்து கதவைத் திறந்து கொண்டு அந்த அறைக்குள் நுழைந்த கே.ஆர். விஜயா குழந்தை போல சிரித்தபடியே இரு கரங்களையும் கூப்பி கே.எஸ். கோபாலகிருஷ்ணனுக்கு வணக்கம் சொன்னார்.

அவர் அறைக்குள் நுழைந்து வணக்கம் சொன்னபோது கே.எஸ். கோபாலகிருஷ்ணனின் கண்களுக்கு கே.ஆர். விஜயா தெரியவில்லை. மாறாக அவர் உருவகப்படுத்தி இருந்த 'கற்பகம்' என்ற அந்தப் பாத்திரமே வாயிற்படியில் நிற்பது போலவே தோன்றியது.

அடுத்து விஜயாவின் அருகிலே சென்று அவரது கையைப் பிடித்த கே.எஸ்.கோபாலகிருஷ்ணன் "அடிப்பாவிப் பெண்ணே உன்னைத்தானே மாதக் கணக்காகத் தேடிக் கொண்டிருக்கிறேன். இவ்வளவு நாள் எங்கே போயிருந்தாய்?" என்று கேட்டார். அந்தக் கேள்வியைக் கேட்டபோது அவரது கண்கள் கலங்கிவிட்டன.

அவர் அப்படிச் சொன்னதும் எதிர்பாராத ஆனந்த அதிர்ச்சிக்கு ஆளான விஜயாவின் கண்களிலிருந்தும் ஆனந்தக் கண்ணீர் ஆறாக ஓடியது. அப்படியே கோபாலகிருஷ்ணனின் காலில் தடாலென்று விழுந்து வணங்கினார்.

அன்று 'கற்பகம்} படத்தின் மூலம் தமிழ் ரசிகர்களின் உள்ளங்களில் இடம்பிடித்த கே.ஆர்.விஜயா இன்றுவரை அங்கே குடியிருக்கிறார் என்றால் அதற்குக் காரணம் கே.எஸ்.கோபாலகிருஷ்ணன் என்ற படைப்பாளி 'கற்பகம்' என்ற அந்தப் பாத்திரத்தை செதுக்கியிருந்த விதம் என்பதை யாரால் மறுக்க இயலும்?

103

“அன்பே வா” படத்தில் நடிக்க மூன்று லட்சம் ரூபாய் சம்பளம் பேசிய எம்.ஜி.ஆர்.

ஏ.வி.மெய்யப்பச் செட்டியாரின் குமாரர்கள் எல்லோருமே ‘மக்கள் திலகம்’ எம்.ஜி.ஆரின் தீவிர ரசிகர்கள்.அப்போதெல்லாம் எம்.ஜி.ஆர். நடித்த பல படங்கள் முதலில் சென்னையை அடுத்துள்ள தாம்பரத்தில் வெளியாகி அதற்குப் பிறகே சென்னையில் வெளியாகும் என்பதால், சென்னையிலே வெளியாகும்வரை காத்திருக்காமல் தாம்பரத்துக்கு ஓடிச்சென்று எம்.ஜி.ஆரின் படத்தைப் பார்ப்பதை அவர்கள் வழக்கமாக வைத்திருந்தார்கள்.

எம்.ஜி.ஆரின் தீவிர ரசிகர்களாக இருந்த அவர்கள் எல்லோருக்குமே எம். ஜி.ஆரை வைத்து தங்களது ஏ.வி.எம். நிறுவனத்தில் ஒரு படத்தைத் தயாரிக்கவேண்டும் என்பது தீராத ஆசையாக இருந்தது. அவர்களது நெருங்கிய நண்பரும் இயக்குனருமான ஏ.சி. திருலோகச்சந்தரிடம் சொல்லி எம்.ஜி.ஆருக்காக ஒரு கதையைக்கூட அவர்கள் தயார் செய்து வைத்திருந்தனர்.ஆனாலும் அதைப்பற்றித் தங்களது தந்தையிடம் பேசுவதில் அவர்கள் எல்லோருக்குமே ஒரு தயக்கம் இருந்தது.

அதற்கு முக்கியமான காரணம், ஏ.வி.எம். நிறுவனத்தில் அதுவரை எந்தக் கதாநாயகனுக்காகவும் கதை எழுதப்பட்டதேயில்லை என்பதுதான். முதலில் கதையைத் தேர்ந்தெடுத்துவிட்டு பின்னர் அந்தக் கதைக்கேற்ற நாயகர்களை ஒப்பந்தம் செய்வதுதான் எப்போதும் ஏ.வி.எம்.மில் வழக்கம்.

அப்படிப்பட்ட ஒரு சூழ்நிலையில்தான் வாகினியின் தயாரிப்பான 'எங்க வீட்டுப் பிள்ளை' படம் திரைக்கு வந்து மிகப்பெரிய வெற்றிப்படமாக அமைந்தது அந்தப் படத்தின் வெற்றியைத் தொடர்ந்து பல திரைப்பட விநியோகஸ்தர்கள் ஏ.வி.எம். சகோதரர்களிடம் "நீங்கள் ஏன் எம்.ஜி.ஆரை வைத்து ஒரு படம் தயாரிக்கக்கூடாது?" என்று கேட்டனர். அப்போது எம். ஜி.ஆருடன் நல்ல உறவில் இருந்த சரவணனின் நெருங்கிய நண்பரான நடிகர் அசோகனும் "நீங்கள் எம்.ஜி.ஆரைச் சந்தித்துப் பேசினால் நிச்சயம் அவர் உங்களுக்காகப் படம் பண்ணுவார். ஏ.வி.எம். நிறுவனத்தில் ஒரு படத்தில் நடிக்க வேண்டும் என்ற ஆசை அவருக்கும் இருக்கிறது. அது எனக்கு நன்றாகத் தெரியும்" என்றார்.

இந்தப் பேச்சுவார்த்தைகளுக்குப் பிறகு எம்.ஜி.ஆரை வைத்துப் படம் எடுக்கின்ற திட்டத்தைப் பற்றி ஏ.வி.எம். சகோதரர்கள் தங்களது தந்தையான மெய்யப்பச் செட்டியாரிடம் பேசியபோது அந்தத் திட்டத்துக்கு எந்த மறுப்பும் சொல்லாதது மட்டுமின்றி தமது ஆதரவையும் அவர் தெரிவித்தார்.

அடுத்தபடியாக "உங்களைச் சந்திக்க வேண்டும். எப்போது வரலாம்?" என்று அவர்கள் எம்.ஜி.ஆரைக் கேட்க, உடனே வரும்படி அழைத்த எம்.ஜி.ஆர். முதல் கட்ட பேச்சு வார்த்தையிலேயே ஏ.வி. எம். நிறுவனத்தின் படத்தில் நடிக்க ஒப்புதலைத் தந்துவிட்டார்.

அடுத்து அவரது சம்பளம் பற்றிப் பேச்சு வந்தது. சிறிது நேரப் பேச்சுவார்த்தைக்குப் பிறகு அவரது சம்பளம் மூன்று லட்சம் ரூபாய் என்று முடிவானது.

அதற்குப் பிறகு பட வெளியீட்டுத் தேதியைப் பற்றி பேசத் தொடங்கிய ஏ.வி.எம். சகோதரர்கள் 1965ஆம் ஆண்டு பொங்கலுக்கு "எங்க வீட்டுப் பிள்ளை" வெளியானதைப்போல தங்களது படம் 1966 பொங்கலுக்கு வெளியாகவேண்டும் என்ற தங்களது விருப்பத்தை அவரிடம் தெரிவித்தனர்.

அவர்கள் அப்படிச் சொன்னவுடன் "அது முடியாதே" என்ற எம்.ஜி.ஆர். "ஆர்.எம்.வீரப்பனுடைய 'நான் ஆணையிட்டால்' படத்தில் நடிக்க நான் ஏற்கனவே ஒப்புக்கொண்டிருக்கிறேன். அதனால் அவர் படத்துக்குப் பிறகுதான் உங்கள் படம் ரிலீஸ் ஆகும்" என்றார்.

"உங்களை வைச்சி நாங்க இப்போதுதான் முதல் முதலா படம் எடுக்கிறோம். அதனால் எங்களுடைய படம் பொங்கலுக்கு வந்தால் நன்றாக இருக்கும்" என்று அவர்கள் மூவரும் வற்புறுத்தவே சிறிது நேரம் யோசித்த எம்.ஜி.ஆர்., "சரி நான் எதற்கும் ஆர்.எம். வீரப்பனிடம் பேசிவிட்டு, அதன் பிறகு உங்களுக்குச் சொல்கிறேன்" என்றார்.

அவரைப் பார்த்துப் பேசிவிட்டு ஏ.வி.எம். முருகன், குமரன், சரவணன் ஆகிய மூவரும் ஏ.வி.எம். ஸ்டூடியோவிற்குத் திரும்பிய சில மணி நேரத்தில் அவர்களைச் சந்திக்க வந்த ஆர்.எம். வீரப்பன் "சின்னவரைப் பார்த்தீங்க போல இருக்கு" என்றார்.

அப்போது சினிமா உலகில் எல்லோரும் எம்.ஜி.ஆரை 'சின்னவர்' என்றுதான் அழைப்பார்கள். பெரியவர் என்றால் அது எம்.ஜி.ஆரின் அண்ணனான எம்.ஜி.சக்ரபாணியைக் குறிக்கும்.

"நீங்க பேசிவிட்டுப் போன எல்லா விஷயத்தையும் என்கிட்டே சொன்ன சின்னவர் உங்களுக்காக என்னை விட்டுக் கொடுக்கச் சொன்னார். நானும் அதற்கு சரி என்று சொல்லி விட்டேன். ஆகவே அடுத்த பொங்கலுக்கு உங்க படம்தான் ரிலீஸ்" என்றார். அவர் சொன்னதைக் கேட்டு மகிழ்ச்சி அடைந்த சகோதரர்கள் மூவரும் ஆர்.எம். வீரப்பனுக்குத் தங்களது நன்றியினை மனமாரத் தெரிவித்துக் கொண்டார்கள்.

அடுத்து இன்னொரு விஷயத்தையும் "உங்ககிட்ட சின்னவர் சொல்லச் சொன்னார்" என்ற ஆர்.எம். வீரப்பன் "சம்பளத்தை மூன்றே கால் லட்சமாக தரச் சொன்னார். உங்கள் படத்தை பொங்கலுக்கு வர்ற மாதிரி முடிச்சிக் கொடுத்திடறேன்னும் சொல்லச் சொன்னார்" என்றார்

"பொங்கலுக்கு படத்தை ரிலீஸ் செய்வதற்கு இருபத்தி ஐயாயிரமா" என்று செட்டியார் கேட்க பிள்ளைகள் அனைவருமே ஒரே குரலில் அதைப் பொருட்படுத்த வேண்டாம் என்று அவரைக் கேட்டுக் கொண்டார்கள்.

அடுத்து 'அன்பே வா' என்று பெயரிடப்பட்ட அந்தப் படத்தின் வேலைகள் தொடங்கின.

ஏ.வி.எம். நிறுவனத்தில் எம்.ஜி.ஆர். நடித்த முதல் படமான

'அன்பே வா'தான் ஏ.வி.எம். நிறுவனத்தில் தயாரான முதல் கலர் படம். ஏ.வி.எம். நிறுவனத்தின் ஐம்பதாவது படமாகவும் 'அன்பே வா' அமைந்தது.

எம்.ஜி.ஆருக்கு ஜோடியாக சரோஜாதேவி நடித்த அந்தப் படத்தில் சரோஜாதேவியின் தந்தை பாத்திரத்துக்கு தங்கவேலுவைச் போடச் சொல்லி எம்.ஜி.ஆர் சொன்னபோது "என் தந்தையின் நீண்ட கால நண்பர் டி.ஆர். ராமச்சந்திரன். அதனால் அந்தப் பாத்திரத்திலே அவரைத்தான் போட வேண்டும் என்று அவர் நினைத்திருப்பார். இருந்தாலும் நீங்கள் இப்படிச் சொன்னீர்கள் என்பதை அவரிடம் தெரிவித்து விடுகிறேன்" என்றார் சரவணன்.

உடனே "உங்களுடைய அப்பாவுக்கு எது விருப்பமோ அப்படியே செய்யட்டும். நான் சும்மா ஒரு ஐடியாதான் சொன்னேன். நான் இப்படி ஒரு ஐடியாவைச் சொன்னேன் என்பதுகூட அப்பாவுக்கு தெரியவேண்டாம்" என்று கூறிவிட்டார் எம்.ஜி.ஆர்.

அந்த அளவுக்கு ஏ.வி. மெய்யப்பச் செட்டியார் மீதும் ஏ.வி. எம். நிறுவனத்தின் மீதும் எம்.ஜி.ஆர். மரியாதை வைத்திருந்தார்

பாடல் காட்சிகளைப் படமாக்கும்போது பொதுமக்களுக்கு முன்பாக நடன மாஸ்டர் சொல்லிக் கொடுப்பதை எம்.ஜி.ஆர். எப்போதுமே விரும்பமாட்டார் என்பதால் ஸ்டூடியோவிற்கு வெளியே பாடல்களைப் படமாக்குவதை அவர் தவிர்த்து விடுவது வழக்கம்.

'அன்பே வா' படத்தில் இடம்பெற்ற 'நான் பார்த்ததிலே அவள் ஒருத்தியைத்தான்' என்று தொடங்கும் பாடல் காட்சியை வெளிப்புறத்திலே எடுத்தால்தான் நன்றாக இருக்கும் என்பது ஏ.வி.எம். சகோதரர்களின் முடிவாக இருந்தது.

அதற்காக பொதுமக்கள் வரமுடியாத ஒரு பள்ளத்தாக்கைத் தேர்வு செய்த ஏ.வி.எம். முருகன் "நான் தேர்ந்தெடுத்துள்ள இடத்தில் பொதுமக்கள் அவ்வளவு எளிதில் வரவே முடியாது. ஆகவே எந்தப் பிரச்னையும் இல்லாமல் ஷூட்டிங் செய்யலாம்" என்று எம்.ஜி.ஆரிடம் சொன்னவுடன், "நீங்க சொன்னால் சரிதான் முதலாளி" என்று அந்த இடத்தில் படப்பிடிப்பை நடத்த அவர் ஒப்புக்கொண்டார்.

முதல் நாள் இரவு டான்ஸ் மாஸ்டர் சோப்ராவின்

உதவியாளர்களான ராமுவையும் புலியூர் சரோஜாவையும் தனது அறைக்கு வரச் சொல்லிப் பல மணி நேரம் நடன ஒத்திகை பார்த்த எம்.ஜி.ஆர். பயிற்சி முடிந்து, டான்ஸ் உதவியாளர் ராமு கிளம்பியபோது அவரை அழைத்தார்.

“நாளைக்கு அவுட்டோர் ஷூட்டிங்கில் நீ எனக்கு எந்த டான்ஸ் மூவ்மென்ட்டும் சொல்லிக் கொடுக்கக் கூடாது சரோஜாதேவிக்கு மட்டும்தான் சொல்லித் தரணும். என் நடன மூவ்மெண்டை நான் பார்த்துக் கொள்கிறேன்” என்று சற்றுக் கண்டிப்பாகச் சொல்லி அவரை அனுப்பி வைத்தார்.

ஏ.வி.எம். முருகன் சொன்ன இடத்தில் எம்.ஜி.ஆர்., சரோஜாதேவி உட்பட படக்குழுவினர் அனைவரும் இறங்கி படப்பிடிப்பிற்குத் தயாரானார்கள். ‘நான் பார்த்ததிலே’ என்று பாடல் ஒலிக்க ஆரம்பித்த அடுத்த நிமிடமே அந்தப் பள்ளத்தாக்கில் கொத்துக் கொத்தாகப் பல தலைகள் தெரியத் தொடங்கின.

அந்த கூட்டத்தைப் பார்த்தவுடன் “ஆட்களே வர முடியாத லோகேஷனைத் தேர்ந்தெடுத்திருக்கிறேன் என்று சொன்ன முருகன் சார் எங்கே?” என்று கிண்டல் செய்ய ஆரம்பித்தாலும் பாடல் காட்சியை அங்கே படமாக்க தனது முழு ஒத்துழைப்பையும் தந்தார் எம்.ஜி.ஆர்.

ஏ.வி.எம். சரவணன் சாதாரணமாக மற்ற படப்பிடிப்புகளுக்குச் செல்ல மாட்டார் என்றாலும் சாண்டோ சின்னப்ப தேவர் படப்பிடிப்பில் எம்.ஜி.ஆர். இருந்தால் மட்டும் அங்கே சென்று அவருடன் பேசிக்கொண்டிருப்பது அவர் பழக்கம்.

‘அன்பே வா’ படத்தின் படப்பிடிப்பு தொடங்கி நடைபெற்றுக் கொண்டிருந்தபோது எம்.ஜி.ஆரைச் சந்திப்பதற்காக வழக்கம்போல தேவர் பிலிம்ஸ் படப்பிடிப்புக்கு சரவணன் சென்றபோது “இனிமேல் இப்படி ஷூட்டிங்கில் என்னைச் சந்திக்க வராதீர்கள் என்றார்” எம்.ஜி.ஆர்.

எம்.ஜி.ஆர். ஏன் அப்படிச் சொல்கிறார் என்பது புரியாமல் சரவணன் குழப்பத்தில் ஆழ்ந்தார்.

“இதுவரை நீங்கள் எத்தனையோ முறை என்னைச் சந்திக்க படப்பிடிப்புகளுக்கு வந்திருக்கிறீர்கள் நாம் பல மணி நேரம் பேசிக்கொண்டு இருந்திருக்கிறோம் அப்போதெல்லாம நீங்கள்

என்னை வைத்துப் படம் எடுக்கவில்லை. இப்போது நீங்கள் என்னை வைத்து 'அன்பே வா' என்ற படத்தை எடுத்துக் கொண்டிருக்கும் சூழ்நிலையில் நீங்கள் என்னை அடிக்கடி பார்க்க வந்தால் இந்தத் திரையுலகில் உள்ள சிலர் நீங்கள் நட்பு காரணமாக என்னைச் சந்திக்க வந்திருப்பதை சரியாகப் புரிந்து கொள்ளாமல் "ஏ.வி.எம். படத்துக்கே எம்.ஜி.ஆர். சரியாக கால்ஷீட் தரவில்லை போல இருக்கு. பாவம் சரவணன் எம்.ஜி.ஆர். பின்னால் அலையாக அலைகிறார்" என்று பேசக்கூடும். அப்படிப் பேசறவங்களுக்கு நாம்ப எதுக்கு ஒரு வாய்ப்புத் தரணும். அதனால இனிமே என்னைச் சந்திக்கணும்னு உங்களுக்குத் தோன்றினால் நீங்க நேராக தோட்டத்துக்கு வாங்க. நாம்ப அங்கே பேசலாம். இல்லே உங்களால வர முடியவில்லை என்றால் எனக்கு ஒரு போன் பண்ணுங்க நான் உங்க ஸ்டூடியோவிற்கு வருகிறேன். பேசிக்கிட்டிருக்கலாம்" என்று எம்.ஜி.ஆர். சொன்னவுடன் அவருடைய நுட்பமான சிந்தனையைப் பார்த்து அப்படியே அசந்து போய் நின்றாராம் சரவணன்.

அதுதான் எம்.ஜி.ஆர்.

104

முன்பணமே வாங்காமல் சிவாஜி நடித்த படம்

1968ஆம் ஆண்டில் இறுதியில் வெளியான சிவாஜியின் நூற்றி இருபத்தி ஐந்தாவது படமான 'உயர்ந்த மனிதன்' படத்திற்கு பல சிறப்புகள் உண்டு. எந்த ஏ.வி.எம். ஸ்டூடியோவில் தனது கலைப்பயணத்தை சிவாஜி ஆரம்பித்தாரோ அந்த ஏ.வி.எம். நிறுவனம்தான் அவரது நூற்றி இருபத்தி ஐந்தாவது படத்தையும் தயாரித்தது. அதேபோன்று சிவாஜியின் முதல் படமான 'பராசக்தி' படத்தை இயக்கிய கிருஷ்ணன் பஞ்சு இரட்டையர்களே அவரது நூற்றி இருபத்தி ஐந்தாவது படத்தையும் இயக்கினார்கள்.

ஆனால் 'உயர்ந்த மனிதன்' படத்தை ஆரம்பிப்பதற்கு முன்னாலே அந்தப் படத்தைத் தயாரித்த ஏ.வி. மெய்யப்பச் செட்டியார், அந்தப் படத்தை இயக்கிய கிருஷ்ணன் பஞ்சு, அந்தப் படத்திலே முக்கியமான பாத்திரம் ஒன்றிலே நடித்த அசோகன் ஆகிய மூவரோடும் சிவாஜிக்கு கருத்து வேறுபாடுகள் இருந்தன. அவை எல்லாவற்றையும் போக்கி 'உயர்ந்த மனிதன்' படத்தின் மூலம் அவர்களை ஒருங்கிணைத்ததில் எம்.சரவணனுக்கு முக்கியமான பங்கு உண்டு.

ஏ.வி.எம். அதிபரான மெய்யப்பச் செட்டியார் அவரது தயாரிப்பில் உருவாகும் படங்களில் எங்காவது தவறுகள் இருக்கின்றனவா என்று தெரிந்துகொள்வதற்காக மீண்டும் மீண்டும் பட ரீல்களைப் போட்டுப் பார்ப்பது வழக்கம். ஏவி.எம். ஸ்டூடியோவில்

அமைந்திருந்த திரையரங்கில் அப்படி ஒருநாள் அவர் படத்தைப் போட்டுப்பார்த்துக்கொண்டிருந்தபோது தங்களுடைய படம் ஒன்றைப் பார்ப்பதற்காக அங்கே வந்த சிவாஜியும், ஏ.பி. நாகராஜனும் நீண்ட நேரம் தியேட்டருக்கு வெளியே காத்துக் கொண்டிருந்தனர். அவர்கள் காத்துக்கொண்டிருக்கும் விஷயத்தை மெய்யப்பச் செட்டியாருக்கு எவரும் தெரிவிக்கவில்லை என்பதால் அவர் மாறி மாறி பல ரீல்களைப் போட்டுப் பார்த்தபடி இருந்தார். வெகுநேரம் காத்துக் கொண்டிருந்த சிவாஜி அந்த ஆத்திரத்தில் சில வார்த்தைகளைக் கொட்டிவிட்டு தான் பார்க்க வந்த படத்தைப் பார்க்காமலே ஸ்டூடியோவை விட்டு வெளியேறிவிட்டார். அப்போது ஏ.வி.எம். ஸ்டூடியோவில் பணியாற்றிக்கொண்டிருந்த ஒருவர் சிவாஜி பேசியதை ஒரு வார்த்தை விடாமல் அப்படியே மெய்யப்பச் செட்டியாரிடம் சொல்ல அவர் மிகுந்த வருத்தத்துக்கு ஆளானார்.

தாங்கள் காத்துக் கொண்டிருந்த விஷயத்தை மெய்யப்பச் செட்டியாரிடம் யாருமே தெரிவிக்கவில்லை என்ற விஷயம் சிவாஜிக்கு மிகவும் தாமதமாகத்தான் தெரியவந்தது. அந்த உண்மை தெரிந்தவுடன் சிவாஜி மிகுந்த சங்கடத்துக்கு உள்ளானார். உண்மை நிலவரம் தெரியாமல் கோபப்பட்டு விட்டது மட்டுமின்றி அவசரத்தில் வார்த்தைகளை அள்ளித் தெளித்துவிட்டோமே என்று அவர் உளமார வருந்தினார். ஏ.வி.எம். நிறுவனம் தயாரிக்கும் ஒரு படத்தில் நடித்தால் மட்டுமே அந்தக் கசப்புகள் நீங்கும் என்று முடிவெடுத்து அதற்கான சந்தர்ப்பத்தை அவர் எதிர்நோக்கிக் காத்துக் கொண்டிருந்தபோது அவர் நடித்துக்கொண்டிருந்த ஒரு படத்தின் படப்பிடிப்புக்கு, அந்தப் படத்தை இயக்கிக்கொண்டிருந்த தன்னுடைய ஆருயிர் நண்பரான ஏ.சி.திருலோக்சந்தரை சந்திப்பதற்காக எம்.சரவணன் சென்றார்.

சரவணனைப் பார்த்தவுடன் "என்னுடைய தாய் வீட்டில் நான் நடிக்காமல் இருப்பதா? நீங்கள்தான் உங்கள் தந்தையிடம் பேசி அதற்கு ஒரு வழிசெய்ய வேண்டும்" என்று சிவாஜி அவரிடம் சொல்ல ஏ.சி.திருலோக்சந்தரும் அதை ஆமோதித்தார்.

அந்தக் கால கட்டத்தில் 'உத்தர்புருஷ்' என்ற வங்காள மொழிப் படத்தின் உரிமையை ஏ.வி.எம். நிறுவனத்திலே வாங்கி வைத்திருந்தார்கள். அந்தக் கதையில் சிவாஜியை நாயகனாக நடிக்க வைக்க எல்லா ஏற்பாடுகளையும் செய்யத் தொடங்கினார்

சரவணன்.

அந்தப் படத்தை இயக்க ஏ.வி.எம். நிறுவனத்தினர் கிருஷ்ணன்-பஞ்சு இரட்டையர்களைத் தேர்ந்தெடுத்திருந்தனர். அதை சிவாஜியிடம் சொன்னபோது, "பஞ்சு அண்ணன் இயக்கத்திலே நான் நடிக்க மாட்டேன். எனக்கும் அவருக்கும் சரிப்பட்டுவராது" என்று சிவாஜி திட்டவட்டமாகச் சொன்னார். அவர் சொன்னதைக் கேட்டு முதலில் அதிர்ச்சி அடைந்த சரவணன், அதற்குப் பிறகு சிறிது நேரம் அவருடன் பேசி மெல்ல அவருடைய மனதை மாற்றினார். "அவரது இயக்கத்தில் நீங்கள் ஒரு நாள் நடிக்கத் தொடங்கிவிட்டால் உங்களுக்கும் அவருக்கும் இடையிலே இருக் கின்ற மனத்தாங்கல் அதுவாகவே சரியாகிவிடும்" என்று சரவணன் சொன்னதை ஏற்றுக்கொண்ட சிவாஜி, அதற்குப் பிறகு கிருஷ்ணன் பஞ்சு குறித்து எதுவும் மறுத்துப் பேசவில்லை.

'உயர்ந்த மனிதன்' படத்திலே சிவாஜியின் நண்பராக வரக்கூடிய டாக்டரின் பாத்திரம் மிகவும் முக்கியமான ஒரு பாத்திரம். அந்த டாக்டரின் பாத்திரத்தில் நடிக்க வி.கோபாலகிருஷ்ணன் என்ற நடிகரை சிவாஜி பரிந்துரைத்தபோது, அந்தப் பாத்திரத்தில் நடிக்க தான் ஏற்கனவே அசோகனை ஒப்பந்தம் செய்திருப்பதாக சிவாஜியிடம் சொன்னார் சரவணன். அப்போது சிவாஜிக்கும் அசோகனுக்கும் இடையிலே பலத்த கருத்து வேறுபாடுகள் இருந்ததால், அந்த டாக்டர் பாத்திரத்தில் அசோகன் நடிக்கப் போவதாக சரவணன் சொன்னதை, சிவாஜி முழுமனதோடு ஏற்றுக்கொள்ளவில்லை. அதே நேரத்தில் அசோகனை அந்தப் பாத்திரத்தில் போடவேண்டாம் என்றும் அவர் சரவணனை வற்புறுத்தவில்லை.

அடுத்து சம்பளம் பற்றிப் பேச்சு வந்தபோது, சம்பளத்தைப் பற்றிப் பேச தம்பி சண்முகத்தை அனுப்பி வைக்கிறேன் என்ற சிவாஜி சொன்னபடி அவரை அனுப்பி வைத்தார்.

"நீங்கள் என்ன சம்பளம் கொடுத்தாலும் சரியென்று ஒப்புக்கொள்ளச் சொல்லி அண்ணன் சொன்னார்" என்று சண்முகம் சொன்னபோதிலும், அது சரியாக இருக்காது என்று எண்ணிய ஏ.வி.எம். சகோதரர்கள் அப்போது சிவாஜி என்ன சம்பளம் வாங்கிக் கொண்டிருக்கிறார் என்பது பற்றி அவர் நடித்துக்கொண்டிருந்த படத் தயாரிப்பாளர்களிடம் கேட்டனர்.

ஏ.பி.நாகராஜனின் படத்திலே நடிக்க அவர் இரண்டு லட்சம் ரூபாய் வாங்கியிருக்கும் விஷயம் அவர்களுக்குத் தெரியவந்தது. ‘உயர்ந்த மனிதன்’ படம் ஏ.பி.நாகராஜனுடைய படத்தைப் போல வண்ணப்படம் இல்லை என்பதாலும், அந்த அளவு படப்பிடிப்பு நாட்கள் தங்களுக்குத் தேவைப்படாது என்பதாலும் ஒன்றரை லட்சம் ரூபாயை சிவாஜிக்கு சம்பளமாகத் தர முடிவெடுத்த ஏவி.எம். சகோதரர்கள் அதை சண்முகத்திடம் சொன்னபோது மகிழ்ச்சியோடு ஒப்புக்கொண்ட அவர், “இப்போது எந்த முன்பணமும் நாங்கள் வாங்கிக்கொள்ள மாட்டோம். படம் முடிந்தவுடன் நீங்கள் சம்பளப் பணத்தைக் கொடுத்தால் போதும்” என்றார்.

சிவாஜிக்கு ஜோடியாக சவுகார்ஜானகியும், வாணிஸ்ரீயும் நடிக்க சிவாஜியின் மகனாக சிவகுமார் அந்தப் படத்திலே நடித்திருந்தார். சிவாஜியின் வீட்டிலேயே வளர்ந்து வரும் சிவகுமார், சிவாஜிக்கும் அவருடைய காதல் மனைவி வாணிஸ்ரீக்கும் பிறந்த மகன் என்ற உண்மை சிவாஜிக்குத் தெரியாது.

ஒரு கட்டத்தில் சிவாஜியின் பிள்ளைதான் சிவகுமார் என்ற உண்மையை சிவாஜியிடம் தெரிவித்துவிட்டு அவரது நெருங்கிய நண்பரான அசோகன் இறந்து விடுவார். அந்தக் காட்சி ‘உயர்ந்த மனிதன்’ படத்திலே இடம் பெற்றிருந்த உள்ளத்தை உருக்குகின்ற ஒரு காட்சி.

அந்தக் காட்சிக்கான படப்பிடிப்பு ஏ.வி.எம். ஸ்டூடியோவில் நடைபெற்றது. காட்சியை கிருஷ்ணன்-பஞ்சு படமாக்கி முடித்தவுடன் அந்தக் காட்சியில் அசோகன் இன்னும் கொஞ்சம் சிறப்பாக நடித்திருக்கலாம் என்று சிவாஜிக்குத் தோன்றியது. உடனே இயக்குனர் பஞ்சுவை அழைத்த சிவாஜி “அசோகனுக்கு ஆட்சேபணை இல்லை என்றால் இந்தக் காட்சியில் எப்படி நடித்தால் நன்றாக இருக்கும் என்று நான் வேண்டுமானால் ஒருமுறை நடித்துக் காட்டுகிறேன்” என்றார். உடனே சிவாஜி சொன்னதை அசோகனிடம் சொல்லிவிட்டு அதை அவர் ஏற்றுக் கொண்டதற்குப் பிறகு சிவாஜியை நடித்துக்காட்டச் சொன்னார் இயக்குனர் பஞ்சு.

அசோகனின் பாத்திரத்தை சிவாஜி நடித்துக்காட்டியவுடன் படப்பிடிப்புத் தளத்திலிருந்த அத்தனைபேரும் பிரமிப்பில்

ஆழ்ந்தனர். அதற்குப் பிறகு சிவாஜி நடித்ததை மனதில் வைத்துக் கொண்டு அந்தக் காட்சியில் நடித்த அசோகன், சிவாஜி நடித்ததில் பத்து சதவிகிதத்தைக்கூட நடிக்கவில்லை என்றாலும் அந்தக் காட்சி அவருக்கு மிகப்பெரிய பெயரைப் பெற்றுத் தந்தது.

அந்தக் காட்சி படமாக்கப்பட்டபோது சிவாஜிக்கும் அசோகனுக்கும் இடையே பேச்சுவார்த்தைகூடக் கிடையாது. அந்த அளவுக்கு எதிரும் புதிருமாக இருந்தனர். அப்படி இருந்தபோதிலும் அசோகனின் நடிப்பு அந்தக் காட்சியிலே சிறப்பாக அமைய வேண்டும் என்பதற்காக சிவாஜி பாடுபட்டார் என்றால் அதற்குக் காரணம் தங்களுக்கிடையே இருந்த மனவருத்தத்தைவிட தாங்கள் இருவரும் பங்குபெற்று நடிக்கும் அந்தத் திரைப்படம் மிகவும் முக்கியம் என்று சிவாஜி எண்ணியதுதான்.

அந்தக் காலத்தில் திரைப்படங்கள் எந்த அளவு அர்ப்பணிப்போடு உருவாக்கப்பட்டன என்பதற்கு இதுபோன்ற சம்பவங்களே சாட்சி.

105

அதிகமான சம்பளம் வாங்கிய இரண்டாவது தென்னிந்திய நடிகை

ஊட்டி அருகில் அமைந்துள்ள ராணுவப் பயிற்சி அளிக்கும் கூடத்தை நம்முடைய நாட்டு விடுதலைக்காகப் போராடிய பல வீரர்களின் படங்கள் அலங்கரிக்கின்றன. அதில் வீரபாண்டிய கட்டபொம்மனின் படமும் ஒன்று. ஆனால், அந்தப் படத்தில் இடம்பெற்றிருப்பது நடிகர் திலகம் சிவாஜி கணேசன். வீரபாண்டிய கட்டபொம்மனாக நடித்த சிவாஜியின் தோற்றம்தான் மிகப் பிரம்மாண்டமாக சட்டமிடப்பட்டு அங்கே மாட்டப்பட்டு இருக்கின்றது.

அதைப் பார்க்கக்கூடிய அடுத்த தலைமுறையினரின் மனங்களில் வீரபாண்டிய கட்டபொம்மன் என்ற பெயரைச் சொன்னவுடன் சிவாஜியின் அந்த வீரம் செறிந்த உருவம்தான் நிழலாடும். அதைப்போன்று தமிழ் சினிமா ரசிகர்களைப் பொறுத்தவரை எம்.ஜி.ஆர்., சிவாஜி ஆகிய இருவருக்கும் அம்மா என்றால் அவர்கள் நினைவுக்கு வரக்கூடிய ஒரே முகம் கண்ணாம்பாவின் முகம் மட்டுமே.

தமிழ் வசனங்களைத் தமிழ் நடிகைகளைவிடத் தெளிவாகவும், அழுத்தம் திருத்தமாகவும், பிழையின்றியும் பேசக்கூடிய ஆற்றலைப் பெற்றிருந்த நடிகையான கண்ணாம்பாவின் தாய்மொழி தெலுங்கு.

1911ஆம் வருடம் அக்டோபர் மாதம் 5 ஆம் தேதி ஆந்திர மாநிலம் கடப்பாவில் பிறந்த கண்ணாம்பா அவரது பெற்றோர்களுக்கு ஒரே குழந்தை. சிறுவயதிலேயே நன்றாகப் பாடக்கூடிய திறமையைக் கொண்டிருந்த கண்ணாம்பா அந்த வயதிலேயே கர்நாடக சங்கீதத்தை முறையாகப் பயின்றார்.

1927ஆம் ஆண்டில் தன்னுடைய பதினாறாவது வயதில் நாடகத் துறையில் கால்பதித்த கண்ணாம்பாவின் முதல் நாடகம் 'ஹரிச்சந்திரா'. அந்த நாடகத்தில் கண்ணாம்பா நடித்தது ஒரு சுவையான கதை.

ஏலூரில் 'ஹரிச்சந்திரா' நாடகம் நடைபெற்றபோது அந்த நாடகத்தைப் பார்ப்பதற்காக கண்ணாம்பா சென்றிருந்தார். அந்த நாடகத்தில் சந்திரமதியாக நடித்த நடிகை மேடையிலே பாடினார், உருண்டார், கண்ணீர் கரைபுரண்டு ஓட கண்ணீர்விட்டு அழுதார். ஆனால் அவரது நடிப்பைப் பார்த்த ரசிகர்கள் அவருடன் சேர்ந்து அழுவதற்குப் பதில் விழுந்து விழுந்து சிரித்தனர். நாடகம் பார்க்கச் சென்றிருந்த கண்ணாம்பா சும்மா இல்லாமல் அந்த நடிகையைப் பார்த்து "இன்னும் மனம் உருகி நடிக்க வேண்டும்" என்று சத்தமாகக் குரல் கொடுத்தார். அவர் அப்படிச் சொன்னவுடன் சந்திரமதியாக நடித்துக்கொண்டிருந்த அந்த நடிகை தாளமுடியாத ஆத்திரம் அடைந்தார். "அங்கேயிருந்து விமர்சிப்பது சுலபம். தைரியமிருந்தால் இங்கே வந்து நடித்துப் பார்" என்று கண்ணாம்பாவிற்கு அவர் சவால்விட்டார். அந்தச் சவாலைக் கேட்டு கண்ணாம்பா அசரவில்லை. அதற்குப் பதிலாக அந்த நடிகை சவால்விட்ட அடுத்த கணம் மேடையில் தாவிக் குதித்தார். அவர் சந்திரமதியாக மாறி கண்கலங்கி அழுதபோது நாடகத்தைப் பார்த்துக்கொண்டிருந்த ரசிகர்கள் அனைவரும் கண்ணீர்விட்டு அழத் தொடங்கினார்கள். அதன் விளைவாக அடுத்த நாள் முதல் கண்ணாம்பா அந்த நாடகக் குழுவின் நிரந்தரமான நடிகையானார்.

'நரலா நாடக சமாஜம்' என்ற அந்த நாடகக் குழு நடிப்பதற்கு வாய்ப்புத் தந்தது மட்டுமின்றி நல்லதொரு வாழ்க்கைத் துணைவரையும் கண்ணாம்பாவிற்குத் தேடித் தந்தது. கண்ணாம்பா அந்த நாடகக் குழுவில் சேர்ந்த நாளிலிருந்தே அந்த நாடகக் குழுவில் இருந்த ஒருவருக்குத் தூக்கம் தொலைந்துபோனது. அவர்

அந்த நாடகக் குழுவின் நிர்வாகியாக இருந்த நாகபூஷணம். தீவிரமாகத் தன்னைக் காதலித்த அவரது காதலை கண்ணாம்பா ஏற்றுக்கொண்டதைத் தொடர்ந்து அவர்களது திருமணம் 1934ஆம் ஆண்டு நடைபெற்றது. அவர்களது திருமணம் நடைபெற்ற அதே ஆண்டில் ராஜ ராஜேஸ்வரி நாட்டிய மண்டலி என்ற நாடகக் குழுவைத் தொடங்கிய அவர்கள், சென்னை மற்றும் நைஜாம் மாகாணத்தில் நாடகங்களை நடத்தினார்கள்.

நாடக உலகில் கண்ணாம்பா பெற்றிருந்த பெரும் புகழ் காரணமாக திரைப்படங்களில் நடிக்கக்கூடிய வாய்ப்பு அவரைத் தேடி வந்தது. ஸ்டார் கம்பைன்ஸ் என்ற படநிறுவனத்தைச் சேர்ந்த வி.ராமைய்யா, கண்ணாம்பாவை வைத்து அவரை நடிகையாக்கிய 'ஹரிச்சந்திரா' கதையையே திரைப்படமாகத் தயாரித்தார். அந்தப் படம் மிகப்பெரிய வெற்றிப்படமாக அமைந்தது.

அதைத் தொடர்ந்து பல தெலுங்குப் படங்களில் நடிக்கின்ற வாய்ப்பைப் பெற்ற கண்ணாம்பா, 'கிருஷ்ணன் தூது' என்ற படத்தின் மூலம் தமிழ்ப் பட உலகிற்கு அறிமுகமானார். ஆனால் அந்தப் படம் வெற்றிப்படமாக அமையவில்லை. அந்தப் படத்தின் தோல்விக்குக் காரணம் தமிழ் வசனங்களை கண்ணாம்பா தெலுங்கு வாடையுடன் பேசியதுதான் என்று பலரும் அவரை விமர்சித்தனர்.

அந்த விமர்சனங்கள்தான் தன்னுடைய அடுத்த தமிழ்ப் படமான 'அசோக்குமாரில்' மிகச் சரியான உச்சரிப்புடன் கண்ணாம்பா தமிழ் வசனங்களைத் தங்கு தடையில்லாமல் பேசி நடிக்கக் காரணமாக அமைந்தன.

நாதா, ஸ்வாமி என்று பேசிக்கொண்டிருந்த தமிழ்த் திரையுலகின் வசனப் போக்கை நவீனப்படுத்தியதில் இளங்கோவனுக்குப் பெரும் பங்கு உண்டு. கண்ணாம்பா தமிழ் வசன உச்சரிப்பில் சாதனை புரியக் காரணமாக அமைந்தது அப்படிப்பட்ட ஆற்றல் பெற்றிருந்த இளங்கோவனின் வசனங்கள்தான்.

கண்ணாம்பா நடித்த முதல் தமிழ்ப் படமான 'கிருஷ்ணன் தூது' படம் தோல்வியடைந்த நிலையில், 'அசோக்குமார்' படத்தைத் தயாரித்த முருகன் டாக்கீஸ் பட நிறுவனத்தின் உரிமையாளர்கள் துணிந்து கண்ணாம்பாவை ஒப்பந்தம் செய்யாமல் இருந்திருந்தால் தமிழ்த் திரையுலகில் அவர் கால் ஊன்ற எவ்வளவு காலம்

ஆகியிருக்கும் என்பது எவருக்கும் தெரியாது.

தமிழ் வசனங்களைத் தெலுங்கு மொழியில் எழுதி வைத்துக் கொண்டுதான் 'அசோக்குமார்' படத்தில் கண்ணாம்பா பேசினார் என்றாலும், அந்தப் படத்தில் அவரது வசன உச்சரிப்பு எல்லோராலும் பாராட்டப்பட்டது.

எம்.கே.தியாகராஜ பாகவதரோடு 'அசோக்குமார்' படத்திலே நடித்த கண்ணாம்பா, ஜுபிடர் பிக்சர்ஸ் தயாரித்த 'கண்ணகி' படத்திலே பி.யு. சின்னப்பாவோடு இணைந்து நடித்தார். பாண்டிய மன்னனின் அரசவையில் நீதி கேட்டு 'கண்ணகி' முறையிடுகின்ற காட்சியில் கண்ணாம்பா பேசிய வசனங்களில் பொறி பறந்தது.

சாதாரணப் பெண்களைவிட உயரமான தோற்றம் கொண்டவரான கண்ணாம்பா தங்க நகைகளின் மீது தணியாத ஆசை கொண்டவராக இருந்தார். ஆந்திராவில் வார நகைகள் என்பது மிகவும் பிரபலமான ஒன்று. மிகப்பெரிய செல்வந்தர்கள் வீட்டில்தான் அந்த நகைகள் இருக்கும். அந்த வார நகைகளை மிகவும் விரும்பி அணிவாராம் கண்ணாம்பா.

திங்கட்கிழமையன்று ஒட்டியாணம், செவ்வாய்க்கிழமையன்று காசுமாலை என்று ஒவ்வொரு நாளும் விதம்விதமான நகைகளை அணிந்துகொள்வதை வழக்கமாக வைத்திருந்த கண்ணாம்பா, இரவில் உறங்கும்போதுகூட அந்த நகைகளைக் கழட்ட மாட்டாராம்.

"என்னைப் போன்ற பல தெலுங்கு நடிகைகள் தைரியமாக தமிழ்ப் படங்களில் நடிக்க முன்வந்ததற்குக் காரணம் கண்ணாம்பாதான்" என்று குறிப்பிட்டுள்ள பிரபல நடிகையான அஞ்சலிதேவி, "நடிப்பதற்கு மட்டும் என்று இல்லாமல் படப்பிடிப்பில் எப்படி நடந்து கொள்ள வேண்டும் என்பதற்கும்கூட அவர் எங்களுக்கு பல டிப்ஸ்களைக் கொடுத்திருக்கிறார்" என்கிறார்.

1934ஆம் ஆண்டில் கதாநாயகியாகத் திரையுலகில் அடியெடுத்து வைத்து எண்ணற்ற தமிழ், தெலுங்குப் படங்களில் நடித்த கண்ணாம்பா சரியாக இருபது ஆண்டுகளுக்குப் பின்னாலே 1954ஆம் ஆண்டில் வெளிவந்த 'மனோகரா' படத்தில் மனோகரனின் தாயார் பத்மாவதியின் வேடத்தில் நடித்தார். 'மனோகரா' நாடகத்தில் சிவாஜி கணேசன் ஏற்ற வேடம் அது.

'மனோகரா' படத்தில் சிவாஜி பேசிய வசனங்கள் ரசிகர்கள் மத்தியில் எந்த அளவு வரவேற்பைப் பெற்றதோ அதற்கு இணையான வரவேற்பை கண்ணாம்பா அந்தப் படத்தில் பேசிய "பொறுத்தது போதும் மகனே, பொங்கி எழு" என்ற வசனம் பெற்றது.

தமிழிலும் தெலுங்கிலும் பி.என்.ரெட்டி என்ற தயாரிப்பாளர் தயாரித்த 'ராஜமகுடம்' என்ற படத்தில் ராணியின் அம்மாவாக கண்ணாம்பா நடித்தபோது படத்தில் அவருக்கு அதிகமான வசனங்கள் இருக்கும்படி பார்த்துக் கொள்ளுங்கள் என்று பல விநியோகஸ்தர்கள் ரெட்டியிடம் கோரிக்கை வைத்தார்களாம். அந்த அளவிற்கு கண்ணாம்பா பேசிய வசனங்களுக்கு மக்கள் மத்தியில் வரவேற்பு இருந்தது.

தமிழ்த் திரையுலகில் மிக அதிகமாகச் சம்பளம் வாங்கிய முதல் நடிகை கே.பி.சுந்தராம்பாள் என்பது திரை ரசிகர்கள் அனைவரும் அறிந்த ஒரு செய்தி. ஆனால் அவருக்கு அடுத்து அதிகமான சம்பளம் வாங்கிய ஒரே தென்னிந்திய நடிகையாக கண்ணாம்பா இருந்தார் என்பதைப் பலர் அறிய மாட்டார்கள். அந்தக் காலத்திலேயே ஒரு படத்தில் நடிக்க எண்பத்தி ஐயாயிரம் ரூபாய் சம்பளம் வாங்கியுள்ளார் கண்ணாம்பா.

தெலுங்கு மொழியிலும் தமிழ் மொழியிலும் நாற்பதுக்கும் மேற்பட்ட படங்களைத் தயாரித்துள்ள கண்ணாம்பா தயாரித்த கடைசிப் படமாக எம்.ஜி.ஆரும் சரோஜாதேவியும் இணைந்து நடித்த 'தாலிபாக்கியம்' படம் அமைந்தது.

106

முதல் படத்தில் வில்லனாக நடித்த சிவகுமார்

"சிவகுமார் என்றால் முருகன்.

முருகன் என்றால் அழகு, இளமை.

இந்த சிவகுமார் அவருடைய ஆயுள் உள்ளவரை இப்படியே இளமையாகவும் அழகாகவும் இருப்பார்" என்று மக்கள் திலகம் எம்.ஜி.ஆராலும்,

"இவன் சரியான எம்டன்.

நம்ம பக்கம்தான் இருக்கிறான்னு நாம்ப நினைச்சிக்கிட்டு இருக்கும்போதே பெரியவர்(எம்.ஜி.ஆர்) பக்கம் போய்விடுவான்.

ஓ... அந்தப் பக்கம் போயிட்டானா என்று நாம் கேள்வி கேட்டு முடிப்பதற்குள் இந்தப் பக்கம் திரும்பி வந்து விடுவான்.

சரியான விலாங்கு மீன்.

அங்கே தலையைக் காட்டுவான்.

இங்கே வாலைக் காட்டுவான்.

இந்தப் பயலைப் புடிக்கவே முடியாது.

ஆனால், மகா புத்திசாலி.

இவனுக்கு எதிரியே கிடையாது.

அதனால் எப்பவும் நல்லா இருப்பான்.”

- என்று நடிகர்திலகம் சிவாஜி கணேசனாலும் வாழ்த்தப்பட்ட சிவகுமாரை ஒரு அதிசயப்பிறவி என்றுதான் சொல்ல வேண்டும்.

வாழ்க்கையின் சுகங்களை அனுபவித்துப் பார்க்க வேண்டும் என்ற ஆசை இருபது வயதில் எல்லா இளைஞர்களுக்கும் துளிர்விட ஆரம்பிக்கும். அது மனிதனின் தவறில்லை. மனிதனின் உடல் கூறு அப்படி. ஆனால் அப்படிப்பட்ட சுகங்கள் அனைத்தும் கைக்கெட்டும் தூரத்தில் இருந்தபோது அவைகளை நோக்கிக் கையை நீட்டாதது மட்டுமல்லாமல், பார்வையைக்கூட திருப்பாமல் வாழ்ந்தவர் சிவகுமார். இன்றுவரை அப்படிப்பட்ட வாழ்க்கையை அவர் தொடர்வது அவரது மன உறுதிக்கு எடுத்துக் காட்டாகத் திகழ்கின்றது.

பள்ளிப்படிப்பை முடித்து விட்டு கோயம்புத்தூர் மாவட்டத்தில் உள்ள சூலூருக்கு அருகில் உள்ள காசி கவுண்டன் புதூர் என்ற குக்கிராமத்திலிருந்து பழனிச்சாமி என்னும் சிவகுமார் கையிலே ஒரு பெட்டியுடன் 1958ஆம் ஆண்டு ஜூன் மாதம் 8ஆம் தேதி சென்னைக்கு ரயில் ஏறியபோது சினிமாவில் நடிக்க வேண்டும் என்ற எண்ணம் ஒரு சதவிகிதம்கூட அவருடைய மனதில் இல்லை. அவருடைய ஆசையெல்லாம் மிகப்பெரிய ஓவியராக வேண்டும் என்பதுதான். பதினைந்து வயதில் இருந்தே அவர் மனதில் பதிந்து இருந்த ஆசை அது. ஓவியராகி விட்டால் கைநிறைய சம்பாதிக்கலாம் என்று சொல்லி அவரை சென்னைக்கு அனுப்பி வைத்ததில் அவருடைய பள்ளி வாத்தியாரான குமாரசாமிக்குப் பெரும் பங்கு உண்டு.

அந்தச் சந்தர்ப்பத்தில் சிவகுமாரின் உறவினரான ஆறுமுகக் கவுண்டர் என்பவர் “நான் உனக்கு எல்லா உதவிகளும் செய்கிறேன், நீ தைரியமாகப் போய்ப் படி” என்று சிவகுமாரை உற்சாகப்படுத்தியது மட்டுமின்றி, அவரை சென்னையில் கொண்டு விடுவதற்காகத் தன்னுடைய மகன் ரத்தினத்துடன் சென்னை வரை வந்தார். சிவகுமாரின் திரையுலகப் பயணம் பொன்விழா காண ஆரம்ப சுருதி அவர்தான். “என் வாழ்க்கையில் விளக்கேற்றி வைத்த மனிதர் அவர்தான்” என்று ஆறுமுகக் கவுண்டருக்கு புகழாரம் சூட்டி இன்று வானளாவ அவரைப் புகழ்கின்ற

சிவகுமார் ஆரம்பத்தில் தன்னுடைய வளமான எதிர்காலத்தைக் குழி தோண்டிப் புதைக்க வந்திருக்கின்ற பரம எதிரியாகத்தான் அவரைப் பார்த்தார்.

தன்னுடைய மகன் சென்னைக்குப் போனால் அங்குள்ள பெண்கள் எல்லாம் அவரை மயக்கிவிடுவார்கள், அதற்குப் பிறகு தன்னுடைய மகன் கிராமத்தின் பக்கமே திரும்ப மாட்டான் என்ற அச்சத்தில் சிவகுமாரின் விதவைத் தாயார் பழனியம்மாள் அவரை சென்னைக்கு அனுப்ப மறுத்தபோது அவரைப் பின்னாலிருந்து முடுக்கிக் கொண்டிருப்பவர் தன்னுடைய மாமாவான ஆறுமுகக் கவுண்டர்தான் என்ற முடிவுக்கு வந்த சிவகுமார் தாள முடியாத ஆத்திரத்துடன் திராவகத்தில் வார்த்தைகளைத் தோய்த்து அவருக்கு ஒரு கடிதத்தை எழுதி அனுப்பினார்.

தவழுகின்ற பருவத்தில் தான் தந்தையைப் பறிகொடுத்ததையும், நான்கு வயதில் சொந்தச் சகோதரனைப் பறிகொடுத்ததையும், ஊரில் பஞ்சம் தலைவிரித்து ஆடியபோது கற்றாழங்கிழங்கைச் சாப்பிட்டுவிட்டு தான் ஜீவித்ததையும் உருக்கமாக அந்தக் கடிதத்திலே வடித்த சிவகுமார் அந்த வேதனைகளை எல்லாம் மிஞ்சக் கூடியது தன்னுடைய லட்சியப் பயணத்தைத் தடை செய்து தன்னை வேலைக்கு அனுப்புவதுதான் என்றும், தனக்கு உதவாவிட்டாலும் பரவாயில்லை, ஆனால் இதுபோன்ற தொல்லைகளைத் தரவேண்டாம் என்றும் அந்தக் கடிதத்தில் குறிப்பிட்டிருந்தார்.

அந்தக் கடிதத்தை எழுதி அதை தபாலில் சேர்த்துவிட்டு அவர் திரும்பியபோது, அவரது மாமா ஊருக்கு வந்திருப்பதாகவும் அவரைப் பார்க்க வரும்படியும் சிவகுமாரின் தாய் அவரை அழைத்தார்.

அப்படி அவர் அழைத்தவுடன் சிவகுமாரின் மனக் குமுறல் வார்த்தைகளாக வெளிவந்தது. "மில் வேலைக்கெல்லாம் போக முடியாது என்று உன் தம்பியிடம் சொல்லு" என்று சிவகுமார் சொன்னபோது அந்த ஏழைத் தாய் அவருடைய வார்த்தைகளைக் கேட்டு அதிர்ந்துபோனார்.

அதுவரை தன்னுடைய வார்த்தைக்கு மறுவார்த்தை பேசாத சிவகுமார் அப்படிப் பேசியவுடன் தன்னுடைய பிள்ளையின் மனதை யாரோ கெடுத்துவிட்டார்கள் என்ற முடிவுக்கு வந்த

சிவகுமாரின் தாய் "மில் வேலை உனக்குப் பிடிக்கவில்லை. அவ்வளவுதானே, அதை நீயே உன்னுடைய மாமனிடம் நேராகச் சொல்லிவிடு" என்றார்.

மாமனின் உறவே முறிந்தாலும் பரவாயில்லை தன்னுடைய மனதில் உள்ளதை அவரிடம் அப்படியே கொட்டிவிட வேண்டும் என்ற முடிவோடு மாமா தங்கியிருந்த வீட்டுக்கு சிவகுமார் சென்றபோது தன்னுடைய நண்பர் ஒருவருடன் தீவிரமான வாக்குவாதத்தில் ஈடுபட்டிருந்தார் அவரது மாமா.

"பட்டணத்துக்குப் போகின்ற எல்லா பசங்களும் கெட்டுப் போயிடறாங்களா, அங்கே போய் பொறுப்பா இருந்து படிக்கிற பசங்களே இல்லையா? அது மட்டுமில்லாமல் நம்ம பழனிச்சாமியைப் பற்றி அப்படி நினைக்காதீங்க. அவன் பொறுப்பான பையன்.தவிர புள்ளைங்க என்ன படிக்கணும்னு ஆசைப்படறாங்களோ அந்த லைன்ல அவங்களை விட்டுடணும். அதுதான் நல்லது. எல்லாத்துக்கும் மேலே இன்னொரு விஷயத்தை சொல்றேன் கேட்டுக்கங்க. அவனை மேலே படிக்கவைக்கிறது என் பொறுப்புன்னு அவனோட சின்ன வயசுலேர்ந்து நான் சொல்லிக்கிட்டு இருக்கேன். அதனால அவனை மெட்ராசுக்கு அனுப்பி வைக்கும் என்னுடைய முடிவை யாராலும் மாற்ற முடியாது" என்று அவர் தன்னைப் பற்றிப் பேசிக்கொண்டிருந்ததைக் கேட்டதும் இப்படிப்பட்ட பத்தரை மாற்றுத் தங்கத்தையா நாம் தவறாக எடைபோட்டு விட்டோம் என்று பதறிப்போனார் சிவகுமார்.

அப்படிப்பட்ட மாமனிதர் கையில் தான் எழுதிய கடிதம் கிடைத்தால் அவர் மனது என்ன பாடுபடும் என்று துடியாய்த் துடித்த சிவகுமார் போஸ்ட் ஆபீசுக்கு ஓடி மிகப்பெரிய போராட்டத்துக்குப் பிறகு தான் எழுதிய அந்தக் கடிதத்தை திரும்பப்பெற்று அதைச் சுக்குநூறாகக் கிழித்துப் போட்டதுவரை நடந்த சம்பவங்களைக் கொண்டு ஒரு குறும்படமே எடுக்கலாம்.

அத்தனை போராட்டங்களுக்குப் பிறகு சிவகுமார் சென்னைக்கு புறப்பட்டபோது, "மெட்ராசில் பீடி, சிகரெட் எல்லாம் பிடிக்கக் கூடாது, தண்ணி அடிக்கக் கூடாது" என்றெல்லாம் சத்தியம் வாங்கிக் கொண்ட அவரது ஆசிரியர் குமாரசாமி, உல்லாச நகரமான பாரீசுக்கு அவரை அனுப்புவது போலவும்

சென்னையில் சிவகுமார் காலடி எடுத்து வைத்தவுடன் அவரை கடத்திக் கொண்டு போய்விட வேண்டும் என்ற முடிவோடு ஏராளமான பெண்கள் சென்னையில் அவருக்காகக் காத்திருப்பது போலவும் தானாக கற்பனை செய்து கொண்டு "அங்கே பெண்கள் எல்லோரும் மிகவும் கவர்ச்சியாக இருப்பார்கள், அவர்களோடு எல்லாம் சகவாசம் வைத்துக் கொள்ளக் கூடாது" என்று நீண்ட அறிவுரை கூறினார். அப்பாவியான சிவகுமார், குமாரசாமி கேட்டுக்கொண்டபடி எல்லா சத்தியத்தையும் செய்து கொடுத்தது பெரிய சாதனையல்ல - அந்தக் குமாரசாமி வாத்தியார் தவிர்க்கச் சொன்ன எல்லா விஷயங்களும் தாராளமாகக் கிடைக்கக்கூடிய சூழலில் வாழக்கூடிய வாய்ப்பு ஒரு கட்டத்தில் வந்தபோது அவைகள் எதையும் தொடாமல் வாழ்ந்தாரே அதுதான் அவரது அசாத்திய சாதனை.

மன உறுதி மட்டும் இருந்தால் எப்படிப்பட்ட சூழ்நிலையிலும் கெட்ட பழக்கங்களுக்கு அடிமையாகாமல் ஒரு மனிதனால் வாழ முடியும் என்பதற்கு சிவகுமாரைவிடச் சிறந்த எடுத்துக்காட்டு யாரும் இல்லை என்று சொல்லலாம்.

சினிமாவிலே காலடி எடுத்து வைக்கவேண்டும் என்ற எண்ணத்தில் சிவகுமார் சென்னைக்கு வரவில்லை என்றாலும் சினிமா மீது அவருக்கு ஒரு தாகம் இருந்தது உண்மை. அதனால்தான் தான் கற்ற ஓவியத் துறையில் பெரிதாகச் சம்பாதிக்க முடியாது என்பது தெரிந்தவுடன் சினிமாவில் அடி எடுத்து வைக்க அவர் முடிவு செய்தார்.

அவர் நடித்த முதல் படம் ஏ.சி.திருலோக்சந்தர் இயக்கத்தில் உருவான 'காக்கும் கரங்கள்' என்று பல பத்திரிகைகள் இன்றும் குறிப்பிட்டு வருகின்றன. ஆனால் அது உண்மையல்ல. சிவகுமார் நடித்த முதல் படம் 'சித்ரா பவுர்ணமி' என்ற படம்.

எஸ்.எஸ்.ராஜேந்திரன், விஜயகுமாரி ஜோடியாக நடித்த அந்தப் படத்தில் வில்லனாக நடித்தார் சிவகுமார். கிருஷ்ணன்-பஞ்சு இரட்டையர்கள் இயக்கத்திலே உருவான அந்தப் படத்தைத் தயாரித்தவர், சென்னைக்கு முதன்முதலாக சிவகுமார் வந்தபோது அவருடன் பயணம் செய்த அவரது மாமா ஆறுமுகக் கவுண்டரின் மகனான ரத்தினம். பின்னாளில் ஜெய்சங்கர் நடித்த 'டெல்லி டு மெட்ராஸ்', 'மிட்டாய் மம்மி', 'அவசரக்காரி' உட்பட பல

படங்களைத் தயாரித்தவர் அவர்தான். ரத்தினத்தின் முதல் தயாரிப்பான 'சித்ரா பவுர்ணமி' படம் மூவாயிரம் அடியில் முடங்கிப்போனது.

அந்தச் சந்தர்ப்பத்தில் ஏவி.எம்.நிறுவனத்தினர் தங்களது புதிய தயாரிப்பான 'காக்கும் கரங்கள்' படத்தில் நடிக்க புதுமுகம் ஒருவரைத் தேடிக்கொண்டிருந்தனர். ஏவிஎம். நிறுவனத்தோடு நெருங்கிய தொடர்பில் இருந்த கிருஷ்ணன் பஞ்சு ஆகிய இருவரும் தங்களது இயக்கத்தில் 'சித்ரா பவுர்ணமி' படத்தில் நடித்த சிவகுமாரைப் பற்றி அவர்களிடம் சொல்ல 'காக்கும் கரங்கள்' படத்திலே நடிக்கின்ற வாய்ப்பு சிவகுமாருக்குக் கிடைத்தது.

ஆனால், அந்த வாய்ப்பு சிவகுமாருக்கு ஆனந்தத்தைத் தருவதற்குப் பதிலாக மிகப் பெரிய ஏமாற்றத்தையே தந்தது.

107

சிவகுமாரைப் பார்த்து சிவாஜி கேட்ட கேள்வி

கிருஷ்ணன்-பஞ்சு இயக்கத்திலே சிவகுமார் நடித்த முதல் படமான 'சித்ரா பவுர்ணமி' படத்தின் படப்பிடிப்பு பாதியில் நின்றுபோன தருணத்தில் ஏ.வி.எம்.மில் ஏ.சி.திருலோக்சந்தரின் இயக்கத்தில் 'காக்கும் கரங்கள்' என்ற பெயரில் ஒரு படத்தை எடுக்கத் திட்டமிட்டுக் கொண்டிருந்தனர். எஸ். எஸ்.ராஜேந்திரன்-விஜயகுமாரி ஜோடியாக நடித்த அந்தப் படத்தில் நடிக்க ஒரு புது முகம் தேவைப்பட்டபோது சிவகுமாரை ஏவி.எம்.நிறுவனத்துக்கு அறிமுகப்படுத்தினார் பஞ்சு.

ஏ.வி.எம் நிறுவனத்தின் வழக்கப்படி சிவகுமாருக்கு மேக்கப் டெஸ்ட் எடுக்க எல்லா ஏற்பாடுகளும் நடந்தன. சிவகுமார் பேசி நடிக்க வேண்டிய வசனம் அடங்கிய பேப்பரை உதவி இயக்குனர் ஒருவர் அவரிடம் கொடுத்தார்.

"ராதா உன் முகத்தை நீ கண்ணாடியில் பார்த்ததில்லையா

நீ அழகானவள்னு உங்க அண்ணனும், அம்மாவும்

ஒரு தடவைகூட உங்கிட்ட சொல்லலியா?"

என்று எழுதப்பட்டிருந்த அந்த வசனத்தைப் படித்து முடித்துவிட்டு "மீதி வசனம் எங்கே" என்று கேட்டார் சிவகுமார்.

"இதுதான் வசனம். உனக்கு மூணு நாள் டைம். அதற்குள்ளாக இந்த

வசனத்தை நல்லா படிச்சி மனப்பாடம் பண்ணிவிடு. நான்காவது நாள் டைரக்டர் முன்னிலையில் நீ இந்த வசனத்தை சரியாகப் பேசி நடித்துக் காட்டி விட்டாய் என்றால் நீ செலக்ட் ஆகிவிடுவாய்" என்று சிவகுமாருக்கு அறிவுரை கூறிய உதவி இயக்குனர், அடுத்த மூன்று நாட்களும் அந்த இரண்டு வரி வசனத்தை வீரபாண்டிய கட்டபொம்மன் பாணி முதல் பல்வேறு பாணிகளில் பேசச் சொல்லி சிவகுமாரை வறுத்து எடுத்து விட்டார்.

இயக்குனர் ஏ.சி.திருலோக்சந்தர் முன்னிலையில் மூன்றாவது நாள் மேக்கப் டெஸ்ட் நடைபெற்றது.

லைட்ஸ் என்று ஒளிப்பதிவாளர் குரல் கொடுத்தவுடன் மொத்த படப்பிடிப்புத் தளமும் இருட்டாகி சிவகுமாரின் முகத்தில் மட்டும் வெளிச்சம் பரவியது. அந்தச் சூழ்நிலையே சிவகுமாரை மிரள வைத்தது. அப்போது பார்த்து டைரக்டர் "ஸ்டார்ட் கேமரா" என்று குரல் கொடுக்க கிளாப் என்ற பெயரில் ஒரு கட்டையை உதவி இயக்குனர் அடித்ததும் மூன்று நாட்கள் மாறி மாறி படித்த மொத்த வசனமும் மறந்துபோக என்ன செய்வது என்று புரியாமல் தவித்தார் சிவகுமார். இதற்கிடையில் அவரது ரத்த அழுத்தம் குப்பென்று உயர்ந்தது. அந்த நேரம் பார்த்து "ஆக்ஷன்" என்று ஏசி.திருலோக்சந்தர் குரல் கொடுக்க "ராதா" என்று வசனத்தை பேச ஆரம்பித்த சிவகுமாரின் தலைக்குள் நூற்றுக்கணக்கான பட்டாம்பூச்சிகள் பறக்க ஆரம்பித்தன. அந்த வசன வரிகளை எவ்வளவு தூரம் உளறலாகப் பேச முடியுமோ அவ்வளவு உளறலாக பேசி முடித்தார் சிவகுமார்.

தான் வசனம் பேசிய விதம் நிச்சயமாகத் தனக்குப் பட வாய்ப்பை பெற்றுத் தராது என்று தெரிந்தவுடன் "நாடகத்தில் நான் பக்கம் பக்கமாக வசனங்களைப் பேசியிருக்கிறேன். ஆனால் என்னவோ தெரியவில்லை இந்த வசனம் மாட்டும் என் வாயில் வர மாட்டேன் என்கிறது. நான் வேண்டுமானால் என்னுடைய நாடக வசனத்தைப் பேசிக் காட்டட்டுமா?" என்று சிவகுமார் கேட்டபோது, ஏற்கனவே நொந்துபோயிருந்த ஏசி.திருலோக்சந்தர் "நீ எதையாவது பேசுப்பா" என்றார்.

மடைதிறந்த வெள்ளம்போல அந்த நாடக வசனங்களைப் பேசி முடித்தபோது சிவகுமாரின் கண்களில் தன்னையும் அறியாமல் கண்ணீர் சுரந்தது.

பழனிச்சாமி என்ற அந்த இளைஞர் எப்போதோ மனப்பாடம் செய்து வைத்திருந்த அந்த நாடக வசனங்கள் 'காக்கும் கரங்கள்' படத்தில் அறிமுகமாகின்ற வாய்ப்பையும் 'சிவகுமார்' என்ற புதிய பெயரையும் அவருக்குப் பெற்றுத் தந்தது.

'காக்கும் கரங்கள்' படத்திலே சிவகுமாருக்கு ஜோடியாக நடித்தவர் இப்போது தொலைக்காட்சித் தொடர்களில் நடித்துக் கொண்டிருக்கும் ரேவதி என்ற நடிகை. சிவகுமாருக்கும் அவருக்கும் ஜோடிப்பொருத்தம் சரியாக அமையாததால் 'காக்கும் கரங்கள்' படத்தில் சிவகுமார் அவருடன் நடித்திருந்த பல காட்சிகள் வெட்டப்பட்டன.

தான் நடித்த காட்சிகள் வெட்டப்பட்டுவிட்டதை எல்லாம் அறியாத சிவகுமார் 1965ஆம் ஆண்டு ஜூன் மாதம் 19ஆம் தேதியன்று 'காக்கும் கரங்கள்' படம் வெளியானபோது மிகுந்த ஆர்வத்துடன் படத்தைப் பார்க்கச் சென்றார். படத்தைப் பார்த்தபோது சிவகுமார் அடைந்த அதிர்ச்சியை வார்த்தைகளால் விவரிக்க முடியாது.

மிகுந்த மன வருத்தத்துடன் ஏவி.மெய்யப்பச் செட்டியாரின் மகனான சரவணனை அவர் சந்தித்தபோது சிவகுமார் சொல்லாமலே அவருடைய வேதனையைப் புரிந்துகொண்ட சரவணன் "இது தற்செயலாக நடந்து விட்டது. ஆகவே இதை மனதில் வைத்துக் கொள்ளாதீர்கள், உங்களுடைய வருத்தத்தைப் போக்குகின்ற அளவில் எங்களது அடுத்த தயாரிப்பில் நிச்சயமாக ஒரு அழுத்தமான கதாபாத்திரத்தில் உங்களை நடிக்க வைக்கிறோம்" என்று அவருக்கு ஆறுதல் கூறினார்.

திரையுலகில் தன்னுடைய முதல் இரண்டு அனுபவங்களுமே மோசமாக அமைந்ததால் நிலைகுலைந்து சிவகுமார் இருந்த சமயத்தில்தான் 'நடிப்பின் இமயம்' சிவாஜியுடன் 'மோட்டார் சுந்தரம் பிள்ளை' படத்தில் நடிக்கக்கூடிய வாய்ப்பு அவரைத் தேடி வந்தது.

அந்தப் படத்தில் நடிப்பதற்கு முன்பாகவே சிவாஜியை சிவகுமார் நன்கு அறிவார். அவர் முதன் முதலாக சென்னை வந்த போது சிவாஜியின் நெருங்கிய நண்பரான கண்ணு மச்சான் என்பவர் சிவாஜியைச் சந்திக்க 'அன்னையின் ஆணை' படத்தின் படப்பிடிப்பிற்கு சிவகுமாரை அழைத்துச் சென்றிருந்தார்.

ஸ்டுடியோவிலே சிவகுமார் பார்த்த முதல் படப்பிடிப்பு அதுதான். படப்பிடிப்பு முடிவடைந்தவுடன் அவர்களைத் தன்னுடன் வீட்டுக்கு அழைத்துச் சென்ற சிவாஜி 'அன்னையின் ஆணை' படத்திலே சாம்ராட் அசோகனாக தான் நடித்திருந்த காட்சிகளை அவர்களுக்குத் திரையிட்டுக் காட்டினார். அப்போது திரைப் படங்களைப் பார்ப்பதற்காக வீட்டிலேயே சொந்தமாக ஒரு தியேட்டரை சிவாஜி வைத்திருந்தார்.

அந்தக் காட்சியில் அசோக சக்கரவர்த்தியாகவே சிவாஜி மாறிவிட்டிருந்ததைப் பார்த்துவிட்டு இப்படிஎல்லாம் கூட ஒரு மனிதனால் நடிக்க முடியுமா என்று சிவகுமார் ஆச்சர்யத்தில் இருந்தபோது "நீங்க என்ன செய்யப்போறீங்க. பொம்மை போடப் போறீங்களா, இல்லே நடிக்க வர்ரீங்களா" என்று சிவகுமாரைப் பார்த்துக் கேட்டார் சிவாஜி.

'அன்னையின் ஆணை' படத்திலே இடம் பெற்ற அந்தக் காட்சிகளை எல்லாம் திரையிட்டுக் காட்டாமல் அந்தக் கேள்வியை சிவாஜி கேட்டிருந்தால்கூட சிவகுமார் நடிக்க வருவதாக அப்போது பதில் சொல்லியிருப்பார். அந்தக் காட்சிகளில் சிவாஜி தன்னுடைய வெண்கலக் குரலில் வசனங்களை அனாயாசமாக உச்சரித்திருந்த விதத்தையும் அவரது கம்பீர நடையையும் பார்த்த பிறகு தனக்கும் நடிப்பிற்கும் தூரம் மிக அதிகம் என்று முடிவெடுத்த சிவகுமார், "பொம்மை போடவே போகிறேன் ஐயா" என்று சிவாஜியிடம் கூறினார். அதற்குப் பின்னர் சிவாஜிதான் மோகன் ஆர்ட்ஸில் சிவகுமாரைச் சேர்த்துவிட்டார்.

நடிப்பு வேண்டாம் என்று சொல்லி, ஓவியக் கல்லூரியில் சேர்ந்து அங்கே படித்து முடித்துவிட்டு அதற்குப் பிறகு காலம் இட்ட கட்டளையை நிறைவேற்றுவதற்காக நடிக்க வந்த சிவகுமாரை 'மோட்டார் சுந்தரம் பிள்ளை' படப்பிடிப்பின்போதுதான் சிவாஜி மீண்டும் சந்தித்தார். அப்போது அவரது கண்களுக்குள்ளே பல கேள்விகள் இருந்தன. ஆனால் அவை எதற்கும் சிவகுமார் பதில் அளிக்கவில்லை.

'மோட்டார் சுந்தரம் பிள்ளை' படத்தைத் தொடர்ந்து சிவாஜியுடன் பல படங்களில் சேர்ந்து நடிக்கும் வாய்ப்பு சிவகுமாருக்குக் கிடைத்தது. சிவாஜி வீரபாகுவாக நடித்த 'கந்தன் கருணை' படத்தில் முருகனாக நடித்த சிவகுமார் 'சரஸ்வதி சபதம்' படத்திலே

திருமாலாக நடித்தார். அந்தப் படத்தைத் தொடர்ந்து கண்ணதாசன் தயாரித்த 'தாயே உனக்காக' படத்திலும் சிவாஜியுடன் நடித்தார் சிவகுமார். இந்தப் படங்களில் நடிக்கும் போது ஆயிரத்தி ஐநூறு முதல் நான்காயிரம் வரை சம்பளமாகப் பெற்றார் சிவகுமார்.

எப்போதுமே வரவுக்கு ஏற்ப செலவு செய்து பழக்கப்பட்டவர் அவர் என்பதால் பெரிதாக சம்பாதிக்க முடியவில்லையே என்ற வருத்தம் அவரிடம் இல்லை என்றாலும், திரையுலகில் தன்னை நிலைநிறுத்திக் கொள்ளக்கூடிய அளவிலே ஒரு நல்ல வாய்ப்பு தனக்குக் கிடைக்கவில்லையே என்ற ஏக்கம் மட்டும் அவர் மனதை அரித்துக்கொண்டே இருந்தது.

அப்போதுதான் சிவாஜியின் நூற்றி இருபத்தி ஐந்தாவது படமான 'உயர்ந்த மனிதன்' படத்திலே நடிக்கக்கூடிய வாய்ப்பு அவருக்குக் கிடைத்தது.

"நீங்கள் ஏ.வி.எம்மின் நட்சத்திரம். அதனால் நிச்சயமாக அடுத்து உங்களுக்கு ஒரு நல்ல வாய்ப்புத் தருவோம்" என்று வாக்களித்திருந்த ஏ.வி.எம் சரவணன் 'உயர்ந்த மனிதன்' படத்திலே நடிக்க அவருக்கு வாய்ப்பினைப் பெற்றுத் தந்தார்.

அந்தப் படம் சிவகுமாரின் வாழ்க்கையில் மிகவும் முக்கியமான படம் மட்டுமல்ல, பல சோதனைகளை அவர் சந்தித்த படமும் கூட.

108

திரைப்பட வாய்ப்பை ஏற்றுக்கொள்ள கலைஞர் விதித்த நிபந்தனை

பட்டுக்கோட்டை அழகிரிசாமியின் பேச்சால் கவரப்பட்டு தன்னுடைய பதினான்காவது வயதிலேயே அரசியல்பால் ஈர்க்கப்பட்ட கலைஞர் மு.கருணாநிதி கடந்த எண்பத்தொரு ஆண்டுகளாக தமிழ்ச் சமுதாயத்தின் வளர்ச்சிக்காகப் பாடுபட்ட ஒப்பில்லாத தலைவர்.

1957ஆம் ஆண்டு தமிழக சட்டமன்றத்துக்கு நடைபெற்ற தேர்தலில் முதன் முறையாகப் போட்டியிட்ட கலைஞர் இதுவரை சந்தித்த பொதுத் தேர்தல்கள் பதின்மூன்று. போட்டியிட்ட அத்தனை தேர்தல்களிலும் வெற்றி வாகை சூடியது மட்டுமின்றி ஐந்து முறை தமிழக முதல்வராகத் தேர்ந்தெடுக்கப்பட்டு, ஏறக்குறைய பத்தொன்பது ஆண்டுகள் ஆட்சிக் கட்டிலின் தலைமைப் பீடத்தில் அமர்ந்து தமிழக மக்களுக்கு சேவை செய்கின்ற பெருமையைப் பெற்ற ஒரே தமிழினத் தலைவர் கலைஞர் மட்டுமே.

இளம் வயதிலேயே 'மாணவ நேசன்' என்ற பத்திரிகையை நடத்திய அவர் அடுத்த ஏழெட்டு மாதங்களில் தொடங்கிய பத்திரிகைதான் இன்றுவரை திராவிட முன்னேற்றக் கழகத்தின் குரலாக ஒலித்து வரும் 'முரசொலி' பத்திரிகை. அறிஞர் அண்ணா நடத்திக் கொண்டிருந்த 'திராவிட நாடு' பத்திரிகைக்கு கலைஞர் ஒரு

கட்டுரை எழுதி அனுப்ப உணர்ச்சிமிக்க அந்தக் கட்டுரையைப் படித்துப் பார்த்த அண்ணா அதை 'திராவிட நாடு' பத்திரிகையில் பிரசுரித்தார். அந்தக் கட்டுரை வெளியான சில மாதங்களில் அறிஞர் அண்ணா திருவாரூருக்கு வந்தபோது அவரைச் சந்திக்கக் கூடிய வாய்ப்பு கலைஞருக்குக் கிடைத்தது. கருணாநிதி என்ற பெயரில் உணர்ச்சி கொப்பளிக்க அந்தக் கட்டுரையை எழுதியவர் அத்தனை பொடிப் பையனாக இருப்பார் என்று சிறிதும் எதிர்பார்க்காததால் கலைஞரைப் பார்த்ததும் ஆச்சர்யத்தில் மூழ்கிப்போனார் அண்ணா.

அரசியலில் ஈடுபடாமல் முதலில் படிப்பில் கவனம் செலுத்த வேண்டும் என்பதுதான் கலைஞருக்கு அறிஞர் அண்ணா அளித்த முதல் அறிவுரை. பின்னாளில் அண்ணாவின் வலக்கரமாக விளங்கிய கலைஞர், அறிஞர் அண்ணா சொல்லிக் கேட்காமல் போன முதலும் கடைசியுமான விஷயமாக அது அமைந்தது.

"அந்த அன்புக் கோவில் அண்ணாவின் அறிவுரைகளையும் மீறி எழுந்த இயக்க வெறி என் பள்ளி வாழ்க்கைக்கு முற்றுப்புள்ளி வைத்தது" என்று அந்தச் சம்பவம் பற்றித் தன்னுடைய 'நெஞ்சுக்கு நீதி'யின் முதல் பாகத்தில் குறிப்பிட்டுள்ளார் கலைஞர்.

கழகப் பிரச்சார நாடகங்களை எழுதியது மட்டுமின்றி அதில் பிரதான வேடத்தில் நடிக்கவும் தொடங்கிய கலைஞர், தந்தை பெரியாரின் 'குடியரசு' பத்திரிகையில் துணை ஆசிரியராகப் பணியாற்றிய கால கட்டத்தில்தான் கோவையில் அமைந்திருந்த ஜூபிடர் பிக்சர்சில் 'ராஜகுமாரி' என்ற படத்தை இயக்கிக் கொண்டிருந்த ஏ.எஸ்.ஏ.சாமியிடமிருந்து அந்தப் படத்திற்கு வசனம் எழுத கலைஞருக்கு அழைப்பு வந்தது.

பல கலைஞர்கள் அரசியல் வாழ்க்கைக்குத் தங்களை அழைத்துச் செல்லக்கூடிய வாகனமாக திரைப்படத்துறையில் தங்களுக்குள்ள செல்வாக்கைப் பயன்படுத்துகின்ற சூழ்நிலையை இன்று பார்க்கிறோம். ஆனால் அதற்கு முற்றிலும் மாறாக "என்னுடைய கட்சி வேலைகளுக்கு இடையூறு இல்லாமலிருந்தால் திரைப்படத்துக்கு வசனம் எழுத ஒப்புக்கொள்கிறேன்" என்ற நிபந்தனையுடன் தன்னுடைய முதல் திரைப்பட வாய்ப்பை ஏற்றுக்கொண்டவர்தான் கலைஞர். இத்தனைக்கும் எந்த வாய்ப்பு வந்தாலும் கண்ணை மூடிக்கொண்டு அதை ஒப்புக்

கொள்ளவேண்டிய வறுமை சூழ்ந்த நிலையில் அவர் இருந்த நேரம் அது.

வாழ்க்கையின் ஆரம்ப கட்டத்தில் தன்னுடைய முடிவுகளைச் செயல்படுத்துவதில் அவர் கொண்டிருந்த அந்தப் பிடிப்புதான் அரசியல் வாழ்க்கையில் அடி எடுத்து வைத்தபிறகு சந்தித்த தேர்தல்கள் எதிலும் தோல்வியைச் சந்திக்காதவர் என்ற பெருமையை அவருக்குப் பெற்றுத் தந்தது.

கலைஞர் முதன் முதலாக வசனம் எழுதிய 'ராஜகுமாரி' படம்தான் பொன்மனச் செம்மல் என்றும் புரட்சித் தலைவர் என்றும் மக்களால் இன்றும் போற்றப்படுகின்ற எம்.ஜி.ஆர். கதாநாயகனாக நடித்த முதல் படம். அந்தப் படத்திலே பணியாற்றும்போதுதான் கதர் உடையோடும் கழுத்தில் துளசி மணி மாலையோடும் இருந்த எம்.ஜி.ஆருக்கும் கலைஞருக்குமிடையே நல்ல நட்பு உருவானது. அறிஞர் அண்ணாவின் நூல்களை எம்.ஜி.ஆருக்குப் பரிசாகக் கலைஞர் கொடுக்க, பதிலுக்கு எம்.ஜி.ஆர். மகாத்மா காந்தியின் நூல்களை கலைஞருக்குப் பரிசாக வழங்குவாராம். அப்போதெல்லாம் இருவருக்குமிடையே திராவிடர் கழகம் குறித்து அடிக்கடி விவாதங்கள் நடக்கும். அதில் குறிப்பிடத்தக்க விளைவு என்னவென்றால் சில காலத்துக்குப் பிறகு எம்.ஜி.ஆர். தன்னை திராவிடக் கழகத்தில் இணைத்துக்கொண்டதுதான்

'ராஜகுமாரி' படத்தின் வசனங்கள் முழுவதையும் எழுதியது கலைஞர்தான் என்றபோதிலும் படத்தின் டைட்டிலில் வசனம்: ஏ.எஸ்.ஏ.சாமி என்றும் வசன உதவி: கருணாநிதி என்றும்தான் போடப்பட்டிருந்தது.

தன்னுடைய பெயரைப் போட்டே ஆகவேண்டும் என்ற ஒரு நிலையைத் தன்னுடைய எழுத்துத் திறமையின் துணையோடு சாதிக்க முடியும் என்ற நம்பிக்கை கலைஞரின் மனதுக்குள் பூரணமாக இருந்ததால், அதைப்பற்றி எல்லாம் எள்ளளவும் அவர் கவலைப்படவில்லை. திரையுலகில் காலடி எடுத்து வைத்த இரண்டு மூன்று ஆண்டுகளிலேயே தமிழ்த் திரையுலகில் அப்படி ஒரு நிலையை கலைஞரது வசனங்கள் ஏற்படுத்தின. படத்தின் வெற்றியை உறுதிசெய்ய தயாரிப்பாளர்கள் கலைஞரின் பெயரை விளம்பரங்களில் கொட்டை எழுத்தில் போட ஆரம்பித்தனர்.

'மலைக்கள்ளன்' படம் உருவானபோது அந்தப் படத்தின்

தயாரிப்பாளர் ஸ்ரீராமுலு நாயுடுவோடு ஏற்பட்ட கருத்து வேறுபாடு காரணமாக படத்தின் விளம்பரங்களில் தன்னுடைய பெயரைப் பயன்படுத்த வேண்டாம் என்று சொல்லிவிட்டு கலைஞர் சொந்த ஊருக்குச் சென்றுவிட்டார். அவர் அப்படிச் சொல்லிவிட்டு சென்றவுடன் மிகுந்த கவலையில் ஆழ்ந்தார் எம்.ஜி.ஆர்.

கலைஞருடைய பெயர் இல்லை என்றால் நிச்சயமாக படம் வெற்றிபெறாது என்ற முடிவுக்கு வந்த அவர், கே.ஆர்.ராமசாமியை அழைத்துக்கொண்டு திருவாரூருக்கு விரைந்தார்.

“உங்களுடைய பெயர் டைட்டிலில் வரும்போது எழுகின்ற மக்களின் கைதட்டல் ஓசை அரங்கை அதிர வைக்கிறது. உங்களுடைய பெயர் இல்லையென்றால் படம் நிச்சயமாக வெற்றிபெறாது. நான் நடித்த படங்கள் எல்லாம் உங்களது வசனச் சிறப்புகளால்தான் வெற்றிபெற்றுள்ளன. இந்தப் படமும் வெற்றிபெறவேண்டும் என்றால் திரையில் உங்களது பெயர் இடம்பெற்றே ஆகவேண்டும்” என்று உருக்கமாக கலைஞரிடம் வேண்டிக் கேட்டுக் கொண்டார் எம்.ஜி.ஆர். கே.ஆர்.ராமசாமியும் எம்.ஜி.ஆரும் மாறி மாறி சமாதானப்படுத்தியதால் ஸ்ரீராமுலு நாயுடுவைச் சந்திக்க சென்னைக்கு அவர்களுடன் கலைஞர் வந்தார். அப்போது “எத்தனை மாதங்கள் ஆனாலும் உங்களுடைய ஒப்புதல் இல்லாமல் ‘மலைக்கள்ளன்’ படத்தை வெளியிடுவதில்லை என்ற முடிவில்தான் நான் இருந்தேன்” என்று கலைஞரிடம் ஸ்ரீராமுலு நாயுடு தெரிவித்தார்.

தமிழ்த் திரை உலகின் இரு கண்களாக விளங்கிய எம்.ஜி.ஆர், சிவாஜி ஆகிய இருவரும் கதாநாயகனாக நடித்த முதல் படத்துக்கு வசனம் எழுதுகின்ற வாய்ப்பு கலைஞருக்குக் கிடைத்ததைக் காலம் அவருக்கு அளித்த பரிசு என்றுதான் சொல்ல வேண்டும்.

‘பராசக்தி’ படத்திலே சிவாஜியுடன் கலைஞருக்கு ஏற்பட்ட சிவாஜியின் இறுதிக்காலம் வரை தொடர்ந்தது.

‘பராசக்தி’ படத்திலே கலைஞரது கனல் கக்கும் வசனங்களை சிவாஜி உச்சரித்த விதத்தைக் கண்டு பரவசமடைந்த, ரசிகர்கள் கலைஞரின் வசனங்களை ஏற்ற இறக்கங்களோடு உணர்ச்சிபூர்வமாக உச்சரிக்கக்கூடிய ஒரே கலைஞன் சிவாஜிதான் என்ற முடிவுக்கு வந்தனர்.

'பாரசக்தி' படத்தைத் தொடர்ந்து சிவாஜி நடித்த 'பணம்', 'திரும்பிப்பார்' ஆகிய இரண்டு நேரடி தமிழ்ப்படங்களுக்கும் வசனம் எழுதியவர் கலைஞர்தான்.

'திரும்பிப்பார்' படத்துக்கு எழுதிய வசனங்களைப்போல கலைஞர் கருணாநிதி அவர்கள் மற்ற எந்தப் படத்திற்கும் வசனம் எழுதவில்லை என்றே நான் நினைக்கிறேன். அவ்வளவு அருமையான வசனங்களை அந்தப் படத்திலே அவர் எழுதியிருந்தார் என்று தன்னுடைய சுயசரிதை நூலிலே குறிப்பிட்டிருக்கிறார் சிவாஜி.

என்.எஸ். கிருஷ்ணன், டி.ஆர். மகாலிங்கம், எம்.ஜி.ஆர்., சிவாஜி கணேசன், ஜெமினி கணேசன், எஸ்.எஸ்.ராஜேந்திரன் ஆகிய நடிகர்கள் தொடங்கி, ஜெய்சங்கர், முத்துராமன், ரவிச்சந்திரன், சிவகுமார் என்று தொடர்ந்து இன்று முன்னணியில் உள்ள ரஜினிகாந்த், கமல்ஹாசன் முதல் சரத்குமார், விஜய், அஜித், விக்ரம், சூர்யா, ஆர்யா, விஷால், சிம்பு, கார்த்திக், தனுஷ் என்று எல்லா கலைஞர்களோடும் நேசத்தோடு கலைஞர் பழகினார் என்றாலும், எம்.ஜி.ஆர், சிவாஜி ஆகிய இரு கலைஞர்களுடன் அவருக்கு இருந்த நட்பும், உறவும் எல்லா கோணங்களிலும் மேம்பட்டதாகவே இருந்தது. அதனால்தான் அந்த இருவரும் கலைஞரைப் பாராட்டியபோதும் கலைஞர் அவர்களைப் பாராட்டியபோதும் அவர்களுக்கிடையே இருந்த தூய்மையான நட்பும் பாசமும் அவர்களது ஒவ்வொரு வார்த்தையிலும் வெளிப்பட்டன.

தன்னுடைய வாழ்நாள் முழுவதும் கலை உலகத்தோடு நெருங்கிய தொடர்பில் இருந்த கலைஞர்; "ஆட்சி சுமைகளுக்கு நடுவே நான் இளைப்பாறும் நந்தவனம்" என்று கலையுலகத்தைப் பற்றி அடிக்கடி கூறுவார்.

அவர் இளைப்பாறக்கூடிய அந்த நந்தவனம் இப்போதும் அவருடைய வருகைக்காக வழி மீது விழி வைத்துக் காத்திருக்கிறது. ஆனால், கலைஞரோ இளைப்பாற வேறு இடத்தைத் தேடிக் கொண்டு விட்டார். அதைத் தாங்கிக்கொள்ள முடியாமல் கோடிக்கணக்கான அவரது தொண்டர்களோடு இணைந்து கலை உலகமும் இன்று கண்ணீர் விட்டு அழுது கொண்டிருக்கிறது.

109

எம்.ஜி.ஆரை சுட்ட எம்.ஆர்.ராதா அவருக்குச் சொன்ன அறிவுரை

எம்.ஜி.ஆரை சுட்ட வழக்கிலே தண்டிக்கப்பட்டு சிறைக்குச் சென்ற எம்.ஆர்.ராதா, சிறைச்சாலையில் இருந்து வெளியே வந்ததும் மீண்டும் நாடகங்கள் நடத்த முடிவு செய்தார். புதிதாக ஒரு நாடகத்தை எழுதி அதை அரங்கேற்ற அதிக நாட்கள் ஆகும் என்பதால் தான் ஏற்கனவே தான் நடத்திக் கொண்டிருந்த "ரத்தக் கண்ணீர், தூக்கு மேடை, லஷ்மிகாந்தன் கொலை வழக்கு" ஆகிய மூன்று நாடகங்களின் தொகுப்பாக "கதம்பம்" என்ற பெயரில் ஒரு நாடகத்தை அவர் நடத்தினார். அவருடன் நாடகங்களில் நடித்த பலர் அப்போது அவருடன் இல்லை. இருந்த சிலரும் அவருடன் நடிக்க பயந்தார்கள். ஆகவே புதிதாகச் சிலரைத் தன்னுடைய நாடகக் குழுவில் அவர் சேர்த்துக் கொண்டார்.

"கதம்பம்" நாடகத்தின் அரங்கேற்றம் திருவல்லிக்கேணியில் உள்ள பார்த்தசாரதி சபாவில் நடைபெற்றபோது அந்த நாடகத்திற்குத் தலைமை தாங்க எம்.ஜி.ஆரை அழைக்க முடிவு செய்த எம்.ஆர். ராதா, டெலிபோன் மூலம் எம்.ஜி.ஆரைத் தொடர்பு கொண்டார். அவரது அழைப்பை எம்.ஜி.ஆர் மறுக்காமல் ஏற்றுக்கொண்டார் என்றாலும் கடைசி நேரத்தில் நாடகத்துக்கு அவர் வராமல் இருந்துவிட்டார். அந்த நாடகத்தில் எம்.ஆர்.ராதா, லஷ்மிகாந்தனைச் சுடுவது போல ஒரு காட்சி இடம் பெற்றிருந்ததுதான் அதற்குக் காரணம்.

சித்ரா லட்சுமணன்

“நாடகத்தை நீங்கள் ரசித்துப் பார்த்துக் கொண்டிருக்கும்போது பழைய பகையை மனதில் வைத்துக் கொண்டு எம்.ஆர்.ராதா தன்னுடைய நிஜத் துப்பாக்கியால் உங்களைச் சுட்டுவிட்டார் என்றால் என்ன செய்வது? அதனால் நீங்கள் நாடகத்துக்குப் போக வேண்டாம்” என்று எம்.ஜி.ஆரை சிலர் எச்சரித்ததால் கடைசீ நேரத்தில் அந்த நாடகத்திற்குப் போகாமல் இருந்துவிட்டார் அவர்.

சிறையிலிருந்து வெளியே வந்து மீண்டும் திரைப்படங்களில் நடிக்கத் தொடங்கிய எம்.ஆர்.ராதாவிடம் அந்தத் துப்பாக்கிச் சூடு சம்பவம் பற்றி பேச எல்லோருமே பயப்பட்டனர். ஆனால் எம்.ஆர்.ராதா அதைப்பற்றிக் கவலைப்படாமல் அந்தச் சம்பவம் பற்றித் தன்னுடைய கமெண்டுகளை சர்வ சாதாரணமாக அள்ளித் தெளித்தபடி இருந்தார்.

ஏ.வி.எம். ஸ்டூடியோவில் ஒரு படப்பிடிப்புக்காகச் சென்றிருந்த நாகேஷ் ஒரு மரத்தின் அடியில் மிகப்பெரிய கூட்டம் நின்று கொண்டிருப்பதைப் பார்த்துவிட்டு தன்னுடைய ஆர்வத்தை அடக்க முடியாமல் அங்கே போனார். அந்த மரத்தடியில் நடு நாயகமாக உட்கார்ந்துகொண்டிருந்த ராதா, நாகேஷைப் பார்த்ததும் அவரைத் தன் அருகில் உட்காரச் சொன்னார்.

அப்போது ராதா போலிஸ் உடையில் இருந்தார்.

அந்த உடையில் அவரைப் பார்த்த நாகேஷ் “என்ன சார் இன்ஸ்பெக்டர் வேடமா?” என்று கேட்ட அடுத்த நிமிடம் “நிஜத்திலே சுடத் தெரியாதவனுக்கெல்லாம் சினிமாவிலே இன்ஸ்பெக்டர் வேடம் கொடுக்கிறான்” என்று ஒரே போடாகப் போட்டார் எம்.ஆர்.ராதா இனியும் அங்கே உட்கார்ந்திருப்பது வினையை விலை கொடுத்து வாங்குவது போல ஆகிவிடும் என்ற முடிவுக்கு வந்த நாகேஷ் “சார் தப்பா நினைச்சிக்காதீங்க, அடுத்த சீனுக்கு டிரஸ் மாத்தணும்” என்று அவரிடம் சொல்லிவிட்டு அந்த இடத்தைவிட்டு நகர்ந்து விட்டார்.

நாகேஷுடன் மட்டுமின்றி எம்.ஜி.ஆரைச் சந்திக்க நேர்ந்தபோது அவரிடமும் அப்படித்தான் பேசினார் எம்.ஆர்.ராதா.

சிறையிலிருந்து வெளியே வந்த பின்னர் எம்.ஆர்.ராதா நடித்த முதல் படமாக ‘சமையல்காரன்’ படம் அமைந்தது. கலைஞரின் மூத்த மகனான மு.க.முத்துவும், வெண்ணிற ஆடை நிர்மலாவும்

ஜோடியாக நடிக்க, திருமலை மகாலிங்கம் இயக்கிய அந்தப் படத்தின் படப்பிடிப்பு மைசூரில் நடைபெற்றபோது அந்தப்படத்தின் படப்பிடிப்பிலே கலந்துகொள்வதற்காகத் தன்னுடைய காரிலேயே மைசூர் சென்ற எம்.ஆர்.ராதா காரை விட்டு இறங்கியவுடன் "பெட்டி படுக்கைகள் எல்லாவற்றையும் கீழே இறக்க வேண்டாம். காரிலேயே இருக்கட்டும்" என்று டிரைவரிடம் கூறினார்.

அவர் அப்படிச் சொன்னதும் அந்த டிரைவருக்கு ஒன்றும் புரியவில்லை. குழப்பத்துடன் அவர் எம்.ஆர்.ராதாவைப் பார்த்தபோது "தந்தை பெரியார் இன்றைக்கு இறந்து விடுவார் என்று என்னுடைய உள் மனதுக்குத் தோன்றுகிறது. அநேகமாக நாம் இன்றே சென்னை திரும்ப வேண்டி இருக்கும். அதனால்தான் பெட்டியை இறக்க வேண்டாம் என்று சொன்னேன்" என்று அந்த டிரைவரிடம் கூறினார். அப்போது தந்தை பெரியார் உடல் நலம் இல்லாமல் வேலூர் சி.எம்.சி மருத்துவமனையில் சிகிச்சை பெற்றுக் கொண்டிருந்தார்.

எம்.ஆர்.ராதா ஓட்டல் அறைக்குள் நுழைந்த சில மணி நேரங்களில் தந்தை பெரியார் இறந்து விட்டார் என்ற செய்தி அவருக்குக் கிடைத்தது. அந்தச் செய்தியைக் கேள்விப்பட்ட அடுத்த நொடி சென்னைக்கு காரிலேயே புறப்பட்ட ராதா நேராக தந்தை பெரியாரின் உடல் வைக்கப்பட்டிருந்த ராஜாஜி மண்டபத்துக்குச் சென்றார். "போச்சி, போச்சி இனிமேல் தமிழ் நாட்டுக்குத் தலைவனே இல்லை" என்று பெரியாரின் உடல் மீது விழுந்து புரண்டு கதறிய எம்.ஆர்.ராதாவை யாராலும் தேற்ற முடியவில்லை.

தந்தை பெரியாரின் உடலுக்கு அஞ்சலி செலுத்த வந்த எம்.ஜி.ஆர், ராதாவைப் பார்த்து வணக்கம் கூறியதும் பதிலுக்கு அவருக்கு வணக்கம் தெரிவித்த எம்.ஆர்.ராதா, "உன்கூட இருக்கின்ற எவரையும் நம்பாதே. சமயம் பார்த்துக் கழுத்தை அறுத்து விடுவார்கள்" என்று தனக்கே உரிய பாணியில் எம்.ஜி.ஆருக்கு அறிவுரை கூறினார்.

அதற்குப் பிறகு மனோரமாவின் மகன் பூபதியின் திருமண வரவேற்பின்போது இரண்டாவது முறையாக அவர்கள் இருவரின் சந்திப்பு நடந்தது.

"மனோரமாவின் மகன் பூபதிக்கும் 'இதயம் பேசுகிறது' பத்திரிகையின்

ஆசிரியரும் எம்.ஜி.ஆரின் நெருங்கிய நண்பருமான மணியனின் மைத்துனிக்கும் திருப்பதியிலே நடந்த திருமணத்தை ஒட்டி அவர்களது வரவேற்பு விழா ஏவி.எம்.ராஜேஸ்வரி மண்டபத்தில் நடைபெற்றது.

கே.ஜே.ஜேசுதாசின் இன்னிசைக் கச்சேரி நடைபெற்றுக் கொண்டிருந்தபோது நிகழ்ச்சிக்கு வந்த முதலமைச்சர் எம்.ஜி.ஆர் முன்வரிசையில் அமர்ந்து இசைக் கச்சேரியை ரசித்துக் கொண்டிருந்தபோது திடீரென்று அங்கே சலசலப்பு ஏற்பட எல்லோரும் திரும்பிப் பார்த்தனர். அப்போது நான்கு புறமும் பார்த்தபடி எம்.ஆர்.ராதா வேகமாக முன் வரிசையை நோக்கி நடந்து வந்தார்.

எம்.ஜி.ஆரைப் பார்த்து ராதா சிரித்தபோது அவர் பதிலுக்கு சிரிக்கவில்லை என்றாலும் ராதா தன்னை நோக்கிக் கும்பிட்டபோது எம்.ஜி.ஆரும் தன்னுடைய கரங்களைக் குவித்துக் கும்பிட்டார். அதைப் பார்த்து அங்கே கூடியிருந்த கூட்டம் பலத்த கரவொலியை எழுப்பியது.

எம்.ஜி.ஆருக்கு இடது பக்கத்தில் சற்றுத் தள்ளி எம்.ஆர்.ராதா அமர்ந்தார். அவர்கள் இருவரும் அமைதியாக ஜேசுதாசின் கச்சேரியை ரசித்துக் கொண்டிருந்தார்கள் என்றாலும் அந்த வரவேற்பு நிகழ்ச்சியில் இருந்த அனைவரையும் இனம் தெரியாத ஒரு பரபரப்பு தொற்றிக்கொண்டது. அதை அதிகப்படுத்துவது போல எம்.ஜி.ஆர். அருகில் ராதா அமர்ந்த அடுத்த நிமிடம் ரிவால்வர் பெல்ட் அணிந்த இன்ஸ்பெக்டர் ஒருவர் ஓடிவந்து எம்.ஜி.ஆர் அருகில் நின்று கொண்டார்.

அந்தத் திருமண மண்டபத்தில் இருந்த மகிழ்ச்சியான சூழ்நிலை மாறி அங்கே ஒருவித பதற்றம் நிலவுவதைப் பார்த்த எம்.ஜி.ஆர் அதற்கு மேலும் தான் அங்கே இருப்பது சரியல்ல என்று முடிவெடுத்து அங்கிருந்து கிளம்பி விட்டார்.

நாடகமேடை தொடங்கி பல ஆண்டுகள் இணைந்து பணியாற்றிய அவர்களை காலம் பிரித்து வைத்து வேடிக்கை பார்த்ததை அந்த மணவிழா மண்டபத்தில் இருந்த அனைவரும் கண்கூடாகப் பார்த்த நிகழ்ச்சியாக அந்த வரவேற்பு நிகழ்ச்சி அமைந்தது.

110

தன்னுடைய சபதம் நிறைவேற 22 ஆண்டுகள் காத்திருந்த கண்ணதாசன்

தன்னுடைய எழுத்துத் திறமை எப்படியும் தனக்கு ஒரு பத்திரிகை அலுவலகத்தில் வேலையைப் பெற்றுத்தரும் என்ற நம்பிக்கையோடு தன்னுடைய சொந்த ஊரிலிருந்து திருச்சிக்குச் சென்றார் கண்ணதாசன். ஆனால் அவர் எதிர்பார்த்த வரவேற்பு அங்கே அவருக்குக் கிடைக்கவில்லை.

ஆகவே திருச்சியிலிருந்து அவர் சென்னைக்குப் புறப்பட்டார்.

அவர் கையில் அப்போது இருந்தது நான்கு அணா. அதாவது இருபத்தி ஐந்து பைசா. அந்தக் காசில் சென்னைக்கு டிக்கெட் வாங்கி பயணம் செய்ய முடியாது என்பதால் டிக்கெட் வாங்காமலே ரயிலில் சென்னைக்கு வந்து இறங்கினார்.

சென்னையிலிருந்து வெளிவந்துகொண்டிருந்த ஒரு பத்திரிகை அலுவலகத்தின் முகவரி அப்போது அவரிடம் இருந்தது. ஆகவே அங்கேயே தன்னுடைய முயற்சியைத் தொடங்கும் முடிவோடு பிராட்வேயில் இருந்த அந்த அலுவலகத்துக்கு அவர் சென்றார்.

அங்கே சென்று "ஆசிரியர் அறை எங்கே?" என்று அவர் கேட்டபோது, முன் அறையில் அமர்ந்திருந்த ஒருவரைக் காட்டி அவர்தான் ஆசிரியர் என்றார்கள்.

தீவிரமாக எதையோ எழுதிக்கொண்டிருந்த அவர் முன்னே சென்ற கண்ணதாசன் "நான் ஒரு கதை எழுதி வைத்திருக்கிறேன்...

அதை நீங்கள் உங்கள் பத்திரிகையில் பிரசுரிக்க வேண்டும்" என்ற வேண்டுகோளோடு தமது பெட்டியைத் திறந்து அதிலிருந்து தாம் கதை எழுதி இருந்த ஒரு நோட்டுப் புத்தகத்தை எடுத்து அவரிடம் நீட்டினார்

தன்னுடைய எழுத்துப் பணிக்குச் சிறிது ஓய்வு கொடுத்துவிட்டு லேசாக தலையைத் தூக்கி கண்ணதாசனைப் பார்த்த அந்தப் பத்திரிகை ஆசிரியர் "என்ன எழுதியிருக்கிறாய்?" என்று மீண்டும் கேட்க "கதை" என்று மெல்ல பதில் சொன்னார் கண்ணதாசன்.

"கதையா?" என்று கேட்டுவிட்டு ஓங்கிச் சிரித்த அந்தப் பத்திரிகை ஆசிரியர் "உனக்கு எதுக்குப்பா அந்த வேலை எல்லாம்? நீ உருப்படியா ஏதாவது ஒரு வேலையில் சேர்ந்து பிழைக்கிற வழியைப் பாரு. கதை எழுதுவது எல்லாம் அவ்வளவு சாமான்ய வேலையில்லை" என்றார்

பின்னாளில் கண்ணதாசன் மிகப் பெரிய எழுத்தாளராகி ஐயாயிரத்துக்கும் மேற்பட்ட நாவல்களையும் நான்காயிரத்துக்கும் மேற்பட்ட கதைகள், கட்டுரைகள், நாடகங்கள் ஆகியவற்றையும் படைக்க அவருக்கு உரமிட்டது, பல கால கட்டங்களில் அவரை நோக்கி வீசப்பட்ட அது போன்ற விமர்சனங்கள்தான்.

பிராட்வேயில் இருந்து மெரீனா பீச்சுக்கு நடந்தே வந்த கண்ணதாசன் மாலைவரை கடற்கரை மணலில் உட்கார்ந்து அந்த நகரத்து மக்கள் எல்லோரையும் வேடிக்கை பார்த்தபடி இருந்தார்.

இரவு அங்கேயே படுத்து உறங்கினார்.

திருச்சியிலும் சென்னையிலும் அவருக்குக் கிடைத்த அனுபவங்கள் இந்தச் சமுதாயம் அவரை ஒரு எழுத்தாளராக ஒப்புக்கொள்ளத் தயாராக இல்லை என்பதை அவருக்கு உணர்த்தியது.

ஆகவே வேறு வேலைக்கு முயற்சிக்கலாம் என்று முடிவெடுத்த அவர் நேராக ஒரு உணவு விடுதிக்குச் சென்று வேலை கேட்டார். இவர் எந்தச் சமூகத்தை சேர்ந்தவர் என்பதை அங்கே சொல்லாமல் இருந்திருந்தால் நிச்சயமாக அங்கே இவருக்கு வேலை கிடைத்திருக்கும். இவர் நாட்டுக்கோட்டை செட்டியார் சமூகத்தைச் சேர்ந்தவர் என்று தெரிந்ததும், அந்த முதலாளி கும்பிடுபோட்டு இவரைத் திருப்பி அனுப்பிவிட்டார்.

நெஞ்சம் மறப்பதில்லை – மூன்றாம் பாகம்

அடுத்து கண்ணதாசன் வேலை கேட்கப் போன இடம் எது என்று அறிந்தால் நீங்கள் ஆச்சர்யத்தில் உறைந்து போவீர்கள். காலம் ஒரு மனிதனை எப்படி எல்லாம் அலைக்கழிக்கும் என்பதற்கு அந்தக் கவிஞனின் வாழ்க்கை ஒரு சரியான உதாரணம்.

அடுத்து இவர் வேலை தேடிப்போனது ஒரு சிகை அலங்காரக் கடை. முடிவெட்டுவதில் எந்த முன் அனுபவமும் இல்லாத நிலையில் எந்த தைரியத்தில் கண்ணதாசன் அந்தக் கடையில் வேலை தேடிப்போனார்?

“முடிவெட்டுவதிலோ, முகம் வழிப்பதிலோ அவனுக்குப் பழக்கம் இல்லை. ஆனாலும் யார் தலையிலாவது பழகிக்கொள்ளலாமென்ற நம்பிக்கை இருந்தது. எவனாவது ஒரு பட்டிக்காட்டான் வராமலா போவான்? அவனுக்கெல்லாம் முடியை இப்படி இப்படி வெட்டிக்கொள்ள வேண்டும் என்று திட்டம் ஒன்றும் கிடையாது. எப்படி வெட்டினாலும் சகித்துக் கொள்வான். அதனால்தான் அந்த வருங்கால எழுத்தாளன் அந்த வேலையாவது கிடைத்தால் போதும் என்று தீர்மானித்தான்” என்று தான் முடிவெட்டும் கடையில் வேலை தேடிப்போனது பற்றி தன்னுடைய ‘வனவாசம்’ நூலில் குறிப்பிட்டிருக்கிறார் கண்ணதாசன்.

ஆனால் அங்கேயாவது இவருக்கு வேலை கிடைத்ததா என்றால் இல்லை.

சோகத்துடன் திருவல்லிக்கேணி பெல்ஸ் ரோட்டில் நடந்து வந்து கொண்டிருந்தபோது பட்டாளத்துக்கு உடைகள் தைத்துத் தருவதற்கு காண்டிராக்ட் எடுத்திருந்த தனது நண்பர்கள் சிலரை அவர் சந்தித்தார் அவர்களைப் பார்த்தவுடன் பாலைவனத்தில் பசுஞ்சோலையைப் பார்த்தது போல அவர் மனதில் ஆனந்தம் பொங்கியது.

தங்க இடம், மூன்று வேளை சாப்பாடு தவிர கையில் கொஞ்சம் காசு கிடைக்கவும் அந்தச் சந்திப்பு வழி வகை செய்தது.

ஒரு கால கட்டத்தில் தனது எழுத்தாற்றலால் தமிழகத்தையே புரட்டிப் போட்ட அந்தக் கவிஞனுக்கு சென்னையில் முதலில் கிடைத்த வேலை என்ன தெரியுமா?

தினமும் மார்க்கெட்டுக்குச் சென்று காய்கறிகளை வாங்கி வருகின்ற வேலை.

ஆனால் அதையும் உற்சாகமாகச் செய்தார் கண்ணதாசன்.

காய்கறிகள் வாங்கியபோது மீதமாகக் கிடைத்த பணம் சினிமா பார்க்க அவருக்கு உதவியாக இருந்தது.

அப்போதெல்லாம் மாலையில் தினமும் தவறாமல் கடற்கரைக்கு வந்து விடுவார்.

திரைப்படங்கள் பலவற்றைப் பார்த்ததின் விளைவாக நாமும் திரைப்படங்களில் நடித்தால் என்ன என்ற எண்ணம் ஒரு நாள் அவருக்குத் தோன்றியது.

நடிகராக வேண்டுமென்றால் இப்போதுள்ள முத்தையா என்ற பெயர் சரிவராது என்று அவருக்குத் தோன்றியதால் உடனடியாக சந்திரமோகன் என்று தனக்குத் தானே புதுப் பெயரைச் சூட்டிக் கொண்டார்.

அப்போது பிரகதி என்ற ஸ்டூடியோ மந்தைவெளிப்பாக்கத்தில் இயங்கிக்கொண்டிருந்தது. அதை நடத்திக்கொண்டிருந்தவர் பின்னர் ஏவிஎம் ஸ்டுடியோவை நிறுவிய ஏவி. மெய்யப்பன். அந்த ஸ்டூடியோவிற்கு நடிகன் ஆகவேண்டும் என்ற தனது ஆசையைத் தெரிவித்து கடிதம் ஒன்றை எழுதினார் கண்ணதாசன்.

அந்தக் கடிதம் அவர்கள் கையில் கிடைத்த அடுத்த நிமிடமே இங்கு வேலை இல்லை என்று அவர்கள் பதில் எழுதி அவருக்கு அனுப்பிவிட்டார்கள்.

எப்படியும் எழுத்தாளனாகி விட வேண்டும் என்று ஏற்கனவே மனதிற்குள் சபதம் பூண்டிருந்த கண்ணதாசன் அன்று இன்னொரு சபதத்தையும் மேற்கொண்டார்.

எப்படியும் ஒரு நாள் நடிகனாக வேண்டும் என்பதுதான் அது.

ஆனால் அந்த ஆசை நிறைவேற அவர் இருபத்தி இரண்டு ஆண்டுகளுக்கும் மேலாகக் காத்திருக்க வேண்டி வந்தது.

பாடலாசிரியராகவும் கதாசிரியராகவும் பெரும் புகழ்பெற்று அதன் பின்னர் தயாரிப்பாளராக உயர்ந்த கண்ணதாசன் தான் தயாரித்த ‘ரத்தத் திலகம்’ படத்தில் ஒரு பாடல் காட்சியிலும் ‘கறுப்புப் பணம்’ படத்தில் முக்கியமான கதாபாத்திரத்திலும் நடித்து தன்னுடைய சபதத்தைப் பூர்த்தி செய்தார்.

111

கண்ணதாசனின் வேலை பறிபோகக் காரணமாக அமைந்த பெண்

கவிஞர் கண்ணதாசன் சென்னையிலே காலடி எடுத்து வைத்த நாற்பதுகளில் சென்னையில் டிராம் வண்டி இயங்கிக் கொண்டிருந்தது. திருவல்லிக்கேணி போவதற்காக ஒருநாள் அந்த டிராம் வண்டியில் ஏறி உட்கார்ந்த கண்ணதாசன் தனக்கு எதிரே ஒரு அழகான இளம்பெண் உட்கார்ந்திருப்பதைப் பார்த்தார்.

அப்போது அந்தப் பெண் தன்னிடம் எதையோ சொல்ல விரும்புவது போல கண்ணதாசனுக்குத் தோன்றியது அவர் சற்றும் எதிர்பார்க்காத வகையில் அந்த வண்டியில் அவர் ஏறி உட்கார்ந்த இரண்டு மூன்று நிமிடங்களிலேயே அவருடன் அந்த இளம் பெண் பேசத் தொடங்கினாள். "உங்களுக்கு எந்த ஊர்?" என்று அவள் கேட்க, கண்ணதாசன் தன்னுடைய ஊரைச் சொன்னார்.

"பேர் என்ன?" என்று அடுத்த கேள்வி பிறந்தது.

கண்ணதாசன் பெயரைச் சொன்னார்.

"சென்னையில் எங்கே தங்கியிருக்கிறீர்கள்?" என்று அவள் கேட்ட போது கண்ணதாசன் தான் தங்கியிருந்த இடத்தைச் சொன்னார்.

கண்ணதாசனின் மிகப்பெரிய அதிர்ஷ்டம் காரணமாக "என்ன வேலை செய்கிறீர்கள்?" என்று அவள் அவரைக் கேட்கவில்லை.

அந்தப் பெண்ணிடம் பேசியதில் இருந்து அந்தப் பெண்ணின் பெயர் எமிலி என்பதையும் அவள் ராணி மேரி கல்லூரியில் படித்துக்கொண்டிருக்கிறாள் என்பதையும் கண்ணதாசன் தெரிந்து கொண்டார்.

இவர்கள் அப்படிப் பேசிக் கொண்டேயிருந்தபோது டிராம் வண்டி ராணிமேரி கல்லூரி சந்திப்பில் வந்து நின்றது.

"நான் இறங்க வேண்டிய இடம் வந்து விட்டது" என்று சொன்ன அவள் நீங்களும் வாருங்களேன் என்பது போல கண்ணதாசனுக்குக் கண்ணால் அழைப்பு விட்டாள்.

ஒரு கணம் கூட யோசிக்காமல் அங்கே இறங்கினார் கண்ணதாசன்.

கல்லூரி விடுதிக்குச் சென்று தனது புத்தகங்களை எல்லாம் வைத்து விட்டு ஓடிவந்த எமிலியுடன் கடற்கரை மணலில் அமர்ந்து கண்ணதாசன் பேசத் தொடங்கினார்.

மிக நீண்ட நாட்கள் பழகியவர்களைப் போல அவர்கள் இருவரும் பேசிக்கொண்டேயிருந்தார்கள்.

கஷ்டப்பட்டு தான் சம்பாதித்த வேலைக்கும் மூன்றுவேளை சாப்பாட்டிற்கும் எமிலியுடனான அந்தச் சந்திப்பு உலை வைக்கப் போகிறது என்று அப்போது கண்ணதாசனுக்குத் தெரியாது.

சென்னைக்கு வந்த சில நாட்களில் அப்படி ஒரு அழகான பெண்ணோடு உட்கார்ந்து பேசிக்கொண்டிருப்போம் என்று கண்ணதாசன் கனவில்கூட நினைத்ததில்லை என்பதால் எமிலியோடு உட்கார்ந்து பேசிக்கொண்டிருந்த அந்த அனுபவம் அவருக்கு மிகவும் புதிதாக இருந்தது.

ஏறக்குறைய தினமும் அவர்கள் சந்திப்பு தொடர்ந்தது.

அவளைச் சந்திப்பதற்காக தினமும் பெல்ஸ் சாலையிலிருந்து மூன்று மைல் நடந்து கண்ணதாசன் கடற்கரைக்கு வருவார். "நடந்தா வந்தீர்கள்? கால் வலிக்கவில்லை?" என்று அவள் கேட்டபோது தனக்காகப் பரிதாபப்படக்கூட ஒரு ஜீவன் இருக்கிறதே என்று கண்ணதாசனுக்கு ஆறுதல் பிறந்தது.

சில தினங்களிலேயே தங்களுடைய ரகசியத்தைப் பகிர்ந்து கொள்கின்ற அளவிற்கு அவர்கள் இருவரும் நெருக்கமானார்கள்.

நெஞ்சம் மறப்பதில்லை – மூன்றாம் பாகம்

பட்டாளத்துக்கு உடைகளைத் தைத்துக் கொடுத்துக் கொண்டிருந்த நண்பர்களுக்கு காய்கறி வாங்கித் தருகின்ற வேலையை அப்போது பிரதானமாகச் செய்துகொண்டிருந்த கண்ணதாசன், காய்கறி வாங்கிய போது மிச்சம் கிடைகின்ற காசில் அவளுக்கு முறுக்கும் சுண்டலும் வாங்கித் தருவதை வழக்கமாக வைத்திருந்தார்.

கண்ணதாசன் பயணம் செய்த அந்த டிராம் வண்டியில் பல ஆண்மகன்கள் இருக்க அவர்களில் கண்ணதாசனோடு மட்டும் எமிலிக்கு ஏன் அப்படி ஒரு பாசம் பிறந்தது?

அதற்கான காரணத்தை முதல் சந்திப்பின்போதே கண்ணதாசனிடம் எமிலி விளக்கமாகச் சொல்லியிருந்தார்.

எமிலியின் மீது மிகுந்த பாசம் கொண்டிருந்த அவளது சொந்தச் சகோதரன் தோற்றத்தில் கண்ணதாசன் மாதிரியே அச்சு அசலாக இருப்பானாம். இரண்டு வாரத்துக்கு முன்தான் அவன் இறந்திருந்தான். கண்ணதாசனின் உருவத்தில் தனது சகோதரனைப் பார்த்ததினால்தான் முதல் சந்திப்பிலேயே அவருடன் மிகவும் நெருக்கமாக எமிலி பழகத் தொடங்கினார். தன்னுடைய வாழ்க்கையில் அனுபவித்த துயரங்களை எல்லாம் கண்ணதாசனிடம் அவள் கொட்டித் தீர்த்ததற்கும் அதுதான் காரணம்.

சிலருடன் பழகும்போது நமது வாழ்க்கையின் அந்தரங்கங்களை எல்லாம் அப்படியே அவர்களுடன் பகிர்ந்துகொள்ளத் தோன்றும். அப்படிப்பட்ட உற்ற தோழனாக கண்ணதாசனைப் பார்த்தாள் அவள்.

முதலில் எமிலியின் தோழிகள் அனைவரும் அவள் கண்ண தாசனுடன் காதல் வசப்பட்டு இருப்பதாகத்தான் எண்ணினார்கள். பின்னர் ஒரு நாள் தனது தோழிகள் பலரை அவருக்கு அவள் அறிமுகம் செய்து வைத்தாள் .

அன்றிலிருந்து அந்தக் கன்னியர்கள் அனைவரும் அவரைச் சுற்றி அமர்ந்துகொண்டு பேசத் தொடங்கினார்கள். பத்து இளம் பெண்களுக்கு மத்தியில் உட்கார்ந்து பேச முதலில் கண்ணதாசன் மிகவும் வெட்கப்பட்டார் என்றாலும், அந்தச் சூழ்நிலை அவருக்கு மிகவும் பிடித்திருந்தது.

அவர்களைச் சந்திப்பதிலும் அவர்களோடு பேசுவதிலும்

அவர் காட்டிய அக்கறை ஒரு கட்டத்தில் அவருக்கிருந்த ஒரே வேலையைப் பறித்தது.

அடுத்து தனது உறவினர் ஒருவர் மூலம் திருவொற்றியூரில் அமைந்திருந்த அஜாக்ஸ் என்னும் இரும்புப் பெட்டி தயாரிக்கும் கம்பெனியில் கண்ணதாசன் வேலைக்குச் சேர்ந்தார். அங்கே அவருக்கு சாப்பாடு போட்டு மாதம் இருபது ரூபாய் சம்பளம். அந்தச் சம்பளத்தை வாரத்திற்கு ஐந்து ரூபாய் வீதம் அவர்கள் கொடுப்பார்கள்

சனிக்கிழமை மாலை அந்தச் சம்பளப் பணத்தை வாங்கியதும் சென்னைக்கு வந்து விடுவார் கண்ணதாசன். ஞாயிற்றுக் கிழமைகளில் எமிலியையும் அவளது தோழிகளையும் சந்தித்துப் பேசிவிட்டு திங்கட்கிழமை காலை மீண்டும் வேலைக்குத் திரும்பி விடுவார்.

திருவொற்றியூரில் இருந்த பட்டினத்தார் சமாதிக்கும் கண்ணதாசனுக்கும் மிகுந்த சம்பந்தம் உண்டு. ஒவ்வொரு நாளும் மாலையில் வேலை முடிந்ததும் தவறாமல் அந்தச் சமாதிக்கு அவர் சென்று விடுவார். அங்கே அவரது கற்பனைகள் சிறகடித்து பறக்கும். அந்த ஏகாந்தமான மணற்பரப்பு அவருக்கு மிகவும் பிடித்துப்போனது.

சில வாரங்களில் தனது சம்பளப் பணத்தைக் கொண்டு தன்னுடைய கடன் பாக்கியை அவர் அடைத்துவிடுவார். அந்த வாரங்களில் எமிலியைச் சந்திக்க முடியாமல் போகும். ஆகவே சென்னையிலேயே வேலை கிடைத்தால் எமிலியையும் அவளது தோழிகளையும் தினமும் சந்திக்க வசதியாக இருக்குமே என்று அவர் எண்ணினார்.

அஜாக்ஸ் நிறுவனத்தின் முதலாளி சென்னையில் இருந்ததால் எமிலியைச் சந்திக்க சென்னைக்கு வரும்போதெல்லாம் தன்னுடைய முதலாளியைச் சந்தித்து தன்னை சென்னைக்கே மாற்றிவிடும்படி கண்ணதாசன் அவரிடம் வற்புறுத்திக் கொண்டிருந்தார்.

ஒரு ஞாயிற்றுக்கிழமை அப்படி ஒரு கோரிக்கையைக் கண்ணதாசன் வைத்தபோது "நீ நாளை முதல் வேலைக்கு வரவேண்டாம் நின்று விடு" என்று அவர் கூறிவிட்டார். வேலையை விட்டு நீக்கியதைவிட அதை மிகுந்த கோபத்துடன் அவர் சொன்ன விதம் இருக்கிறதே

அது கண்ணதாசனை மிகவும் அதிர்ச்சிக்குள்ளாக்கியது.

அவர் வேலையை இழக்கக் காரணமாக அமைந்த எமிலி அவருக்கு அடுத்த அதிர்ச்சியைத் தந்தார்.

கண்ணதாசனிடம் ஒரு வார்த்தைகூட சொல்லாமல் தனது சொந்த ஊருக்குக் கிளம்பிவிட்டார் எமிலி.

எமிலி சென்னையை விட்டுப் போய்விட்டார் என்றதும் மொத்த சென்னையும் கண்ணதாசனுக்கு வெறுமையாகத் தெரிந்தது.

சிறிது காலத்திற்குப் பிறகு மெல்ல எமிலியை மறக்கத் தொடங்கிய அவர் தன்னால் ஏன் எழுத்தாளனாக முடியவில்லை என்று தீவிரமாகச் சிந்திக்கத் தொடங்கினார். சரியான சந்தர்ப்பங்கள் உனக்கு அமையாததுதான் அதற்குக் காரணம் என்று அவருடைய மனம் சொன்னது.

உடனே எழுத்தாளன் ஆவதற்காகத் தன்னுடைய அடுத்த பயணத்தைத் தொடங்கினார்.

அந்தப் பயணம்தான் தமிழ் நெஞ்சங்கள் என்றும் மறக்க முடியாத காவியக் கவிஞனான கண்ணதாசனைத் தமிழ் கூறும் நல்லுலகத்துக்குத் தந்தது.

112

மாடர்ன் தியேட்டர்ஸ் அதிபரிடம் அறைவாங்கிய முக்தா சீனிவாசன்

இயக்குனர் முக்தா சீனிவாசனும் அவரது சகோதரர் ராமசாமியும் இணைந்து நடத்திய முக்தா பிலிம்ஸ் நிறுவனம் சிக்கனத்துக்கு மட்டுமின்றி சரியான ஊதியத்திற்கும் பெயர் பெற்ற ஒரு பட நிறுவனம். சினிமா கம்பெனிகள் சொன்ன நேரத்துக்குப் பணத்தை கொடுக்க மாட்டார்கள் என்பதுதான் எல்லோர் மத்தியிலும் பொதுவாக உள்ள கருத்து. ஆனால், அதுபோன்ற விமர்சனங்களுக்குச் சிறிதும் இடமின்றி முக்தா சீனிவாசனும் அவரது மூத்த சகோதரரான முக்தா ராமசாமியும் தங்களது படநிறுவனத்தை நடத்தி வந்தனர். படம் வெற்றியடைந்தாலும் தோல்வியடைந்தாலும் படத்தில் நடித்த நடிகர் நடிகைகளுக்கும் தொழில்நுட்பக் கலைஞர்களுக்கும் அவர்களது வீடு தேடிச்சென்று பேசிய பணத்தைக் கொடுத்துவிட்டு வருவதை வழக்கமாக வைத்திருந்தவர் முக்தா ராமசாமி.

நாகேஷ், தீபா ஆகிய இருவரையும் தமிழ்த் திரையுலகிற்கு அறிமுகப்படுத்தியவர் முக்தா சீனிவாசன்தான். தன்னுடைய முதல் படத்திலே தேவிகாவைக் கதாநாயகி ஆக்கியவரும் அவர்தான். கவிஞர் கண்ணதாசனுக்குப் பிறகு தமிழ்த் திரையுலகில் கொடி கட்டிப் பறந்த கவிஞரான வாலியின் வளர்ச்சியிலும் முக்தா சீனிவாசனுக்கு மிகப் பெரிய பங்கு உண்டு.

சிவாஜிகணேசன், ஜெமினிகணேசன், எஸ்.எஸ்.ராஜேந்திரன், முத்துராமன், ஜெய்சங்கர், ரஜினிகாந்த், கமல்ஹாசன் என்று தமிழ்த் திரையுலகின் முன்னணி நட்சத்திரங்கள் அனைவரையும் இயக்குகின்ற வாய்ப்பினைப்பெற்ற முக்தா சீனிவாசன்தான் சோவை திரைக்கதை வசனகர்த்தாவாக தமிழ்த் திரையுலகில் முதன் முதலாக அறிமுகப்படுத்தியவர்.

பொழுதுபோக்குப் படங்களையும் நகைச்சுவைப் படங்களையும் மட்டுமின்றி 'சினிமா பைத்தியம்', 'சூரிய காந்தி', 'அவன் அவள் அது' போன்ற வித்தியாசமான படங்களையும் இயக்கியுள்ள முக்தா சீனிவாசன் மிகச் சிறந்த எழுத்தாளரும் கூட. சிறுகதைத் தொகுப்புகள், வரலாற்று நூல்கள், ஆய்வு நூல்கள், திரைத்துறை பற்றிய நூல்கள் என்று பல்வேறு தலைப்பு களில் இதுவரை நூற்று நாற்பத்து மூன்று புத்தகங்கள் அவரது எழுத்துக்களில் வெளியாகியுள்ளன.

தன்னுடைய மூன்றாவது வயதிலேயே தங்களுடைய தந்தையை இழந்துவிட்ட ராமசாமி, சீனிவாசன் மற்றும் அவர்களது தங்கையான ரேவதி ஆகிய மூவரையும் அவர்களது தாயார் செல்லம்மாவும், பாட்டி ரெங்கம்மாளும் மிகுந்த பிரச்னைகளுக்கு இடையே வளர்த்தார்கள். கும்பகோணத்தை அடுத்து உள்ள பாபநாசம் என்ற ஊரில் தன்னுடைய பள்ளிப் படிப்பை முடித்த முக்தா சீனிவாசன், அந்த இளம் வயதிலேயே மேடைப்பேச்சில் சிறந்து விளங்கினார். பள்ளிப் படிப்பை சீனிவாசன் முடித்த சமயத்தில் அவரது சகோதரரான ராமசாமி சேலம் மாடர்ன் தியேட்டர்ஸ் நிறுவனத்தின் மதுரை கிளையில் டைப்பிஸ்டாக வேலைக்குச் சேர்ந்தார்.

பள்ளிப் படிப்பை முடித்தவுடன் கும்பகோணத்தில் இருந்த கல்லூரியில் சேர்ந்து படிக்க வேண்டும் என்பது முக்தா சீனிவாசனின் விருப்பமாக இருந்தது. அப்போது கும்பகோணத்திற்கு முப்பது நாட்கள் பஸ்சில் பயணம் செய்ய ஐந்து ரூபாய் ஆகும். அது தவிர கல்லூரியில் படிக்க கட்டணம் மாதத்துக்கு ஐந்து ரூபாய். அந்தப் பத்து ரூபாயை அவருக்குத் தந்து உதவ அவருடைய எல்லா உறவினர்களும் மறுத்து விட்டதால், அண்ணன் ராமசாமியின் வழியில் டைப்ரைட்டிங், ஷார்ட் ஹேண்ட் ஆகிய இரண்டையும் கற்றுக்கொள்ளும்படி அவருக்கு ஆலோசனை

கூறினார் அவரது தயாரான செல்லம்மாள். இதற்கிடையில் சீனிவாசனின் சகோதரர் ராமசாமியை மதுரையிலிருந்து சேலத்தில் இருந்த மாடர்ன் தியேட்டர்ஸின் மெயின் ஆபீசுக்கு மாற்றிவிடவே அவர் சேலத்துக்குச் சென்றுவிட்டார்.

சீனிவாசனின் குடும்பச் சூழ்நிலை மிகவும் மோசமாக இருந்ததால் சேலத்திலேயே சீனிவாசனுக்கும் ஒரு வேலையைத் தேடுமாறு தன்னுடைய மூத்த மகன் ராமசாமியிடம் கூறினார் சீனிவாசனின் தாயார். ராமசாமியின் தீவிர முயற்சியில் சேலம் டிரஷரி சப் கலெக்டர் ஆபீசில் சீனிவாசனுக்கு குமாஸ்தா வேலை கிடைத்தது.

குற்றவாளிகளைத் தேடிப் போகின்ற போலிசார் அதற்கான பயணச் செலவு விவரங்களை எல்லாம் சீனிவாசன் கிளார்க்காக பணியாற்றிய அந்த கலெக்டர் அலுவலகத்தில் ஒப்படைப்பது வழக்கம். சிறு வயது முதலே கம்யூனிஸ்ட் கட்சியின்பால் ஈர்க்கப்பட்டிருந்த சீனிவாசன், அந்தப் பட்டியலை எல்லாம் சேகரித்து கம்யூனிஸ்ட் கட்சியினர் நடத்திக்கொண்டிருந்த 'ஜனசக்தி' பத்திரிகைக்குக் கொடுத்துவிட அந்த முழு பட்டியலும் ஜனசக்தி பத்திரிகையில் விவரமாக வெளிவந்தது.

கலெக்டர் அலுவலகத்துக் குறிப்புகள் 'ஜனசக்தி' பத்திரிகையில் வெளிவந்ததைப் பார்த்து அதிர்ந்துபோன காவல் துறையினர் தீவிர விசாரணைக்குப் பிறகு சீனிவாசன்தான் அதற்கு எல்லாம் காரணம் என்பதைக் கண்டுபிடித்தனர். உடனடியாகக் கைது செய்யப்பட்ட சீனிவாசன் சேலம் ஜெயிலில் அடைக்கப்பட்டார்.

தம்பியை போலிசார் கைது செய்து கொண்டு போனவுடன் என்ன செய்வது என்று தெரியாமல் தவித்த ராமசாமி, சேலம் மாடர்ன் தியேட்டர்ஸ் அதிபர் டி.ஆர்.சுந்தரத்திடம் சென்று தன்னுடைய தம்பியைக் காப்பாற்றித் தருமாறு அழுதார். டி.ஆர். சுந்தரத்தைப் பொறுத்தவரையில் அவர் எப்போதும் அதுபோன்ற உதவிகள் செய்ய வரமாட்டார் என்றாலும் என்ன காரணத்தாலோ ராமசாமிக்கு உதவ முன்வந்தார்.

அப்போது சேலம் மாவட்டக் காவல் துறைத் தலைவராக இருந்த பாலகிருஷ்ணன், சுந்தரத்தின் நெருங்கிய நண்பர் என்பதால், "இனி நான் அரசியலில் ஈடுபடமாட்டேன்" என்று எழுதி கையெழுத்துப் போட்டுவிட்டு விடுதலை ஆகிப் போகுமாறு சீனிவாசனுக்கு அறிவுரை கூறினார் அந்தக் காவல் துறை அதிகாரி.

மிகவும் இளம் வயது என்பதால் “கொண்ட கொள்கையை என்னால் விட்டுக் கொடுக்க முடியாது” என்று நெஞ்சை நிமிர்த்திக் கொண்டு அந்தக் காவல் நிலையத்தில் வீர முழக்கம் எழுப்பினார் சீனிவாசன்.

அப்போதே டி.ஆர்.சுந்தரத்தின் கோபம் தலைக்கு ஏற ஆரம்பித்துவிட்டது. சீனிவாசனைத் தன்னருகில் அழைத்த அவர் “போடுடா கையெழுத்தை” என்று சொல்ல அவரது குணத்தைப் பற்றி ஒன்றும் அறியாத சீனிவாசன் முடியாது என்பதற்கு அடையாளமாக தலையை ஆட்டினார்.

அடுத்த நொடி சீனிவாசனின் கன்னத்தில் ஓங்கி ஒரு அறை விழுந்தது.

அது மாதிரி ஒரு அறையை சீனிவாசன் தன்னுடைய வாழ்நாளில் அதற்கு முன்னரும் பெற்றதில்லை - அதற்குப் பின்னரும் பெற்றதில்லை.

“அய்யர் வீட்டுப் பையன் நீ உன் தங்கச்சி ஒண்ணு கல்யாணத்துக்கு நிற்குது. இந்த லட்சணத்திலே நீ ஜெயிலுக்குப் போயிட்டா உன் தங்கச்சியை எவன்டா கட்டிக்குவான்?” என்று சிங்கம் போல கர்ஜித்த டி.ஆர்.சுந்தரம் மீண்டும் கையை ஓங்க அவரது அடுத்த அடியைத் தாங்குகின்ற வலிமை இல்லாததால் அவசரம் அவசரமாக அங்கிருந்த ஒரு வெள்ளை பேப்பரை எடுத்து அதில் அவர்கள் கேட்டதை எழுதி கையெழுத்துப் போட்டுக் கொடுத்தார் சீனிவாசன்.

இதற்கிடையில் சீனிவாசன் வேலை பார்த்த டிரஷரி அலுவலகத்தில் அவரை வேலையை விட்டு நீக்கி விடவே மாடர்ன் தியேட்டர்ஸில் தன்னுடய அண்ணன் ராமசாமியின் கீழேயே இரண்டாவது டைப்பிஸ்டாக வேலைக்குச் சேர்ந்தார். அண்ணனின் கீழே வேலை செய்த போதிலும் சீனிவாசன் ஷார்ட் ஹேண்ட் கற்று இருந்ததால் அண்ணன் ராமசாமியை விட ஐந்து ரூபாய் அவருக்குக் கூடுதலாக சம்பளம் கொடுக்கப்பட்டது.

மாடர்ன் தியேட்டர்ஸில் முக்தா சீனிவாசன் டைப்பிஸ்டாக வேலைக்குச் சேர்ந்தபோது ‘சண்ட மாருதம்’ என்ற பத்திரிகையை டி.ஆர்.சுந்தரம் நடத்திக்கொண்டிருந்தார். அந்தப் பத்திரிகை அலுவலகத்துக்குப் பின்புறமிருந்த ஒரு நீண்ட அறையில்தான்

ராமசாமி, சீனிவாசன், தயாரிப்பு உதவியாளர் சேதுமாதவன் ஆகியோர் தங்கியிருந்தனர். அந்த இடத்திலிருந்து ஒரு கிலோ மீட்டர் தூரத்தில் மாடர்ன் தியேட்டர்ஸின் ஒத்திகைக் கூடம் அமைந்திருந்தது. பாடல்களுக்கு இசை அமைக்கின்ற பணிகளும், பாடல் எழுதுகின்ற பணிகளும் அங்கேதான் நடைபெறும். அங்கு இருந்த அறைகளில் கவிஞர்களான மருதகாசி, கா.மு.செரீப் மற்றும் தயாரிப்பு நிர்வாகியான எம்.ஏ.வேணு ஆகியோர் தங்கியிருந்தனர்.

மாடர்ன் தியேட்டர்ஸ் அதிபரான டி.ஆர்.சுந்தரம் தினமும் காலை பதினொரு மணிக்கு அந்த ஒத்திகைக் கூடத்துக்கு வந்து விடுவார். அப்போது முதன்மை உதவி இயக்குனராக இருந்த சுந்தரேசன் என்பவர் காட்சிகளை எல்லாம் படிக்க அதைக் கேட்டுவிட்டு சுந்தரம் சில திருத்தங்களைச் சொல்வார்.

டி.ஆர்.சுந்தரத்துக்கு இரண்டு மனைவிகள். இங்கிலாந்து நாட்டுக்குப் படிக்கச் சென்றபோது அங்கே கிளாடிஸ் என்ற பெண்மணியை காதலித்த அவர் பின்னர் அவரை மணம் செய்த கொண்டு இந்தியாவிற்கு அழைத்து வந்தார்.அவரது இன்னொரு மனைவி கே.எல்.வி.வசந்தா.இவர் மாடர்ன் தியேட்டர்ஸ் நிறுவனம் தயாரித்த ‘ராஜராஜேஸ்வரி’, ‘பர்மா ராணி’, ‘சுலோச்சனா’ ஆகிய படங்களில் கதாநாயகியாக நடித்தவர்.

பின்னாளில் நூற்றுக்கும் மேற்பட்ட புத்தகங்களை எழுதிய சீனிவாசன், மாடர்ன் தியேட்டர்ஸில் டைப்பிஸ்டாக இருந்தபோதே ‘சண்டாமாருதம்’ பத்திரிகையில் கதைகளை எழுதிக் கொண்டிருந்தார். அந்தக் கதைகளைத் தொடர்ந்து படித்துவந்த சுந்தரத்தின் மனைவி கே.எல்.வி. வசந்தா, சீனிவாசனின் எழுத்துத் திறமையைப் பார்த்துவிட்டு “இந்தப் பையனை ஏன் டைப்பிஸ்ட் வேலையில் வைத்திருக்கிறீர்கள்? இவன் உதவி டைரக்டராக இருந்தால் உங்களுக்கு மிகுந்த உதவியாக இருப்பான்” என்று கணவரிடம் சிபாரிசு செய்தார்.

சீனிவாசன் உதவி இயக்குனராகப் பணியாற்றிய முதல் படமாக “ஆயிரம் தலைவாங்கிய அபூர்வ சிந்தாமணி” படம் அமைந்தது. அந்தப் படத்தில் படப்பிடிப்பின்போது நடிகர் நடிகைகள் நடிகைகளுக்கு வசனத்தை எடுத்துக் கொடுக்கின்ற வேலையைப் பார்த்தார் சீனிவாசன். ஆங்கிலத்திலே அவர் செய்த அந்த வேலையை “புராம்ப்ட்டர்” என்று சொல்வார்கள்.

அவர் பணியாற்றிய முதல் படமே மிகப்பெரிய வெற்றிப்படமாக அமைந்தது.

இதற்கிடையில் சண்டமாருதம் பத்திரிகைக்குப் புதியதாக ஒரு ஆசிரியர் வந்தார். ராமசாமியும் சீனிவாசனும் தங்கியிருந்த அறையிலேயே அவர் தங்க ஏற்பாடு செய்திருந்தார்கள். முக்தா சகோதரர்களோடு பல மாதங்கள் அந்த அறையில் ஒன்றாகத் தங்கியிருந்த அந்த ஆசிரியரின் பெயர் முத்தையா.

அந்த முத்தையாதான் இன்றுவரை தமிழ் நெஞ்சங்களில் மறக்க முடியாத இடத்தைப் பெற்றுள்ள கவிஞர் கண்ணதாசன்.

113

எம்.ஜி.ஆருக்கு பின்னணிப் பாட்டுப் பாடிய இளையராஜா

1978ஆம் ஆண்டு மார்ச் மாதத்தில் ஒரு நாள் தயாரிப்பாளரான ஜி.கே.தர்மராஜுவும், ஒளிப்பதிவாளர் மாருதிராவும் கவிஞர் வாலியின் வீட்டுக்கதவைத் தட்டினார்கள்.

அவர்கள் இருவரையுமே வாலி நன்கு அறிவார் என்பதால் அவர்களை வரவேற்று உட்கார வைத்தார். "ஒரு படம் எடுக்க ஏற்பாடு செய்து கொண்டிருக்கிறோம். அந்தப் படத்திற்கு கதை, வசனம், பாடல்கள் ஆகிய மூன்றையும் நீங்கள்தான் எழுத வேண்டும்" என்று வாலியை அவர்கள் கேட்டுக் கொண்டார்கள்.

"படத்திலே கதாநாயகனாக நடிக்கப்போவது யார்?" என்று வாலி கேட்டபோது "அந்த ஹீரோதான் உங்களிடம் கதையை வாங்கி வேலையை ஆரம்பிக்கும்படி எங்களிடம் சொன்னார். அது மட்டுமில்லாமல் அவருக்கு எந்த மாதிரி கதைகள் எழுதினால் சரியாக இருக்கும் என்பது உங்களுக்குத் தெரியும் என்றும் எங்களிடம் அவர் சொன்னார்"என்று அவர்கள் சொன்னதும் வாலியால் சஸ்பென்ஸைத் தாங்கிக்கொள்ள முடியவில்லை.

"அதெல்லாம் சரி. உங்களை என்னிடம் அனுப்பிய ஹீரோவின் பெயரை முதலில் சொல்லுங்கள்" என்று வாலி கேட்டதும் அவர்கள் அந்த ஹீரோவின் பெயரைச் சொன்னார்கள்.

அதைக் கேட்டதும் வாலியால் நம்பவே முடியவில்லை.

ஏனெனில் அவர்கள் சொன்னது அப்போது ஆட்சிப் பொறுப்பிலிருந்த தமிழக முதல்வர் புரட்சித் தலைவர் எம். ஜி.ஆரின் பெயரை.

“நிஜமாகவா சொல்கிறீர்கள்?” என்று அளவில்லாத ஆச்சர்யத்தோடு கவிஞர் வாலி கேட்டபோது, “உங்களுக்குச் சந்தேகம் என்றால் நீங்களே அவருக்கு போன் செய்து கேட்டுக் கொள்ளுங்கள்” என்றார் தர்மராஜ்.

அவர்கள் இருவரும் அப்படிச் சொல்லிவிட்டுச் சென்ற அந்த இரவு முழுவதும் கவிஞர் வாலிக்குத் தூக்கமில்லை. அந்தச் செய்தியை அவரால் நம்பவும் முடியவில்லை. நம்பாமல் இருக்கவும் முடியவில்லை. அதனால் மறுநாள் காலையில் எழுந்ததும் முதல் வேலையாக எம்ஜிஆரைச் சந்திக்க ராமாபுரம் தோட்டத்துக்குச் சென்றார் வாலி.

“ஜி.கே. தர்மராஜையும், மாருதிராவையும் என்னுடைய வீட்டுக்கு நீங்கள்தான் அனுப்பி வைத்தீர்களா?” என்று அவர் எம்.ஜி.ஆரிடம் கேட்டபோது “ஆமாம்” என்று அழுத்தம்திருத்தமாகப் பதில் சொன்ன அவர் “நான் மீண்டும் நடிக்க முடிவு செய்து விட்டேன். நீங்கள் சீக்கிரம் கதையை எழுதி முடியுங்கள். ஏப்ரல் பதினான்காம் தேதி அன்று பூஜை” என்றார்.

அப்படி அவர் சொன்ன பிறகும் வாலிக்கு நம்பிக்கை பிறக்கவில்லை.

“முதலமைச்சராக இருந்து கொண்டு சினிமாவில் நடிப்பது சாத்தியமா?” என்று எம்.ஜி.ஆரிடம் கேட்டார்.

அவர் அப்படிக் கேட்டவுடன் தனது இரு கரங்களாலும் வாலியின் கன்னங்களைத் தடவிய எம்.ஜி.ஆர் “சாத்தியம் இருப்பதால்தான் உங்களைக் கதை எழுதச் சொல்கிறேன்” என்றார்.

அதற்கு மேல் எந்தச் சந்தேகமும் கேட்காமல் வீடு திரும்பிய வாலி பத்து நாட்களில் கதையை எழுதி முடித்துவிட்டு “கதை தயார்” என்று எம்.ஜி.ஆருக்குத் தகவல் அனுப்ப, அன்று இரவு எம்ஜிஆரின் நெருங்கிய உறவினரான குஞ்சப்பன், வாலியின் வீட்டுக்கு வந்தார்.

“நாளை காலை ஆறு மணி விமானத்திலே முதல்வர் மதுரை போகிறார். அவருடன் பயணம் செய்ய உங்களுக்கும் டிக்கெட் போட்டிருக்கிறோம். அந்தப் பயணத்தின்போதே கதையைக் கேட்டு

விடுவதாக அவர் சொல்லியிருக்கிறார். ஆகவே மறுநாள் காலை நீங்கள் திரும்பி விடலாம். அதற்கும் டிக்கெட் போட்டுவிட்டோம்" என்றார் அவர்.

மறுநாள் காலையிலே விமானப் பயணத்தின்போது வாலி சொன்ன கதை எம்.ஜி.ஆருக்கு மிகவும் பிடித்து விடவே மதுரையிலிருந்து திருநெல்வேலிக்கு தம்முடன் வாலியை அழைத்துக்கொண்டு சென்ற அவர் அன்றிரவு கூட்டம் முடிந்தவுடன் நீண்ட நேரம் அந்தக் கதையைப் பற்றி வாலியிடம் பேசிக்கொண்டிருந்தார்.

"உன்னை விட மாட்டேன்" என்று படத்திற்கு பெயர் வைக்கலாம் என்று வாலி சொன்னபோது, எம்.ஜி.ஆரின் முகத்தில் புன்னகை அரும்பியது. அன்றைய அரசியல் சூழலில் அந்தப் பெயர் மிகவும் பொருத்தமாக இருக்கும் என்று எண்ணினார் எம்.ஜி.ஆர்.

சென்னை திரும்பிய நாளில் இருந்து அந்தக் கதைக்கு திரைக்கதை அமைக்கும் பணியில் வாலி தீவிரமாக ஈடுபட்டுக் கொண்டிருந்தபோதிலும் "ஒரு மாநில முதலமைச்சர் சினிமாவில் நடிப்பதை மத்திய அரசு எப்படி ஒப்புக்கொள்ளும்" என்ற சந்தேகம் அவருடைய மனதைக் குடைந்தபடி இருந்தது.

இதற்கிடையில் ஒரு நாள் அதிகாலையில் வாலியை போனில் அழைத்தார் எம்.ஜி.ஆர்.

"இன்று காலை பேப்பரைப் பார்த்தீர்களா?" என்று கேட்ட அவர் "பேப்பரைப் பார்த்துவிட்டு எனக்கு போன் செய்யுங்கள்" என்று கூறிவிட்டு, போனை வைத்து விட்டார். உடனே அவசரம் அவசரமாக வீட்டிலிருந்த தினத்தந்தி, ஹிந்து ஆகிய இரண்டு பத்திரிகைகளையும் ஒரு பக்கம் விடாமல் புரட்டிப் புரட்டிப் பார்த்தார் வாலி. ஆனால் எம்.ஜி.ஆர். பற்றிய எந்தச் சிறப்புத் தகவலும் அந்தப் பத்திரிகைகளில் இல்லை.

ஆகவே எம்.ஜி.ஆருக்கு போன் செய்த வாலி "எல்லா பத்திரிகைகளையும் பார்த்துவிட்டேன். அவை எதிலும் நீங்கள் குறிப்பிட்ட மாதிரி எந்தச் செய்தியும் வெளியாகவில்லையே" என்று சொல்ல, "எந்தெந்த பத்திரிகைகளை எல்லாம் பார்த்தீர்கள்?" என்று கேட்ட எம்.ஜி.ஆர் "இந்தியன் எக்ஸ்பிரஸ் வாங்கிப் படியுங்கள்" என்று வாலிக்குச் சொன்னார்.

உடனே 'இந்தியன் எக்ஸ்பிரஸ்' பேப்பரை வாங்கி வரச் சொல்லி படித்துப் பார்த்தார் வாலி.

மாநில முதலமைச்சராக இருந்து கொண்டு, தனது கடமைகளுக்கு எந்த இடையூறும் இல்லாமல் எம்.ஜி.ஆர் சினிமாவில் நடிப்பதில் தனக்கு எந்த ஆட்சேபணையும் இல்லை என்று பிரதமர் மொரார்ஜி தேசாய் சொல்லியிருந்த செய்தி 'இந்தியன் எக்ஸ்பிரஸ்' பத்திரிகையில் வெளியாகியிருந்தது.

அந்தச் செய்தியைப் படித்தவுடன் இரட்டிப்பு உற்சாகத்தோடு அந்தப் படத்திற்கான வேலைகளில் இறங்கினார் வாலி. எம்ஜிஆரின் ஆலோசனைப்படி படத்திற்கு இயக்குனராக கே.சங்கர் ஒப்பந்தம் செய்யப்பட்டார்.

அடுத்து யாரை இசையமைப்பாளராகப் போடலாம் என்று தயாரிப்பாளர் தர்மராஜ் கேட்ட போது "புதிதாக ஒரு பையன் வந்திருக்கிறாரே, அவரையே போட்டுக் கொள்ளலாம். அவர் இசையமைத்த பாடல்களை எல்லாம் கேட்டேன். நன்றாக இருக்கிறது" என்றார் எம்.ஜி.ஆர்.

அவர் யாரைச் சொல்கிறார் என்று புரிந்தபோதிலும் "இளையராஜாவைச் சொல்கிறீர்களா?" என்று இன்னொரு முறை அவரிடம் தெளிவாகக் கேட்டுக் கொண்டார் வாலி.

அதைத் தொடர்ந்து அந்தப் படத்திற்கு இசையமைப்பாளராக இளையராஜா ஒப்பந்தம் செய்யப்பட்டார்.

படத் தொடக்க விழாவிற்கான நாள் குறிக்கப்பட்டதும் "தர்மராஜை அழைத்துக் கொண்டு போய் படத் தொடக்க விழாவிற்கு வரும்படி கவர்னரை அழையுங்கள்" என்று வாலியிடம் எம்ஜிஆர் சொல்ல தயாரிப்பாளர் ஜி.கே.தர்மராஜுடன் கவர்னரைச் சந்தித்த வாலி, முதலமைச்சர் எம்.ஜி.ஆர். புதிய படம் ஒன்றில் நடிக்க இருப்பதையும் அந்தப் படத்திற்கான தொடக்க விழாவில் கவர்னர் கலந்துகொள்ள வேண்டும் என்று அவர் விரும்புவதையும் கவர்னரிடம் தெரிவித்தார்

அந்தப் படத்தின் கதை என்ன, அது என்ன மாதிரியான படம் என்பதையெல்லாம் வாலியிடம் கேட்டுத் தெரிந்துகொண்ட பிறகு துவக்க விழாவிற்கு வர ஒப்புக்கொண்டார் அப்போது கவர்னராக இருந்த பிரபு தாஸ் பட்வாரி. பின்னர் என்ன காரணத்தாலோ அந்த விழாவில் கவர்னர் கலந்துகொள்வது தவிர்க்கப்பட்டது.

கோலாகலமாக நடைபெற்ற அந்தத் தொடக்க விழாவைத்

தொடர்ந்து இளையராஜாவின் இசையில் டி.எம்.சவுந்திரராஜன் பாடிய பாடலொன்று பதிவானது.

பதிவான பாடலைக் கேட்ட எம்.ஜி.ஆர். இளையராஜாவுக்கு போன் செய்து "டி.எம் சவுந்திரராஜன் அந்தப் பாட்டை சரியாகப் பாடவில்லையே" என்று சொல்ல "மீண்டும் ஒரு முறை அவரைப் பாட வைத்து உங்களுக்கு அனுப்பி வைக்கிறேன்" என்று சொன்ன இளையராஜா, டி.எம்.சவுந்திரராஜனை அழைத்து மீண்டும் ஒரு முறை அந்தப் பாடலை பாடச் சொல்லி, அதை எம்.ஜி.ஆருக்கு அனுப்பி வைத்தார்.

அந்தப் பாடல் கம்போசிங்கின்போது அந்தப் பாடலை இளையராஜா பாடிக் கேட்டிருந்த எம்.ஜி.ஆர். "நீ அந்தப் பாட்டைப் பாடியது போல அவர் பாடவில்லை. அதனால் வேறு யாரையாவது வைத்து அந்தப் பாடலைப் பாட வை" என்று சொல்ல மலேசியா வாசுதேவனை வைத்து அந்தப் பாடலை மீண்டும் பதிவு செய்து எம்.ஜி.ஆருக்கு அனுப்பி வைத்தார் இளையராஜா.

ஆனால் அந்தப் பாடலும் எம்.ஜி.ஆருக்கு திருப்தி அளிக்கவில்லை "நீயே பாடிவிடு" என்று இளையராஜாவிடம் எம்ஜிஆர் கூறியபோது "அண்ணா என் குரல் உங்களுக்குப் பொருந்தாது" என்றார் இளையராஜா.

"என் குரல் ஒன்றும் கட்டைக் குரல் இல்லை. அதனால் உன் குரல் எனக்குப் பொருத்தமாகத்தான் இருக்கும்" என்று எம்.ஜி.ஆர் பிடிவாதமாகச் சொல்லவே தன்னுடைய குரலிலே அந்தப் பாட்டைப் பதிவு செய்து அவருக்கு அனுப்பினார் இளையராஜா.

அந்த விழா முடிந்ததற்குப் பிறகு ஒரு மாத காலம் பத்திரிகைகளில் அந்தப் படம் பற்றிய செய்திகள் தொடர்ந்து வெளிவந்த வண்ணம் இருந்தன.

பின்னர் என்ன காரணத்தாலோ அந்தப் படத்தின் படப்பிடிப்பு நடைபெறவில்லை. அந்தப் படம் மட்டுமின்றி எம்ஜிஆர். பாதிக்கும் மேலாக நடித்திருந்த 'அண்ணா நீ என் தெய்வம்' படத்தையும் எம்.ஜி.ஆர். நடித்து முடிக்கவில்லை. பின்னர் அந்த 'அண்ணா நீ என் தெய்வம்' படம்தான் பாக்கியராஜ் திரைக்கதை வசனத்தில் "அவசர போலீஸ் 100" என்ற பெயரிலே 1990ஆம் ஆண்டிலே திரைக்கு வந்தது.

114

‘திருடாதே’ படத்திலே நடிக்க சரோஜாதேவிக்கு எம்.ஜி.ஆர் விதித்த நிபந்தனை

ஆரம்பத்தில் புராணப் படங்களாலும், ராஜா ராணி கதைப் படங்களாலும் ஆக்கிரமிக்கப்பட்டிருந்த தமிழ் சினிமா ஒரு கால கட்டத்தில் சமூகப் படங்களின் பக்கம் தன்னுடைய பார்வையைத் திருப்பியது. சிவாஜி கணேசன் அந்த மாற்றத்தை ஏற்றுக்கொண்டு பல சமூகப் படங்களில் நடிக்கத் தொடங்கியது மட்டுமின்றி, அதில் வெற்றியும் பெற்றார். ஆனால் எம்.ஜி.ஆர். மட்டும் அப்போதும் ராஜாராணி கதைகளிலேயே நடித்துக்கொண்டிருந்தார்.

மொத்தத் தமிழ்த் திரையுலகத்தின் பார்வையும் சமூகப் படத்தின் பக்கம் திரும்பிக் கொண்டிருந்தபோது அந்த மாதிரி படங்களில் நடிக்காமல் இருந்தால் எம்.ஜி.ஆரின் திரையுலக வாழ்க்கையே கேள்விக்குறியாகிவிடும் என்பது அவர் மீது அக்கறை கொண்டிருந்தவர்களின் கருத்தாக இருந்தது. சமூகப் படங்களில் நடிப்பது குறித்து தெளிவான ஒரு முடிவை எடுக்க வேண்டிய கட்டாயத்தில் எம்.ஜி.ஆர். இருந்த அந்தச் சந்தர்ப்பத்தில் தன்னுடைய தயாரிப்பில் ஒரு சமூகப் படத்தில் நடிக்கும்படி எம்.ஜி.ஆரிடம் சின்ன அண்ணாமலை கேட்க உடனடியாக அந்த வாய்ப்பை அவர் ஏற்றுக் கொண்டார். அந்தப் படம்தான் ‘திருடாதே’.

அப்போது பல திரைப்படங்களில் எம்.ஜி.ஆர் பிசியாக நடித்துக்

கொண்டிருந்ததால் தினமும் மாலை ஆறு மணியிலிருந்து இரவு பத்து மணி வரை அந்தப் படத்தின் படப்பிடிப்பை வைத்துக் கொள்வது என்று முடிவானது.

'திருடாதே' படத்துக்கு நிதி உதவி செய்கின்ற பொறுப்பை ஏற்றுக் கொண்டிருந்த கண்ணதாசனின் மூத்த சகோதரரான ஏ.எல். சீனிவாசன் அந்தப் படத்திலே பத்மினியை கதாநாயகியாக நடிக்க வைக்க விரும்பினார். அப்போது பல படங்களில் நடித்துக் கொண்டிருந்த பத்மினியோ "நீங்கள் மூன்று மாதங்கள் காத்திருக்கத் தயார் என்றால் நான் நடிக்கிறேன்" என்றார்.

"படம் வேகமாக வளர வேண்டும் என்றால் கதாநாயகி வேடத்துக்கு இப்போது பிரபலமாக இருக்கும் நடிகைகளைப் போட்டால் சரியாக வராது. நான் கொடுக்கிற கால்ஷீட்டுகளை வீணாக்காமல் நீங்கள் பயன்படுத்திக் கொண்டால்தான் படம் வேகமாக வளரும்" என்று எம்.ஜி.ஆர். சொன்ன யோசனையை ஏற்றுக்கொண்ட ஏ.எல். சீனிவாசன் "அப்படியென்றால் கதாநாயகி வேடத்துக்கு யாரை போடலாம் என்று நீங்களே சொல்லுங்கள். புதுமுகத்தைப் போடுவது என்றால் கூட எனக்குச் சம்மதம்தான்" என்று எம்ஜிஆரிடம் சொன்னார்.

"நீங்க யாரைக் கதாநாயகியாகப் போடறீங்களோ அந்தப் புதுமுகம் நான் எப்போது கால்ஷீட் கொடுத்தாலும் நடிக்க வரணும். நான் சேர்ந்தாற்போல பத்து நாட்கள் கால்ஷீட் கொடுத்தாலும் அந்தத் தேதிகளில் நடிக்கத் தயாராக இருக்கணும். ஆகவே அந்த நிபந்தனைகளோடு புதுமுகத்தை ஒப்பந்தம் செய்யுங்கள்" என்றார் எம்.ஜி.ஆர்.

அப்போது தன்னுடைய சிபாரிசின் பேரில் 'தங்கமலை ரகசியம்' திரைப்படத்திலே 'யவ்வன ராணி' என்ற பாடலுக்கு ஆடிய ஒரு புதுமுகம் பற்றி சின்ன அண்ணாமலைக்கு நினைவு வர அந்தப் புதுமுகத்தைப் பற்றி எம்ஜிஆரிடம் சொன்னார்.

அப்போது அங்கேயிருந்த இயக்குனர் நீலகண்டன் "'தங்கமலை ரகசியம்' படத்திலே அந்தப் பெண் நடித்த அந்தப் பாடல் காட்சியை நான்தான் இயக்கினேன். கேமரா வழியாகப் பார்த்தபோது அந்தப் பெண் மிக அழகாக இருந்தாள்" என்று தன்னுடைய பங்கிற்கு அந்தப் பெண்ணிற்கு பாராட்டுப் பத்திரம் வழங்கினார்.

"அந்தப் பெண்ணின் பெயர் என்ன?" என்று எம்.ஜி.ஆர். கேட்டபோது "அந்தப் பொண்ணு பேர் சரோஜாதேவி. ஒரு பக்கம் பார்த்தா வைஜயந்திமாலா மாதிரி இருக்கு. இன்னொரு பக்கம் பார்த்தா பத்மினி மாதிரி இருக்கு. தாய்மொழி கன்னடம், தமிழ் அவ்வளவாகத் தெரியாது என்றாலும், அந்தப் பெண்ணை ஒரு நல்ல கதாநாயகியாக ஆக்கிவிட முடியும்னு எனக்கு நம்பிக்கையிருக்கு" என்று இயக்குனர் ப.நீலகண்டன் தன்னுடைய கருத்தை அழுத்தமாகப் பதிவு செய்தார்.

அவர்கள் சொல்லச்சொல்ல இயக்குனர் கே சுப்ரமணியத்தின் "கச்ச தேவயானி" படப்பிடிப்பில் சரோஜாதேவியைப் பார்த்தது எம்ஜிஆரின் நினைவுக்கு வந்தது.

"எதற்கும் ஒரு மேக்கப் டெஸ்ட் எடுத்துப் பார்த்துவிட்டு முடிவெடுக்கலாம்" என்று எம்ஜிஆர் சொல்ல, சிட்டாடல் ஸ்டூடியோவில் பிரபல ஒளிப்பதிவாளர் ராமமூர்த்தியை வைத்து சரோஜாதேவி நடித்த சில காட்சிகளைப் படமாக்கினார்கள்.

அந்த மேக்கப் ஷூட் முடிந்த சில நாட்களில் தன்னைச் சந்திக்க வந்த ஏ எல்.சீனிவாசனிடமும் ப.நீலகண்டனிடமும் "மேக்கப் டெஸ்ட் எடுத்ததைப் பார்த்தீர்களா எப்படி இருந்தது?" என்று எம்.ஜி.ஆர். கேட்டபோது "சுத்தமாக தமிழ் பேச வரலே. நாம் கன்னடப் படம் எடுப்பதாக இருந்தால் அந்தப் பெண்ணை தாராளமாகப் போடலாம்" என்று கிண்டலாகப் பதில் சொன்னார் ஏ.எல். சீனிவாசன்.

அவர் அப்படிச் சொன்னபோதும் சரோஜாதேவியை விட்டுக் கொடுக்காமல் "பேச்சு கொச்சையாக இருந்தாலும் இயற்கையா இருக்கு. பழகப் பழக சரியாகிவிடும்" என்றார் ப. நீலகண்டன்.

அதையடுத்து வாகினி ஸ்டூடியோவில் இருந்த ஒரு தியேட்டரில் சரோஜாதேவி நடித்த அந்த காட்சிகள் எம்.ஜி.ஆருக்கு திரையிட்டுக் காண்பிக்கப்பட்டன.

சரோஜாதேவி நடித்த அந்தக் காட்சிகளைப் பார்த்துவிட்டு வந்த எம் ஜி ஆர் உடனே தனது கருத்தை வெளியிடவில்லை. அவர் ஒன்றும் பேசாமல் இருந்ததால் அவருக்கு சரோஜாதேவியைப் பிடிக்கவில்லை என்று முடிவு செய்து கொண்ட ஒருவர் "அந்தப் பொண்ணு காலை ஒரு பக்கம் தாங்கித் தாங்கி நடக்குதே

ஹீரோயினுக்கு சரியாக வருமா?" என்று கேட்க எம்.ஜி.ஆர். வாய்விட்டுச் சிரித்து விட்டார்.

அதைத் தொடர்ந்து "அதுவும் ஒரு மாதிரி செக்சியாகத்தான் இருக்கு. இந்தப் பெண்ணையே கதாநாயகியாகப் போடலாம்" என்று எம்.ஜி.ஆர். சொன்னதை ஏ.எல். சீனிவாசன் வரவேற்கவில்லை. சரோஜாதேவியைக் கதாநாயகியாகப் போடுவதில் அவருக்கு முழு ஈடுபாடு இல்லை என்பதை அவரது முகபாவத்தை வைத்தே தெரிந்துகொண்ட எம்.ஜி.ஆர். "நாடோடி மன்னன் படத்திலும் இந்தப் பெண்ணை ஒரு வேஷத்தில் போடலாம் என்றிருக்கிறேன்" என்றார்.

எதை எதிர்பார்த்து எம்ஜிஆர் அப்படிச் சொன்னாரோ அது அடுத்த நிமிடமே நடந்தது.

"நாடோடி மன்னனில் நீங்க போடறதாயிருந்தால் 'திருடாதே' படத்தில் போடுவ்தில் எனக்கு எந்த ஆட்சேபணையும் இல்லை" என்றார் ஏ.எல்.எஸ்.

அடுத்து சரோஜாதேவியின் சம்பளத்தைப் பற்றிப் பேசி முடிவெடுப்பதற்காக சரோஜாதேவியின் தாயாரான ருத்ரம்மாவை கதாசிரியர் லட்சுமணனோடு சந்தித்த ஏ.எல்.சீனிவாசன் ஐந்தாயிரம் ரூபாய் சம்பளம் தருவதாகத் தெரிவித்தபோது "ஐயாயிரம் போதாது. இன்னும் கொஞ்சம் அதிகமாக வேண்டும்" என்றார் சரோஜாதேவியின் தாயாரான ருத்ரம்மா.

அவர் அப்படிச் சொன்னதும் ஏ.எல். சீனிவாசனுக்கு அசாத்திய கோபம் வந்தது.

"நம்ம படத்திலே யாருக்கு ஜோடியாக அந்தம்மாவின் பொண்ணு நடிக்கப் போகுதுன்னு நீங்க எடுத்துச் சொல்லுங்க. நியாயமாகப் பார்த்தால் எம்ஜிஆருக்கு ஜோடியாக இந்தம்மாவோட பொண்ணு நடிக்கறதுக்கு இந்த அம்மாதான் நமக்குப் பணம் கொடுக்கணும்" என்றார் அவர்.

அவர்கள் இருவருக்குமிடையே இருதலைக் கொள்ளி எறும்பு மாதிரி தவித்தார் மா. லட்சுமணன்.

"பெரிய படம்மா பிரச்னை பண்ணாம ஒத்துக்கங்க. இந்தப் படத்துக்கு அப்புறம் உங்க பொண்ணு லட்சரூபாய் சம்பளம்

கேட்டால்கூட கொடுப்பாங்க" என்று சொல்லி ருத்ரம்மாவை சமாதானப்படுத்த அவர் முயன்றபோது "ஏனப்பா சுள்ளு ஹேளு லட்சா" என்று கன்னடத்திலே கேட்டார் ருத்ரம்மா

"ஏம்ப்பா லட்ச ரூபாய் கொடுப்பாங்கன்னு பொய் சொல்றே" என்று அதற்கு அர்த்தம்.

'திருடாதே' படம் வெளிவருவதற்கு முன்னாலேயே அது நிஜமாகிப்போனது. லட்ச ரூபாய் சமபளத்தை சரோஜாதேவி சர்வ சாதாரணமாகத் தொட்டார்.

"நான் முன்னாலேயே சொன்னபடி எந்தத் தேதியில் நான் கால்ஷீட் கொடுத்தாலும் அவங்க தவறாமல் வந்து நடிக்கணும் என்பதை மறக்காமல் ஒப்பந்தத்தில் குறிப்பிடுங்கள்" என்று ஏ.எல். சீனிவாசனுக்கு மீண்டும் ஒரு முறை நினைவூட்டினார் எம்.ஜி.ஆர்.

அதன்படியே ஒப்பந்தம் தயார் ஆக சரோஜாதேவி அதிலே கையெழுத்திட்டார்.

ஆனால், திருடாதே படத்தின் படப்பிடிப்பு நடந்தபோது எல்லாமே தலைகீழாகிப் போனது.

115

எம்.ஜி.ஆரைக் காக்க வைத்த சரோஜாதேவி

'திருடாதே' படத்தின் படப்பிடிப்பு 1959 ஆம் ஆண்டு தொடங்கியது. அப்போது பல திரைப்படங்களில் நடித்துக் கொண்டிருந்த எம்.ஜி.ஆர் நாடகத்திலும் நடித்துக் கொண்டிருந்தார். எம்.ஜி.ஆர். எப்போது எல்லாம் கால்ஷீட் கொடுக்கிறாரோ அப்போதெல்லாம் படப்பிடிப்பிலே கலந்துகொள்ள வேண்டும் என்ற நிபந்தனையோடு அந்தப் படத்திலே நடிக்க ஒப்பந்தமான புதுமுகமான சரோஜாதேவி அதன்படியே நடந்து கொண்டார். ஆனால், அடுத்த சில நாட்களில் அவை எல்லாமே தலை கீழாக மாறப்போகிறது என்பது எம்.ஜி.ஆர். உட்பட எவருக்குமே அப்போது தெரியாது.

'திருடாதே' படத்தின் படப்பிடிப்புக்கு நடுவே 'இன்பக் கனவு' நாடகத்திலே நடிப்பதற்காக எம்.ஜி.ஆர். சீர்காழிக்குச் சென்றார்.

முரட்டுத்தனமான குண்டன் ஒருவன் ஒரு பெண்ணை மானபங்கப் படுத்த முயற்சிக்க எம்.ஜி.ஆர் பாய்ந்து சென்று அந்த குண்டனோடு சண்டை போட்டு அந்தப் பெண்ணைக் காப்பாற்றுவதுதான் 'இன்பக் கனவு' நாடகத்தில் எம்.ஜி.ஆரின் அறிமுகக் காட்சி.

அந்தக் காட்சியிலே குண்டனாக நடித்தவர் நடிகர் குண்டுமணி. பெயருக்கேற்ப குண்டாக இருந்த ஒரு நடிகர் அவர். நாடகம் தொடங்கியவுடன் குண்டுமணியை அப்படியே தூக்கிய

எம்.ஜி.ஆர் தனது தலைக்கு மேல் அவரைக் கொண்டு சென்றபோது குண்டுமணியின் அசாத்தியமான எடையைத் தாங்க முடியாமல் எம்.ஜி.ஆரின் கால் எலும்பு 'தடால்' என்று முறிந்தது.

அந்த நிலையிலும் மிகவும் நிதானமாக சமாளித்து குண்டுமணியைக் கிழே இறக்கிவிட்ட எம்.ஜி.ஆர். வலி தாங்காமல் அப்படியே மேடையில் உட்கார்ந்து விட்டார். ராணுவத்தில் பணியாற்றி விட்டு ஓய்வு பெற்ற ஒரு மருத்துவர் அப்போது சீர்காழியில் இருந்ததால், உடனடியாக அவர் நாடக மேடைக்கு வரவழைக்கப் பட்டார். அவருடைய முதலுதவிக்குப் பின்னர் சென்னைக்கு அழைத்து வரப்பட்ட எம்ஜிஆரை சோதித்த எலும்பு சிகிச்சை நிபுணர் டாக்டர் நடராசன் குறைந்தது ஆறு மாத காலம் எம். ஜி. ஆர் கண்டிப்பாக ஓய்வில் இருக்க வேண்டும் என்ற குண்டைத் தூக்கிப் போட்டார்

மிக நீண்ட இடைவெளிக்குப் பிறகு உடல் நலம் தேறி 'திருடாதே' படத்தின் படப்பிடிப்பில் எம்ஜிஆர் மீண்டும் கலந்துகொண்ட போது அந்தப் படம் ஆரம்பிக்கப்படும்போது புதுமுகமாக இருந்த சரோஜாதேவி புகழின் உச்சியிலே இருந்தார். அதற்குப் பிள்ளையார் சுழி போட்டது எம்.ஜி.ஆரின் 'நாடோடி மன்னன்'தான் என்றாலும் அதற்குப் பிறகு சரோஜாதேவி நடித்த படங்கள் பெற்ற தொடர் வெற்றிகள் காரணமாக அவருக்குப் பட வாய்ப்புகள் குவியத் தொடங்கியிருந்தன.

1959ஆம் ஆண்டில் அவர் நடித்த பல படங்களில் 'கல்யாணப்பரிசு', 'பாகப்பிரிவினை' ஆகிய இரண்டு திரைப்படங்கள் வெள்ளி விழாப் படங்களாக அமைந்ததால் சிவாஜி கணேசன், ஜெமினி கணேசன், எஸ்.எஸ். ராஜேந்திரன் என்று எல்லா முன்னணி கதாநாயகர்களின் படங்களிலும் அவரே கதாநாயகியாக இருந்தார்.

'திருடாதே' படத்தின் படப்பிடிப்பு எப்போது தொடங்கும் என்றே தெரியாமல் இருந்ததால் அந்தப் படத்திற்கென்று எந்தத் தேதியையும் சரோஜாதேவியால் முன்கூட்டியே ஒதுக்கிவைக்க முடியவில்லை.

அதனால் எம்.ஜி.ஆர். கொடுக்கும் கால்ஷீட்டுகளுக்கு ஏற்ப நடிக்க வேண்டும் என்ற நிபந்தனையோடு 'திருடாதே' படத்திலே ஒப்பந்தம் செய்யப்பட்ட சரோஜாதேவியின் தேதிகளையும் நேரத்தையும் அனுசரித்து நடிக்க வேண்டிய நிலைமைக்கு

எம்ஜிஆர் தள்ளப்பட்டார்

அப்போது எம்ஜிஆருக்கு எதிராக எப்படிப்பட்ட விமர்சனங்கள் எல்லாம் திரையுலகில் வலம் வந்து கொண்டிருந்தன என்பதைத் தெரிந்துகொண்டால்தான், சரோஜாதேவியின் கால்ஷீட்டுக்கு ஏற்ப அந்தப் படத்தில் நடிக்க எம்ஜிஆர் எந்த எதிர்ப்பையும் ஏன் காட்டவில்லை என்பதைப் புரிந்துகொள்ள முடியும்.

அப்போது எம்.ஜி.ஆரின் நடிப்பிலே வெளியான சரித்திரப் படங்கள் குவித்த வெற்றிகளில் பாதி அளவு வெற்றியைக்கூட அவர் நடித்த சமூகப் படங்களால் பெற முடியவில்லை. அது மட்டுமின்றி அவரது கால் முறிவுக்குப் பின்னர் 1959ஆம் ஆண்டின் இறுதியில் வெளிவந்த அவரது சமூகப் படமான ‘தாய் மகளுக்குக் கட்டிய தாலி’ திரைப்படம் மிகப்பெரிய தோல்வியைத் தழுவியது. அதைத் தொடர்ந்து எம்.ஜி.ஆர் சமூகப் படத்தில் நடித்தால் ஓடாது என்ற பொய் பிரச்சாரத்தைப் பலர் தொடங்கியிருந்தனர்.

“ராஜா வேஷம் போட்டுக் கொண்டு எம்.ஜி.ஆர். கத்தியை சுழற்றலாமே தவிர, சமூகக் கதை படங்களில் நடிப்பதற்கு அவர் கொஞ்சம்கூட பொருத்தமானவரில்லை” என்று திரையுலகிலே இருந்த பலர் வெளிப்படையாகவே பேசத் தொடங்கினார்கள்.

அதற்கெல்லாம் சிகரம் வைத்தது போல அப்போது பரணி ஸ்டூடியோவில் சிவாஜிக்கு நடைபெற்ற ஒரு பாராட்டு விழாவில் பேசிய பலர் எம்ஜிஆரை மனம் போனபடி தாக்கி பேசினார்கள். அவர்களில் மிகவும் முக்கியமானவர் கவிஞர் கண்ணதாசன்.

“எம்.ஜி.ஆர். சரியாக ஒத்துழைக்காத காரணத்தால் பல பட முதலாளிகள் பிச்சை எடுக்கும் நிலைக்கு ஆளாகி இருக்கிறார்கள்” என்றும் “எம்.ஜி.ஆரின் படங்கள் வெற்றியடையாத காரணத்தால் அவரை நம்பி பணம் போட்டவர்கள் பிச்சைக்காரர்களைப் போல தெருவிலே அலைந்து கொண்டிருக்கிறார்கள்” என்றும் பேசிய கண்ணதாசன் “எம்.ஜி.ஆரால் மட்டும் தமிழ் சினிமா உலகில் ஒரு கோடி ரூபாய்க்கு மேல் நஷ்டம்” என்று எம்.ஜி.ஆர் மீது பகிரங்கமாகக் குற்றம் சாட்டியிருந்தார். பத்திரிகைகள் எல்லாம் கொட்டை எழுத்தில் அந்தச் செய்தியை வெளியிட்டன. திரும்பிய பக்கம் எல்லாம் எம்.ஜி.ஆருக்கு எதிர்ப்பு.

அப்படி அவரைக் கடுமையாக விமர்சித்தவர்களில் பலர் ‘நாடோடி

மன்னன்’ பட வெற்றியின்போது அவரைத் தலையில் தூக்கி வைத்துக் கொண்டாடியவர்கள் என்பதுதான் மிகப் பெரிய வேடிக்கை.

‘இந்திரன், சந்திரன்’ என்று அப்போது அவரைப் புகழ்ந்தவர்கள்தான் அவரால் இனி வெற்றியே கொடுக்க முடியாது என்றனர்.

அவர்கள் சொல்வதில் எள்ளளவும் உண்மை இல்லை என்று எடுத்துச் சொல்கின்ற மாதிரி எம்.ஜி.ஆருக்கு எந்தப் புதுப் பட வாய்ப்பும் வரவில்லை.

நீண்ட இடைவெளிக்குப் பிறகு வெளிவரும் தன்னுடைய படம் வெற்றிப் படமாக அமையவில்லையென்றால் இன்னும் கடுமையான விமர்சனங்களைச் சந்திக்க வேண்டி வரும் என்பதை எம்.ஜி.ஆர். நன்கு உணர்ந்திருந்தார். அதற்கெல்லாம் ஒரு முடிவு கட்டி ஆகவேண்டிய சூழ்நிலை எம்.ஜி.ஆருக்கு அப்போது ஏற்பட்டிருந்தது.

“எம்ஜிஆர் நடிக்கும் படங்கள் வெற்றியடையுமா அடையாதா, சமூகப் படங்களில் எம்ஜிஆரை ஏற்றுக்கொள்ள மக்கள் தயாராக இருக்கிறார்களா இல்லையா, எம்.ஜி.ஆரை நம்பி பணத்தை முதலீடு செய்தவர்களுக்கு லாபம் கிடைக்குமா கிடைக்காதா போன்ற கேள்விகளுக்கெல்லாம் பதில் சொல்லக்கூடிய ஒரே படமாக ‘திருடாதே’ படம் அமையும் என்று எம்.ஜி.ஆர் திடமாக நம்பினார். ஆகவே அந்தப் படத்தை உடனடியாக முடித்து வெளியிடுவதற்காக அப்படம் சம்பந்தமான எல்லா பிரச்னைகளையும் எதிர்கொள்ள அவர் முடிவெடுத்தார்.

வெற்றியை அடைந்தே ஆகவேண்டும் என்ற அந்தச் சூழ்நிலையில் அதை அடைவதற்காக எந்த அளவிற்குக் கீழே இறங்கி வந்து எம்.ஜி.ஆர் அந்தப் படத்தில் நடித்து முடித்தார் என்பதை திரையுலகில் மிகச்சிலரே அறிவார்கள்.

“நான் பல படங்களில் நடித்துக் கொண்டிருப்பதால் மாலை ஆறு மணியிலிருந்து இரவு பத்து மணிவரைதான் நடிக்க முடியும்” என்று ‘திருடாதே’ படத்தைத் தொடங்கியபோது எம்.ஜி.ஆர். சொன்னதை, அந்தப் படத்தின் படப்பிடிப்பு நீண்ட இடைவெளிக்குப் பிறகு மீண்டும் ஆரம்பிக்கப்பட்டபோது, சரோஜாதேவி திருப்பிச் சொன்னார்.

தான் பெரிய நடிகையாகிவிட்ட அகந்தையிலோ அல்லது எம்.ஜி.ஆரைக் காக்க வைக்க வேண்டும் என்பதற்காகவோ சரோஜாதேவி அப்படிச் சொல்லவில்லை. அன்று அவர் இருந்த சூழ்நிலை அவரை அப்படிச் சொல்ல வைத்தது.

மாலை ஐந்து மணிக்கெல்லாம் மேக்கப் போட்டுக்கொண்டு எம்ஜிஆர் தயாராக இருக்க, வேறு படத்தின் படப்பிடிப்பில் கலந்துகொண்டு காலை ஒன்பது மணி முதல் மாலை ஐந்து மணி வரை நடித்துவிட்டு, 'திருடாதே' படத்தின் படப்பிடிப்புக்கு ஆறு மணிக்கு வந்து சேருவார் சரோஜாதேவி.

ஆறு மணி முதல் இரவு பத்து மணி வரை எம்ஜிஆர் - சரோஜாதேவி சம்பந்தப்பட்ட காட்சிகளைப் படமாக்கி முடித்து சரோஜாதேவியை அனுப்பிவிட்டு அதன்பிறகு எம்.ஜி.ஆர். சம்பந்தப்பட்ட தனிக் காட்சிகளை எடுக்கத் தொடங்குவார்கள்.

'திருடாதே' படத்தில் இடம்பெற்ற பாடல்களில் ஒன்று 'என்னருகே நீ இருந்தால்' என்ற பாடல். அந்தப் பாடல் காட்சி படமாக்கப்பட்டபோது சிவாஜியுடன் 'விடிவெள்ளி' படத்திலே சரோஜாதேவி நடித்துக் கொண்டிருந்தார். சில காரணங்களால் அன்று படப்பிடிப்பு நீண்டு போய் விடவே சற்றுத் தாமதமாக 'திருடாதே' படப்பிடிப்புத் தளத்துக்கு சென்றார் சரோஜாதேவி. எம்.ஜி.ஆர். உட்பட மொத்த யூனிட்டும் அவருக்காகக் காத்துக் கொண்டிருந்தது.

அன்று தன்னுடைய மனநிலை எவ்வாறாக இருந்தது என்பதை ஒரு பத்திரிகையிலே பகிர்ந்து கொண்டிருக்கும் சரோஜாதேவி "என்னுடைய வளர்ச்சியில் அதிக அக்கறை கொண்ட எம்ஜிஆர் அவர்களின் படப்பிடிப்பிற்கே தாமதமாகப் போகின்ற சூழ்நிலை அன்று எனக்கு ஏற்பட்டது. அப்போது என் மனதுக்குள் எப்படிப்பட்ட குற்ற உணர்ச்சி இருந்திருக்கும் என்று எண்ணிப் பாருங்கள்.

சாதாரணமாக யாராவது லேட்டாக வந்தால் எம்ஜிஆர் சம்பந்தப்பட்டவர்களின் முகத்தையே பார்க்கமாட்டார். அன்று என்னையும் பார்க்கவில்லை. நான் அவர் அருகே சென்று "என்னை மன்னிச்சிடுங்க" என்றேன். "நான் என்ன பண்றது? நீ பெரிய ஸ்டார் ஆயிட்டே" என்று அவரிடமிருந்து பதில் வந்தது. "அன்று

அந்தப் பாடல் காட்சி முழுவதிலும் ஒரு குற்ற உணர்வுடனே நான் நடித்தேன்" என்று குறிப்பிட்டிருக்கிறார்.

'திருடாதே' படத்தின் வெற்றிதான் தனது எதிர்காலத்தை முடிவு செய்யும் என்று திட்டமிட்டுப் பணியாற்றிய எம்.ஜி.ஆருக்கு அவர் எதிர்பார்த்ததை விட பல மடங்கு வெற்றியை 1961ஆம் ஆண்டு மார்ச் மாதம் 23ஆம் தேதி வெளியான 'திருடாதே' படம் தேடித்தந்தது.

'திருடாதே' திரைப்படம் எனது கலைத்துறை வாழ்க்கையில் ஏற்றத்தைத் தந்த படம் மட்டுமல்ல - என் மீதே எனக்கு ஒரு நம்பிக்கையையும் ஏற்படுத்திய படம் என்று எம்ஜிஆர் அந்தப் படத்தைப் பற்றிக் குறிப்பிட்டிருக்கிறார்.

அறிஞர் அண்ணாவின் இதயக்கனியான எம்.ஜி.ஆர். வெற்றிக் கனியைப் பறிக்க எப்படிப்பட்ட சோதனைகளை எல்லாம் சந்திக்க வேண்டி இருந்தது என்பதை எடுத்துச் சொல்லும் இந்தச் சம்பவங்கள் இன்று திரையுலகில் உள்ள இளைஞர்கள் மனதில் கொள்ள வேண்டிய பாடங்கள் என்பதை யாரால் மறுக்க முடியும்?

116

இந்தி நடிகர் திலிப்குமாரை இயக்க மறுத்த இயக்குனர் சிகரம்

நடிகர்திலகம் சிவாஜிகணேசனின் 125வது படம் 'உயர்ந்த மனிதன்.' சிவாஜியை அறிமுகம் செய்த ஏ.வி.எம். நிறுவனம் தயாரித்த அந்தப் படத்தை இயக்கியவர்கள், சிவாஜிகணேசனை அறிமுகம் செய்த இரட்டையர்களான கிருஷ்ணன்-பஞ்சு. மிக நீண்ட காலம் தயாரிப்பிலே இருந்த அந்தத் திரைப்படம் மிகப்பெரிய வெற்றிப் படமாக அமைந்தது. தமிழிலே ஒரு படம் வெற்றி பெற்றுவிட்டால் அதை இந்திக்கு எடுத்துச் செல்வதை வழக்கமாக வைத்திருந்த ஏ.வி.எம். நிறுவனத்தின் அதிபர் மெய்யப்பச் செட்டியார் 'உயர்ந்த மனிதன்' படத்தை இந்தியிலே தயாரிக்க முடிவு செய்தார்.

தமிழிலே சிவாஜிகணேசன் ஏற்றிருந்த பாத்திரத்தை இந்திப் பதிப்பிலே திலிப்குமார் ஏற்று நடித்தால் நன்றாக இருக்கும் என்று எண்ணிய அவர், அது குறித்து திலிப்குமாரிடம் பேச முயன்றபோது திலிப்குமார் குலுமணாலியில் படப்பிடிப்பில் இருக்கின்ற விவரம் அவருக்குத் தெரியவந்தது. உடனே திலிப்குமாரை சந்திக்க தன்னுடைய பம்பாய் பிரதிநிதியை குலு மணாலிக்கு செட்டியார் அனுப்பி வைத்தார்.

திலிப்குமாரைச் சந்தித்த அவர் "தமிழிலே மிகப் பெரிய வெற்றிப் படமாக அமைந்த 'உயர்ந்த மனிதன்' படத்தை உங்களை வைத்து

இந்தியிலே தயாரிக்க ஏ.வி.எம். நிறுவனத்தினர் விரும்புகிறார்கள்" என்று சொன்னவுடன் "ஏ.வி.எம். நிறுவனத்தில் நடிப்பது எனக்குப் பெருமை. அதனால் நான் நிச்சயம் நடிக்கிறேன். அதில் எந்த மாற்றமுமில்லை. ஆனால் 'உயர்ந்த மனிதன்' படத்தின் கதாநாயகன் சிவாஜி என்பதால் அதன் இந்தி பதிப்பில் என்னால் நடிக்க முடியுமா என்பதைப் படத்தைப் பார்த்துவிட்டுத்தான் சொல்ல முடியும்" என்று அவரிடம் திலிப்குமார் சொன்னார்.

திலிப்குமார் சொன்னதை மெய்யப்ப செட்டியாரின் நிர்வாகி அவருக்குத் தெரிவித்த அடுத்த நொடியே 'உயர்ந்த மனிதன்' படத்தின் பிரதி ஒன்றை குலு மணாலிக்கு மெய்யப்பச் செட்டியார் அனுப்பி வைத்தார்.

படத்தைப் பார்த்த திலிப்குமார் "படம் எனக்கு ரொம்பவும் பிடித்திருக்கிறது. ஆனால் சிவாஜி கணேசன் ஒவ்வொரு காட்சியிலும் தன்னுடைய அபாரமான நடிப்புத் திறனால் மிரட்டியிருக்கிறார். அவர் அளவிற்கு என்னால் நடிக்க முடியுமா என்றுதான் யோசிக்கிறேன். எப்படியும் இந்த மாத இறுதியில் நான் சென்னை வர இருக்கிறேன் அப்போது செட்டியார் அவர்களை நேரில் சந்தித்து இதுபற்றிப் பேசுகிறேன்" என்றார்.

திலிப்குமார் சென்னை வருவதற்குள் ஹிந்திப் படத்தை இயக்குவதற்கு ஒரு டைரக்டரை முடிவு செய்துவிட எண்ணிய மெய்யப்பச் செட்டியார் கே. பாலச்சந்தரை அழைத்து 'உயர்ந்த மனிதன்' படத்தை இந்தியில் தயாரிக்க முடிவு செய்திருக்கிறேன். இந்தியிலே அந்தப் படத்தை நீங்கள் இயக்கித் தர முடியுமா?" என்று கேட்டார்.

"அந்தப் படத்தை நான் பார்த்திருக்கிறேன். படம் எனக்கு மிகவும் பிடித்திருந்தது. ஆனால் அந்தப் படத்தை நான் இந்தியில் இயக்குவதானால் என் பாணியில் சில மாற்றங்களை அந்த படத்திலே செய்துகொள்ள நீங்கள் என்னை அனுமதிக்க வேண்டும். அதில் உங்களுக்குச் சம்மதம் என்றால் நான் இந்தியில் அந்தப் படத்தை இயக்குகிறேன்" என்றார் பாலச்சந்தர்.

"உங்கள் விருப்பப்படி நீங்கள் மாற்றங்களைச் செய்து கொள்ளலாம். அதில் எனக்கு ஆட்சேபணையிலை" என்று அவரிடம் கூறிய மெய்யப்பச் செட்டியார் இந்திப் படத்தை கே.பாலச்சந்தர்தான் இயக்கப்போகிறார் என்ற தகவலை திலிப்குமாருக்கு

தெரியப்படுத்தினார். கே.பாலச்சந்தர் இயக்கப் போகிறார் என்பது தெரிந்தால் அந்தப் படத்திலே நடிக்க திலிப்குமார் எளிதாக ஒப்புக்கொள்வார் என்பது அவரது கணிப்பாக இருந்தது.

"கே.பாலச்சந்தர் ஒரு மிகச் சிறந்த இயக்குனர் என்பதை நான் நன்கு அறிவேன். அவரது இயக்கத்திலே நடிப்பது எனக்குப் பெருமை" என்று கூறிய திலிப்குமார் தான் அடுத்த வாரம் சென்னை வர இருப்பதாகவும் அப்போது எல்லோருடனும் கலந்து பேசிவிட்டு முடிவெடுக்கலாம் என்றும் மெய்யப்பச் செட்டியாருக்குத் தகவல் அனுப்பினார்.

சொன்னபடி அந்த மாத இறுதியில் சென்னை வந்த திலிப்குமார் முதல் வேலையாக கே. பாலச்சந்தரைச் சந்தித்தார். பின்னர் மீண்டும் ஒரு முறை 'உயர்ந்த மனிதன்' படத்தைப் பார்க்க வேண்டும் என்றார். படத்தை இரண்டாவது முறையாகப் பார்த்த பின்னர் "நிச்சயமாக சிவாஜி அளவுக்கு என்னால் நடிக்க முடியாது. அதனால அந்தக் கதாபாத்திரத்தில் நான் நடிக்கின்ற அளவிற்கு என்ன மாற்றம் செய்யலாம் என்பதைப் பற்றித்தான் யோசிக்கிறேன். பாலச்சந்தர் ஒரு மிகப் பெரிய டைரக்டர் என்பதால் முதலில் அவரிடம் நான் அதுபற்றி பேசிவிடுகிறேன் அதற்குப் பிறகுதான் படத்தில் நடிப்பது பற்றி முடிவெடுக்க முடியும்" என்றார்.

பாலச்சந்தரைச் சந்தித்துப் பேசிவிட்டு திலிப்குமார் பம்பாய் சென்ற பின்னர் மெய்யப்பச் செட்டியார் அவர்களைச் சந்தித்த பாலச்சந்தர் "திலிப்குமார் மிகப்பெரிய கெட்டிக்காரராக இருக்கிறார். திரைப்படத் துறையின் எல்லா தொழில் நுணுக்கங்களையும் தெரிந்து வைத்திருக்கிறார். அதனால் அவர் விரும்புகிற மாதிரி அந்தக் கதாபாத்திரத்தை அமைத்துக் கொள்ள அவரை அனுமதிப்பதுதான் சரியாக இருக்கும்" என்று மெய்யப்பச் செட்டியாரிடம் கூறிவிட்டு "இன்னொரு முக்கியமான விஷயம்" என்றார்.

என்ன? என்பதுபோல மெய்யப்ப செட்டியார் முகத்தை உயர்த்திப் பார்த்தபோது "நான் இந்தப் படத்தை இயக்குவது அவ்வளவு சரியாக இருக்காது என்று எனக்குத் தோன்றுகிறது. திலிப்குமாரோடு நான் சில மணி நேரம் பேசியதில் அவர் மிகப்பெரிய நடிகர் மட்டுமல்ல, மிகச் சிறந்த தொழில் நுணுக்க அறிவும் பெற்றுள்ளவர் என்பதைப் புரிந்துகொள்ளும் வாய்ப்பு எனக்குக் கிடைத்தது. அதனால்

படப்பிடிப்பின்போது எனக்கும் அவருக்கும் கருத்து வேறுபாடுகள் வர வாய்ப்பிருக்கிறது என்பதையும் நான் உணர்ந்து கொண்டேன். எங்களுக்குள் சிறு வேறுபாடு வந்தாலும் தயாரிப்பாளர் என்ற முறையில் நீங்கள்தான் பாதிக்கப்படுவீர்கள். அதனால் என்னை மன்னித்துக் கொள்ளுங்கள்" என்று நாகரிகமாகச் சொல்லிவிட்டு அந்தப் படத்தை இயக்கும் பொறுப்பிலிருந்து பாலசந்தர் விலகிக் கொண்டார். அவரது அந்த முடிவின் காரணமாக ஓர் அற்புதமான படைப்பைக் கண்டுகளிக்கக் கூடிய வாய்ப்பை திரையுலகம் இழக்க நேர்ந்தது.

117

கண்ணதாசன் எழுதிய கடைசிப் பாடலுக்கு இசையமைத்த இளையராஜா

"ஒரு கோப்பையிலே என் குடியிருப்பு
ஒரு கோலமயில் என் துணையிருப்பு
இசைப் பாடலிலே என் உயிர்த் துடிப்பு
நான் பார்ப்பதெல்லாம் அழகின் சிரிப்பு
காவியத் தாயின் இளைய மகன்
காதல் பெண்களின் பெருந்தலைவன்
பாமர ஜாதியில் தனி மனிதன்- நான்
படைப்பதனால் என் பேர் இறைவன்"

என்று எந்த ஒளிவு மறைவும் இன்றி தன்னுடைய வாழ்க்கையைப் பதிவு செய்த செந்தமிழ்க் கவிஞர் கண்ணதாசனுக்கு சர்க்கரை நோய், ரத்தக் கொதிப்பு ஆகிய இரண்டுமே இருந்தது. ஒரு கால கட்டத்தில் இவை இரண்டையும் விட சளித் தொல்லை அவரைப் பெரிதும் வாட்டி வதைக்க, மருத்துவமனையில் சேர்ந்து சிகிச்சை பெற்றால் பத்திரிகைகளில் 'கண்ணதாசன் ஆஸ்பத்திரியில் அனுமதி' என்று கொட்டை எழுத்தில் செய்தி போட்டுவிடுவார்களே என்று எண்ணிய கண்ணதாசன் ஓட்டல் அறையில் தங்கி சிகிச்சை பெற்றுக் கொண்டிருந்தார்.

அப்படி அவர் உடல் நலம் இல்லாமல் இருந்த அந்தச்

நெஞ்சம் மறப்பதில்லை – மூன்றாம் பாகம்

சூழ்நிலையில்தான் 'மூன்றாம் பிறை' திரைப்படத்தின் இயக்குனர் பாலுமகேந்திராவும் இசையமைப்பாளர் இளையராஜாவும் கண்ணதாசனைத் தொடர்பு கொண்டு 'மூன்றாம் பிறை' படத்திற்கு இன்னொரு பாடல் தேவையாக இருக்கிறது என்று அவரிடம் சொன்னார்கள். உடல் நலம் சரியில்லாத அந்தச் சூழ்நிலையிலும் தன்னைத் தேடி அவர்களை வரச் சொல்லாமல் "நானே பிரசாத் ஸ்டூடியோவிற்கு வந்து எழுதிக் கொடுத்து விடுகிறேன்" என்று சொன்ன கண்ணதாசன் பிரசாத் ஸ்டூடியோவிற்குக் கிளம்பிச் சென்றார்.

காட்சிக்கான சூழலை பாலுமகேந்திரா சொல்ல, பாடலுக்கான மெட்டை இளையராஜா வாசித்துக் காட்ட அடுத்த அரை மணி நேரத்தில் 'கண்ணே கலைமானே' பாடல் கவியரசரின் நாவில் பிறந்தது.

பாடலை எழுதி முடித்தவுடன் "டேய் ராஜா நீ அதிர்ஷ்டக்காரன்டா. காலையில் விசுவுக்கு ஒரு பாட்டெழுதிக் கொடுத்துவிட்டு "இதுதான் என் கடைசிப் பாடல் என்று அவனிடம் சொன்னேன், ஆனால் இப்போது எழுதினேனே இதுதான் என் கடைசிப் பாட்டு" என்றார்.

சினிமா பாடல்கள் எழுதுவதை நிறுத்திக்கொள்ளவேண்டும் என்று கவிஞர் ஏற்கனவே முடிவெடுத்திருந்ததால் அவர் அப்படிச் சொன்னதை இளையராஜாவோ பாலுமகேந்திராவோ ஒரு பொருட்டாக எடுத்துக்கொள்ளவில்லை.

இதற்கிடையில் கண்ணதாசனுக்கு உடல் நலம் சரியில்லை என்ற விஷயம் அப்போது முதல்வராக இருந்த எம்.ஜி.ஆருக்குத் தெரிய வந்தது. உடனே கவிஞரை போனிலே தொடர்பு கொண்டு பேசிய எம்.ஜி.ஆர், உடம்பைப் பார்த்துக்கொள்ளும்படி அவரிடம் சொன்னதோடு நிற்காமல், கண்ணதாசன் உடல் நிலையை பரிசோதிக்க தனது மருத்துவரான சுப்ரமணியத்தை அனுப்பி வைத்தார்.

கண்ணதாசனைப் பரிசோதித்த சுப்ரமணியம் மருத்துவமனையில் சேர்ந்து கண்ணதாசன் சிகிச்சை பெற வேண்டிய அவசியத்தை எம்.ஜி.ஆருக்குக் கூறிவிட்டு கண்ணதாசனை அரசு மருத்துவ மனையில் சேர்த்தார்.

கவிஞரின் உடல் நலம் ஓரளவிற்குத் தேறத் தொடங்கியபோது அப்போது அமெரிக்காவில் நடைபெறவிருந்த தமிழ்க் கவிஞர்கள் விழாவிலும், உலகக் கவிஞர்கள் மாநாட்டிலும் அவர் கலந்து கொள்ள வேண்டும் என்று அமெரிக்க வாழ் தமிழ் மக்கள் அவருக்கு அழைப்பு விடுத்தனர். அவர்களது அழைப்பை ஏற்று அமெரிக்கா செல்ல கவிஞர் முடிவெடுத்தார்.

கண்ணதாசன் எப்போது வெளிநாட்டுக்குச் சென்றாலும் இசையமைப்பாளர் எம்.எஸ். விஸ்வநாதன் அவருடன் செல்வது வழக்கம். அவர் இல்லாமல் பெரும்பாலும் கண்ணதாசன் வெளிநாட்டுப் பயணங்களை மேற்கொண்டதில்லை என்பதால் அமெரிக்காவிற்குச் சென்றபோது தன்னுடன் வரும்படி எம்.எஸ். விஸ்வநாதனை வருந்தி வருந்தி அழைத்தார் கவிஞர்.

சொந்தப் படம் எடுத்து அப்போது மிகப்பெரிய நட்டத்தை சந்தித்திருந்த எம்.எஸ்.விஸ்வநாதன், அந்தப் பிரச்னைகளை எதிர்கொள்ள வேண்டி இருந்ததாலும் சில படங்களின் பின்னணி இசை சேர்ப்பை முடித்துத் தர வேண்டி இருந்ததாலும் கண்ணதாசனுடன் அவரால் அமெரிக்காவிற்குப் போக முடியவில்லை.

அமெரிக்காவில் கால் பதித்தவுடன் முதல் வேலையாக எம்.எஸ். விஸ்வநாதனுக்கு போன் பண்ணிய கவிஞர் “இங்கே என்னை வரவேற்க வந்த எல்லோரும் நீ ஏன் வரவில்லை என்று என்னிடம் கேட்கிறார்கள். நீ இல்லாமல் இங்கே தனியாக இருப்பது எனக்கும் என்னவோ போல் இருக்கிறது. இப்போது கூட ஒன்றும் பிரச்னையில்லை, நான் டிக்கெட் அனுப்புகிறேன். விசா எல்லாம் ஏற்பாடு செய்து தர இங்கே ஏராளமான நண்பர்கள் இருக்கிறார்கள், நீ உடனே கிளம்பி வந்து விடு” என்றார். தான் வரமுடியாத சூழ்நிலையில் இருப்பதைப் பற்றி மீண்டும் ஒரு முறை கண்ணதாசனிடம் விளக்கிச் சொன்ன விஸ்வநாதன், கண்ணதாசனது பயணம் வெற்றிகரமாக அமைய தன்னுடைய வாழ்த்துகளைக் கூறினார். அந்தப் பயணம்தான் கவிஞரது கடைசிப் பயணம் என்று தெரிந்திருந்தால் விஸ்வநாதன் அவருடன் போகாமல் இருந்திருக்க மாட்டார்.

1981ஆம் ஆண்டு ஜுலை மாதம் முதல் நாளன்று ‘கருவறை தொடங்கி கல்லறை முடிய’ என்று தொடங்கும் தன்னுடைய

கடைசிக் கவிதையை எழுதிவிட்டு தான் உயிராகக் கருதிய தமிழ் மண்ணிலிருந்து கவிஞர் விடைபெற்றார்.

அமெரிக்கா செல்லும் வழியில் லண்டனில் இறங்கியபோது அவர் மனதுக்குள்ளே லேசான தடுமாற்றம் பிறந்தது. அப்படியே சென்னை திரும்பி விடலாமா என்று கூட ஒரு கணம் யோசித்தார். ஆனால் காலம் அப்படி ஒரு நல்ல முடிவை எடுக்க அவரை அனுமதிக்கவில்லை. தன்னுடைய வாழ்க்கையை முடிக்க விதி நாள் குறித்து விட்டதை அறியாமல் அந்தக் குழந்தை மனம் கொண்ட கவிஞர் அமெரிக்கா செல்கின்ற விமானத்திலே அடி எடுத்து வைத்தார்.

118

கவிஞர் கண்ணதாசனின் கடைசி நாட்கள்

அமெரிக்காவிற்குச் சென்ற கவிஞர் கண்ணதாசன் அங்கே முதலில் என்ஜினீயர் சிவானந்தத்தின் வீட்டில் தங்கியிருந்தார். சிவானந்தத்தின் மனைவி ஈஸ்வரி ஒரு மருத்துவர். கண்ணதாசனுக்கு அலர்ஜி எதாவது இருக்கிறதா என்று பரிசோதித்த அவர் கவிஞரின் உடலில் பெரிதாகக் குறையேதும் இல்லை என்று நற்சான்று வழங்கினார். சிவானந்தத்தை அடுத்து மருத்துவர் ஆறுமுகம் வீட்டில் கவிஞர் தங்கியிருந்தபோது அவரது சிந்தனை முழுவதும் சென்னைக்கு எப்போது திரும்பப் போகிறோம் என்பதிலேதான் இருந்தது. கவிஞருக்கு மதுப்பழக்கம் உண்டு என்பதால் அவரது நுரையீரல் எந்தப் பாதிப்பும் இல்லாமல் இருக்கிறதா எண்பதைப்பற்றி மருத்துவரான ஆறுமுகம் ஒரு பரிசோதனை செய்ய விரும்பினார். கவிஞருக்கு அதிலே உடன்பாடில்லை. அந்தப் பரிசோதனையைத் தள்ளிப்போட அவர் எவ்வளவோ முயற்சி செய்தார். அந்த முயற்சிகள் பலனளிக்காத நிலையில் சோதனைக்காக அவர் மருத்துவமனையில் அனுமதிக்கப்பட்டார். பரிசோதனை முடிந்த அரை மணி நேரத்தில் திடீரென நெஞ்சுவலி ஏற்பட மருத்துவ மனையில் அனுமதிக்கப்பட்ட கவிஞர் சிறிது நேரத்திலேயே தன்னுடையை நினைவை இழந்தார்.

கண்ணதாசன் நினைவை இழந்து விட்டார் என்ற செய்தி இடியென தமிழகத்தைத் தாக்கியது.அந்தச் செய்தி அறிந்த

அடுத்த கணமே கவிஞரின் மனைவி பார்வதி அம்மாள், மகன் கலைவாணன், கண்ணதாசனின் மூன்றாவது மனைவியான வள்ளியம்மாள் அவரது மகள் விசாலி ஆகியோர் அமெரிக்கா விரைந்தார்கள்.

அவரது வாழ்நாளோடு காலம் கண்ணாமூச்சி ஆடிக் கொண்டிருந்ததால் கவிஞருக்கு நினைவு திரும்புவதும் போவதுமாக இருந்தது. அப்படி நினைவு திரும்பியபோதெல்லாம் "விசு அந்த டியுன் போடுடா" என்றும், "இந்தப் பல்லவி நன்றாக இருக்கிறதா பார்" என்றும் இசையமைப்பாளர் எம்.எஸ்.விஸ்வநாதன் நினைவாக மாறி மாறிப் பிதற்றத் தொடங்கினார் கண்ணதாசன். நினைவு தப்பி நினைவு தப்பி வந்த அந்தக் கணத்திலும் தப்பாமல் அவர் மனதில் பதிந்திருந்தது மெல்லிசை மன்னரான எம்.எஸ்.விஸ்வநாதன் மட்டுமே என்ற செய்தி அப்போது முதல் அமைச்சராக இருந்த எம்.ஜி.ஆரை எட்டியது. உடனடியாக எம்.எஸ். விஸ்வநாதனைத் தொடர்பு கொண்ட எம்.ஜி.ஆர் "கவிஞர் உன் நினைவாகவே இருக்கிறாராம். நீ போய் அவரிடம் பேச்சுக் கொடுத்தால் அவரது நினைவு திரும்ப வாய்ப்பு இருக்கிறது என்கிறார்கள். அதனால் நீ ஒரு முறை அமெரிக்கா போய் வந்து விடுகிறாயா?" என்று கேட்டபோதுதான் அப்போது இருந்த நெருக்கடியான சூழ்நிலையைப்பற்றி எம்.ஜி.ஆருக்கு விஸ்வநாதன் விளக்கமாக எடுத்துச் சொன்னார்.

உடனடியாக எம்.ஜி.ஆருக்கு ஒரு யோசனை பிறந்தது. எம்.எஸ். விஸ்வநாதனின் குரலைப் பதிவு செய்து அமெரிக்காவிற்கு அனுப்பி கண்ணதாசனுக்குக் கேட்கச் செய்யலாம் என்று முடிவெடுத்த எம்ஜிஆர். "நீங்க டியுன் போடற மாதிரியும், கவிஞர்கிட்டேயிருந்து பல்லவி எழுதி வாங்கற மாதிரியும், அவர் எழுதிய பல்லவியை மாத்தித் தரச் சொல்கிற மாதிரியும், கவிஞர் இங்கே இருந்தால் எப்படி கிண்டலும் கேலியுமாக பேசுவீர்களோ அப்படி பேசி அதை ஒரு டேப்பில் பதிவு செய்து கொடுங்கள். அதை அமெரிக்காவிற்கு அனுப்பி வைக்கலாம். உங்களது குரலைக் கேட்டு கண்ணதாசன் ஆறுதல் அடையவும், குணமடையவும் வாய்ப்பிருக்கிறது" என்று விஸ்வநாதனிடம் கூறினார். அவர் கேட்டுக்கொண்டதற்கு இணங்க மெல்லிசை மன்னார் தன்னுடைய குரலைப் பதிவு செய்து எம்ஜிஆருக்கு அனுப்பினார்.

ஆனால் விஸ்வநாதனின் குரல் பதிவு செய்யப்பட்ட அந்த ஒலி நாடா அமெரிக்காவை அடையும் முன்பே கண்ணதாசனின் நாடித் துடிப்பு முழுவதுமாக அடங்கி விட்டது.

1981ஆம் ஆண்டு ஜூலை மாதம் 24ஆம் தேதி சிகாகோ மருத்துவமனையில் சேர்க்கப்பட்ட அந்த மகா கவிஞன் 85 நாள் போராட்டத்துக்குப் பிறகு அக்டோபர் மாதம் பதினேழாம் தேதி இந்திய நேரப்படி பகல் 10.45 க்கு இயற்கையோடு கலந்துவிட்டார்.

'கன்னியின் காதலி' என்ற படத்தில் 'க' என்ற எழுத்தில் தொடங்கும் 'கலங்காதிரு மனமே' என்ற பாடல் வரிகளோடு தனது திரைப்பயணத்தை ஆரம்பித்த அந்த கவிச் சக்கரவர்த்தியின் கடைசிப் பாடலும் 'க' என்ற எழுத்தில் தொடங்கிய 'கண்ணே கலைமானே' என்ற பாடலாகவே அமைந்தது.

அக்டோபர் 21ஆம் தேதி விமானம் மூலம் கண்ணதாசனின் உடல் சென்னைக்குக் கொண்டு வரப்பட்டபோது விமான நிலையத்துக்கு வந்து அவரது உடலுக்கு மலர் மாலை அணிவித்து மரியாதை செலுத்திய எம்.ஜி.ஆர்., "அரசவைக் கவிஞரான கண்ணதாசனின் மருத்துவச் செலவு முழுவதையும் அரசாங்கமே ஏற்றுக்கொள்ளும்" என்று அறிவித்தார்.

கண்ணதாசன் இறந்து இப்போது முப்பத்தி ஏழு ஆண்டுகள் ஆகின்றன. அந்த மரணம் அவரது உடலுக்குத்தானே தவிர அவரது எழுத்துக்கு இல்லை என்பதை அவரது படைப்புகள் இன்றுவரை நிரூபித்து வருகின்றன.

தன்னைப் பற்றிப் பிறர் விமர்சிக்க இடம் கொடுக்காமல் தன்னைப் பற்றிய விமர்சனத்தை நடுநிலையோடு தானே எழுதிய மாபெரும் கவிஞர் கண்ணதாசன்.

"நிச்சயமாக என் வாழ்க்கை பரபரப்பான ஒரு நாவல்தான். இவ்வளவு திருப்பங்கள் வேறு யாருடைய வாழ்க்கையிலும் நிகழ்ந்திருக்க முடியாது. அதேநேரம் நானே வெட்கப்பட்டு மறைத்துக்கொண்ட விஷயங்களும் என் வாழ்க்கையில் உண்டு. இருப்பினும் என்னை யாரும் எப்போதும் மறந்துவிட முடியாது என்ற நிம்மதி சாவதற்கு முன்னாலேயே எனக்கு வந்து விட்டது.

உலகில் பலருக்கு இல்லாத நிம்மதி எனக்கு உண்டு. தங்களது வாழ்நாளில் எழுதிக் குவித்த பலர் அவர்களுடைய மரணத்துக்குப்

பின்னரே மதிக்கப்பட்டார்கள்.

அந்த வகையில் வாழும்போதே மதிக்கப்பட்டதற்காக இந்தத் தமிழ் மண்ணை விழுந்து முத்தமிடுவதே நான் செலுத்தும் நன்றிக் கடன்.

பெற்றவள் நினைத்தாளா பிள்ளை இப்படி வளருவான் என்று? தமிழ் இலக்கிய வரலாற்றில் என் பெயரைச் சேர்த்துக் கொடுத்த தெய்வத்துக்கு என் நன்றி.

நான் எழுதியதை விட எழுதாமல் விட்டது அதிகம். ஆனால் நான் எழுதியதே அதிகம் என்று மற்றவர்களுக்குத் தோன்றுகிறது. என்னைப் பிறரும் கெடுத்து நானும் கெடுத்துக் கொண்ட பிறகு மிச்சமிருக்கும் கண்ணதாசனையே நீங்கள் இப்போது பார்க்கிறீர்கள். இந்த மிச்சமே இவ்வளவு பிரகாசமாக இருக்குமானால் எல்லாம் சரியாக இருந்திருந்தால் எப்படி இருந்திருக்கும் என்று பலமுறை நான் ஆதங்கப்பட்டதுண்டு" என்று தன்னைத்தானே விமர்சித்துக் கொண்டவர் கண்ணதாசன்.

தன்னுடைய ஆருயிர் நண்பனின் பிரிவைத் தாங்கிக் கொள்ள முடியாமல்,

"கண்ணதாசா! என்
எண்ணமெல்லாம் இனிக்கும் நேசா"

என்று கண்ணீருடன் தனது கவிதாஞ்சலியைத் தொடங்கிய கலைஞர் கருணாநிதி –

"அடடா! அந்த இளமைக் கழனியில்
அன்பெனும் நாற்று நட்டோம்
ஆயிரங்காலத்துப் பயிர் நம் தோழமையென
ஆயிரங் கோடிக் கனவுகள் கண்டோம்
அறுவடைக்கு யாரோ வந்தார்
உன்னை மட்டும் அறுத்துச் சென்றார்
நிலையில்லா மனம் உனக்கு! ஆனால்
நிலை பெற்ற புகழ் உனக்கு
எத்தனையோ தாலாட்டுப் பாடிய உன்னை
இயற்கைத் தாய் தாலாட்டித் தூங்க வைத்தாள்!"

என்று தன்னுடைய கவிதாஞ்சலியில் குறிப்பிட்டிருந்தார்

சித்ரா லட்சுமணன்

"எத்தனை கவிஞர் நாங்கள்
இருந்தாலும் கவிஞன் என்றால்
அத்தனை பேருக்குள்ளும்
அவனையே குறிக்கும் என்று
முத்தமிழ்க் கவிதை நாட்டின்
முடிசூடிக் கொண்டான்!"

- என்று கவிதை பாடி தனது சோகத்தைத் தீர்த்துக்கொண்டார் கவிஞர் புலமைப்பித்தன்

ஆனால், இந்தக் கவிஞர்கள் எழுதிய எல்லா வரிகளையும் தாண்டி தான் உயிரோடு இருக்கும்போதே தன்னைப்பற்றி ஒரு கவிதை எழுதியது மட்டுமின்றி அதை ஒரு திரைப்படத்திலே பாடியும் இருந்தார் கவிஞர் கண்ணதாசன்.

நான் நிரந்தரமானவன் அழிவதில்லை
எந்த நிலையிலும் எனக்கு மரணமில்லை

என்ற அந்த வரிகள் சத்தியத்தின் வாக்கு என்பதை இன்றுவரை சொல்லாமல் சொல்லிக் கொண்டிருக்கிறது காலம்.

119

வாலி பாடலாசிரியராகக் காரணமான பட்டுக்கோட்டை கல்யாண சுந்தரம்

அளப்பரிய ஆற்றலுக்குச் சொந்தக்காரரான கவிஞர் வாலி படித்தது பள்ளி இறுதிவரைதான் என்ற போதிலும், அவரது வளமான தமிழுக்கு உரமாக அமைந்தவை அவர் படித்த மகாகவி பாரதியார், பாவேந்தர் பாரதிதாசன், நாமக்கல் கவிஞர், சுத்தானந்த யோகியார் ஆகியோரது கவிதைகளும், கல்கி, புதுமைப்பித்தன், கு.ப.ராஜகோபால், லா.ச.ரா, கரிச்சான் குஞ்சு ஆகியோரது கதைகளும், திரு.வி.க, ஞானசம்பந்தம் ஆகியோரது கட்டுரைகளும்தான்.

ஆரம்பக் கட்டத்தில் கதை, கவிதை, நாடகம், கட்டுரை என்று எல்லா துறைகளிலும் தன்னுடைய திறமையை நிரூபிக்கப் போராடிக் கொண்டிருந்தாலும் சினிமா துறையில் அடி எடுத்து வைப்பதுதான் வாலியின் லட்சியமாக இருந்தது. திரை உலகத்திற்குத் தன்னை அழைத்துச் செல்லக் கூடிய ஒரே வாகனம் நாடகம்தான் என்று முடிவெடுத்து, நாடகம் எழுதுவதில் தன்னுடைய முழு கவனத்தையும் செலுத்தத் தொடங்கிய அவரை "இனி பாட்டு எழுதுவதுதான் எனது இலக்கு" என்ற முடிவுக்குத் தள்ளியது 'பாசவலை' என்ற படத்திலே பட்டுக்கோட்டை கல்யாண சுந்தரம் எழுதியிருந்த 'குட்டி ஆடு தப்பி வந்தா குள்ள நரிக்குச் சொந்தம்' என்று தொடங்கும் பாட்டு. அந்தப் பாடலில் பட்டுக்கோட்டையாரின் சொல்வீச்சு வாலியைப் பெரிதும் கவர்ந்ததால் அந்தக் கவிஞன் மீது காதல் கொண்ட வாலி, பட்டுக் கோட்டையாரின் பாடல்களுக்காகவே 'பாசவலை' படத்தை பத்து முறை பார்த்தார்.

எம்.கே.ராதா, எம்.என்.ராஜம் ஆகியோர் முக்கிய வேடங்களில் நடித்த 'பாசவலை' படத்திலே கதாநாயகனாக நடித்திருந்தவர் வி.கோபாலகிருஷ்ணன். அவரது நடிப்பு மேலைநாட்டு நடிகர்களுக்கு நிகராக மிக இயல்பாக இருந்ததைப் பார்த்த வாலி ஒரு ரசிகனாக அவரைப் பாராட்டி கடிதம் ஒன்றை எழுதி வி.கோபாலகிருஷ்ணனுக்கு அனுப்பினார். வாலியின் வாழ்க்கையில் ரசிகனாக ஒரு நடிகரைப் பாராட்டி அவர் எழுதிய ஒரே கடிதம் அது மட்டுமே. அந்தக் கடிதம் வாலிக்கும் கோபாலகிருஷ்ணனுக்கும் இடையே ஒரு நெருக்கத்தை உண்டு பண்ணியது.

தன்னுடைய திரையுலக வாழ்க்கைக்கு வி.கோபாலகிருஷ்ணன்தான் ஆரம்பப் புள்ளியாக அமையப் போகிறார் என்று அப்போது வாலிக்குத் தெரியாது.

கவிஞர் என்ற அடையாளத்தை வாலி அடைவதற்கு முன்னாலேயே அவரது எழுத்தைத் தீவிரமாக ரசித்து அவரை அடுத்த கட்டத்துக்கு அழைத்துச் செல்ல வேண்டும் என்று ஆசைப்பட்ட முதல் மூவர் என்று வி.கோபாலகிருஷ்ணன், டி.எம். சவுந்திரராஜன், பி.பி.ஸ்ரீநிவாஸ் ஆகியோரையும் சொல்லலாம்.

திருச்சி வானொலியில் பகுதி நேரப் பணியாளராக வாலி பனியாற்றிக்கொண்டிருந்த கால கட்டத்தில்தான் டி.எம். சவுந்திரராஜனோடு அவருக்கு அறிமுகம் ஏற்பட்டது. பொங்கல் விழாவிலே கலந்து கொள்ள திருச்சி வானொலி நிலையத்திற்கு வந்த அவர் வாலி எழுதியிருந்த ஒரு பாடலைப் பாடினார்.

"நிலவுக்கு முன்னே
நீ வர வேண்டும்
நீ வந்த பின்னே
நிலவெதற்கு வேண்டும்."

என்று வாலி எழுதிய வரிகள் டி.எம்.சவுந்திரராஜனைப் பெரிதும் கவர்ந்ததால் "நீங்கள் சென்னைக்கு வந்தால் நிச்சயம் பாடலாசிரியராக பிரகாசிப்பீர்கள்" என்று வாலியை வாழ்த்தினார்.

திருச்சி வானொலிக்காக வாலி எழுதிய அந்தப் பாட்டு தமிழ்த் திரையுலகில் வாலி கவிஞராகப் புகழ் பெற்றதற்குப் பின்னால் விஸ்வநாதன் ராமமூர்த்தி இசையில் கே.எஸ்.கோபாலகிருஷ்ணனின் 'கற்பகம்' படத்துக்காகப் பதிவானது. "அந்தப் பாடல் பதிவின்போது

ktடி.எம்.சவுந்திரராஜனின் தீர்க்கதரிசனத்தை நினைத்து என் கண்கள் கலங்கின" என்று ஒரு கட்டுரையில் வாலி குறிப்பிட்டுள்ளார்.

டி.எம்.சவுந்திரராஜனைப் போல வாலியின் மீது அன்பு கொண்டிருந்த இன்னொரு பாடகரான பி.பி.ஸ்ரீநிவாஸ், வாலி பாடலாசிரியராக பிரபலமாவதற்கு முன்னாலே எழுதிய

"இசையால் எதுவும் வசியமாகும்
இதுவே இசையின் அதிசயமாகும்"

என்ற பாடலைப் பாடி அவரைப் பெருமைப்படுத்தியவர்.

திருச்சி வானொலி நிலையத்துக்காக வாலி எழுதியிருந்த 'பெண் குலத்தின் பொன் விளக்கு' என்ற நாடகத்தில் நடிப்பதற்காக 'பாசவலை' படத்தின் நாயகனான வி.கோபாலகிருஷ்ணன் திருச்சிக்கு வந்தபோது முதல் முறையாக அவரை நேரில் சந்தித்த வாலி, "நான் சென்னைக்கு வந்து சினிமாவிற்குப் பாடல்கள் எழுத முயற்சிக்கலாம் என்று இருக்கிறேன்" என்று அவரிடம் தெரிவித்தபோது "உடனே கிளம்புங்கள் வாலி. எதற்கும் கவலைப் படாதீர்கள், நான் இருக்கிறேன்" என்று உற்சாகமாக அவரைச் சென்னைக்கு வரும்படி வரவேற்றார் அவர்.

பாட்டெழுத சென்னைக்குப் போவதாக தன்னுடைய தந்தையிடம் சொல்லிவிட்டு 1958ஆம் ஆண்டில் சென்னைக்கு அடி எடுத்து வைத்தார் வாலி.

அடுத்த ஐம்பது ஆண்டுகளுக்கு தமிழ்த் திரை உலகைத் தன்னுடைய பாடல்களால் கட்டிப் போடப் போகின்ற ஒரு மாபெரும் கவிஞன் ஒருவன் சென்னையில் கால் பதித்திருக்கிறான் என்பதை, கால தேவனைத் தவிர வேறு எவரும் அன்று அறிந்திருக்கவில்லை.

வி.கோபாலகிருஷ்ணன் படித்த இளைஞர் என்பதால் அப்போது திரையுலகில் இருந்த எல்லோருமே அவருடன் மிகவும் நெருக்கமாகப் பழகுவார்கள். தமிழ்த் திரையுலகில் இருந்த எல்லோருடைய வீட்டிலும் எந்த முன் அனுமதியும் இல்லாமல் அடி எடுத்து வைக்கும் உரிமையைப் பெற்றிருந்ததால் வாலிக்கு பாட்டெழுத வாய்ப்பினைப் பெற்றுத் தருவதில் தனக்கு எந்தப் பிரச்னையும் இருக்காது என்று வி.கோபாலகிருஷ்ணன் திடமாக நம்பினார்.அந்த நம்பிக்கையில்தான் "உடனே சென்னைக்குப் புறப்படுங்கள்"என்று வாலியை உற்சாகப்படுத்தி சென்னைக்கு அவரை வரவழைத்தார் .

சென்னைக்கு வந்த பிறகு தினமும் காலை பத்து மணிக்கு வி.கோபாலகிருஷ்ணன் வீட்டுக்கு வாலி வந்துவிடுவார். எழுத்தாளர் ஜெயகாந்தன், கோவி.மணிசேகரன், இசையமைப்பாளர் எம்.பி.சீனிவாசன் என்று பலரும் வி.கோபாலகிருஷ்ணன் வீட்டுக்கு அடிக்கடி வருவார்கள் என்பதால் அவர்கள் அனைவரோடும் வாலிக்கு நெருக்கமான பழக்கம் ஏற்பட்டது.

இசையமைப்பாளர் எம்.பி. சீனிவாசன் தன்னுடைய மிக நெருங்கிய நண்பர் என்பதால் அவ்ரிடம் வாலிக்கு வாய்ப்பு வாங்கித் தருவது மிக எளிதாக இருக்கும் என்று எண்ணிய வி.கோபாலகிருஷ்ணன் அவரிடம் வாலியை அழைத்துச் சென்றார்.

கே.விஜயன் கதாநாயகனாக நடித்த 'பாதை தெரியுது பார்' என்ற படத்தைத் தயாரித்த குமரி பிலிம்ஸ் என்ற பட நிறுவனம் அப்போது தியாகராய நகரில் ஒரு மாடியில் இயங்கிக்கொண்டிருந்தது. அந்த இடத்தில் ஒரு கீற்றுக் கொட்டகையின் கீழ் தன்னுடைய வாத்தியக்காரர்களுடன் "சின்னச் சின்ன மூக்குத்தியாம், சிவப்புக் கல்லு மூக்குத்தியாம்" என்ற பாடலுக்கு எம்.பி.சீனிவாசன் இசை அமைத்துக் கொண்டிருந்தபோது, வாலியை அங்கே அழைத்துச் சென்ற வி.கோபாலகிருஷ்ணன், "வாலிக்கு நீங்கள் ஒரு வாய்ப்புத் தந்தே ஆக வேண்டும்" என்று சீனிவாசனிடம் கூறினார்.

அப்போதெல்லாம் பாடல்களை ஒரு சிறு நோட்டில் எழுதி வைத்திருப்பார் வாலி. சீனிவாசனிடம் கோபாலகிருஷ்ணன் அறிமுகம் செய்த அடுத்த நிமிடம் தன்னுடைய நோட்டுப் புத்தகத்தை எடுத்து அவரிடம் நீட்டினார் வாலி. அவர் கொடுத்த வேகத்தை விட கூடுதல் வேகத்தில் அந்த நோட்டை வாலியிடம் சீனிவாசன் திருப்பிக் கொடுத்தார்.

திறமை மட்டுமே ஒருவருக்கு வாய்ப்புகளை பெற்றுக் கொடுத்துவிடும் என்று தான் நினைத்தது எவ்வளவு தவறு என்பது வாலிக்கு வாய்ப்புகள் வாங்கித் தருவதற்காக ஒவ்வொரு படிகளாக ஏறி இறங்கியபோதுதான் வி.கோபாலகிருஷ்ணன் புரிந்து கொண்டார். ஆனால் அதற்காகத் தன்னுடைய முயற்சியில் அவர் சிறிதும் தளரவில்லை.

தமிழ்த் திரையுலகின் வாசல் ஒரு கால கட்டத்தில் வாலிக்காக, தன்னுடைய கதவுகளை விசாலமாகத் திறந்தது என்றால் அதற்குக் காரணம் வி.கோபாலகிருஷ்ணனின் அந்தத் தளராத மனம்தான்.

120

கவிஞர் கண்ணதாசனிடம் உதவியாளராகச் சேர மறுத்த வாலி

தன்னுடைய பரிந்துரையை ஏற்று நெருங்கிய நண்பரான எம். பி.சீனிவாசனே வாலிக்கு வாய்ப்புத் தரவில்லையே என்ற ஏக்கம் மனதுக்குள் இருந்தாலும், அதனால் எல்லாம் சோர்ந்துபோகாமல் அடுத்து ஜி.ராமநாதன், டி.ஜி.லிங்கப்பா, ஜி.கே.வெங்கடேஷ் என்று பல இசையமைப்பாளர்களிடம் வாலியை அழைத்துச் சென்று கோபி அறிமுகப்படுத்தினார்.

"அப்படி என்னதான் பாட்டு எழுதறீங்க?ஒரு பாட்டைப் பாடுங்கள் கேட்போம் என்று என்னிடம் ஒருநாளும் கோபி கேட்டதில்லை.நான் பாட்டுக்களை எழுதி வைத்திருந்த நோட்டுப் புத்தகத்தை ஒரு நாளாவது அவர் புரட்டிப் பார்த்திருக்கிறாரா என்றால் அதுவும் இல்லை. அப்படி இருந்த நிலையிலும் எதனால் கோபி என்மீது அப்படி ஒரு நம்பிக்கை வைத்திருந்தார் என்று எண்ணி பல நாட்கள் நான் வியந்திருக்கிறேன். என்னுடைய திறமையைப் பரிசோதித்துப் பார்த்துவிட்டு எனக்குப் பரிந்துரை செய்வதைவிட தன்னுடைய நண்பன் ஒருவன் முன்னுக்கு வரவேண்டும் என்ற எண்ணத்தில்தான் அவர் எனக்குத் தீவிரமாக பரிந்துரை செய்திருக்கி றார் என்பதை அவருடன் பல நாட்கள் பழகியதற்குப் பின்னரே புரிந்துகொண்டேன்" என்று கோபியின் பெருந்தன்மையான போக்கைப் பற்றி ஒரு கட்டுரையில் பதிவு செய்திருக்கிறார் கவிஞர் வாலி.

பல இசையமைப்பாளர்களைச் சந்தித்த பிறகும் வாலியின் வாழ்க்கையில் வசந்தம் வீசாத நிலையில் "நாளைக்கு உங்களை ஒரு பிரபலமான இசையமைப்பாளரிடம் அழைத்துச் செல்கிறேன். அவர் என்னுடைய மிக நெருங்கிய நண்பர் என்பதால் அவரிடம் பேசி நிச்சயமாக உங்களுக்கு ஒரு வாய்ப்பை வாங்கித் தருவது என் பொறுப்பு" என்று சொன்ன கோபி, அந்த இசையமைப்பாளரின் பெயரைச் சொன்னதும் வாலி ஆனந்த அதிர்ச்சியில் உறைந்துபோனார். அதற்கு முக்கிய காரணம் கோபி சொன்ன இசையமைப்பாளரின் பெயர். கோபி சொன்ன அந்த இசையமைப்பாளர் மீது வாலி அளவில்லாத மரியாதை வைத்திருந்தார். அவரிடம் பாட்டெழுத மட்டும் கோபி தனக்கு ஒரு வாய்ப்பை வாங்கித் தந்துவிட்டால் ஒரு திரைக்கவிஞனாகத் தன்னுடைய பயணம் உறுதியாகிவிடும் என்று வாலி திடமாக நம்பினார்.

அந்த இசையமைப்பாளரின் பெயர் எம்.எஸ்.விஸ்வநாதன்.

மெல்லிசை மன்னரான எம்.எஸ். விஸ்வநாதனின் பெயரைச் சொன்னவுடன் வாலியின் முகத்தில் எழுந்த ஆனந்த அலைகளைப் பார்த்த கோபி, "நீங்கள் எதற்கும் பயப்படாதீர்கள். அவரிடம் உங்களுக்கு வாய்ப்பு வாங்கித் தர வேண்டியது என்னுடைய பொறுப்பு" என்று சொல்லி அவருக்கு மேலும் நம்பிக்கையூட்டினார். எம்.எஸ். விஸ்வநாதன், கோபி மீது மிகுந்த அன்பும் பாசமும் கொண்டவர் என்பதால் அவரது வீட்டுக்குள் கோபி அடி எடுத்து வைத்தவுடன் எம்.எஸ்.விஸ்வநாதன் அவரை அப்படியே ஆரக் கட்டித் தழுவிக் கொண்டார். அதைப் பார்த்தவுடன் வாலியின் நம்பிக்கை இன்னும் அதிகமானது.

அடுத்து வாலியைப் பற்றியும் அவரது பாட்டெழுதும் ஆற்றலைப் பற்றியும் எம்.எஸ்.விஸ்வநாதனுக்கு விரிவாக எடுத்துச் சொன்ன கோபி 'ம்ம்' என்று சைகை காட்ட பாட்டுக்களை எழுதி வைத்திருந்த ஒரு சிறிய நோட்டுப் புத்தகத்தை எம்.எஸ்.விஸ்வநாதனிடம் மிகவும் அடக்கத்தோடு வாலி எடுத்து நீட்டினார்.

மேலெழுந்தவாரியாகப் படிக்காமல் தன்னுடைய முழு கவனத்தையும் செலுத்தி எம்.எஸ்.விஸ்வநாதன் அந்த நோட்டுப் புத்தகத்தைப் படித்துப் பார்த்தது வாலியின் நம்பிக்கையை இன்னும் அதிகப்படுத்தியது. மொத்தப் பக்கங்களையும் படித்து முடித்த

எம்.எஸ்.விஸ்வநாதன், அந்த நோட்டுப் புத்தகத்தை வாலியிடம் திருப்பிக் கொடுத்தார். அடுத்து எம்.எஸ்.விஸ்வநாதன் தன்னுடைய பாடல்களைப் பற்றி என்ன சொல்லப்போகிறார் என்று தெரிந்து கொள்கின்ற ஆவலுடன் வாலி அவரது உதட்டசைவையே ஆர்வத்துடன் பார்த்துக் கொண்டிருந்தபோது தன்னுடைய வேலைக்காரரை அழைத்த விஸ்வநாதன், எல்லோருக்கும் காபி கொண்டு வருமாறு அவரிடம் கூறினார்.

அடுத்து அருமையான காபி எல்லோருக்கும் அளிக்கப்பட்டது. கோபி, விஸ்வநாதன் ஆகியோரோடு வாலியும் அந்தக் காபியைக் குடித்தார். ஆனால் அந்தக் காபியின் மணம், குணம் எதையும் அவரால் உணர முடியவில்லை. தன்னுடைய பாடல்களைப் பற்றி எம்.எஸ்.விஸ்வநாதன் இன்னும் ஒன்றும் சொல்லவில்லையே என்று அவர் தவித்துக்கொண்டிருந்தபோது கோபியைத் தனியே அழைத்த விஸ்வநாதன் அவரது காதோடு ஏதோ சொன்னார். அந்தக் கணமே விஸ்வநாதன் இசையில் எப்படியும் பாடல் எழுதிவிடலாம் என்று வாலி தன்னுடைய மனதுக்குள்ளே கட்டியிருந்த மனக்கோட்டை மண் கோட்டையாகிப் போனது.

“வாங்க வாலி போகலாம்” என்று தன்னுடைய ஸ்கூட்டரில் வாலியை ஏற்றிக் கொண்டு விஸ்வநாதனின் வீட்டை விட்டுக் கிளம்பிய கோபி போகும் வழியில் விஸ்வநாதன், வாலியைப் பற்றிச் சொன்னது அனைத்தையும் ஒரு வரிகூட விடாமல் அப்படியே வாலியிடம் சொன்னார்.

“கோபி இவர் எழுதியிருக்கும எல்லா பாட்டுக்களையும் நான் படித்துப் பார்த்தேன். எனக்குத் தெரிந்து இவர் சினிமாவில் புகழ் பெறுவதற்கான வாய்ப்பு மிகவும் குறைவு. அவர் நன்றாகப் படிச்சவர் என்று வேற நீ சொல்றே. அப்படிப்பட்டவர் எதுக்கு மெட்ராசில் இருந்து கொண்டு வீணாகக் கஷ்டப்பட வேண்டும்? சினிமாவுக்கு ஒரு முழுக்குப் போட்டு விட்டு அவரை நேராக திருச்சிக்குப் போய் ஒரு நல்ல வேலையில் சேரச் சொல்லு” என்று எம்.எஸ்.விஸ்வநாதன் சொன்னதாக கோபி சொன்ன அடுத்த நிமிடம் இனி சென்னையிலே தங்கி வாய்ப்புக்காக அலைவதில் எந்தப் பயனும் இல்லை. ஆகவே மூட்டை முடிச்சுகளைக் கட்டிக் கொண்டு திருச்சிக்குக் கிளம்ப வேண்டியதுதான் என்ற முடிவுக்கு வந்தார் வாலி. ஆனால் அந்த முடிவை நிறைவேற்ற கோபி அவரை அனுமதிக்கவில்லை.

அதற்குப் பின்னர் கோபியின் தீவிர முயற்சியால் ஓரிரு படங்களில் பாட்டெழுதும் வாய்ப்பு வாலிக்குக் கிடைத்தது என்றாலும், அவர் ஆசைப்பட்ட திரை வாழ்க்கை அவருக்கு அமையவில்லை. அந்தக் கால கட்டத்தில் பாட்டெழுத வாய்ப்பு வாங்கித் தரவில்லை என்றாலும் அவர் சென்னையிலே தொடர்ந்து வாழ காசு கொடுத்து அவரை ஆதரித்தவர்களில் மிக முக்கியமானவர் இசையமைப்பாளர் ஜி.கே. வெங்கடேஷ். வாரத்தில் இரண்டு அல்லது மூன்று நாட்கள் அவரைத் தவறாமல் சந்தித்துவிடுவார் வாலி. அப்போதெல்லாம் "கவலைப்படாதே வாலி, உன்னைத் தேடி உன்னுடைய வீட்டு வாசலில் ஏகப்பட்ட கார்கள் காத்துக் கிடக்கின்றகாலம் வெகு விரைவிலேயே வரும்" என்று உற்சாகப்படுத்தக்கூடிய ஜி.கே. வெங்கடேஷ் தான் வீட்டை விட்டு காரில் புறப்படும்போது வாலியையும் தன்னுடன் காரில் ஏற்றிக்கொள்வார். தியாகராய நகரில் அவரை இறக்கிவிடும்போது மறக்காமல் இரண்டு ரூபாயைத் தருவார் அவர்.

அப்போது மூன்று வேளையும் முழுதாகச் சாப்பிடக்கூட வசதியில்லாமல் வாலி தவித்துக் கொண்டிருந்ததால் அவரது அந்த பசித்துயரை முழுமையாகத் துடைக்க திட்டமிட்ட வெங்கடேஷ் "வாலி, இனிமேல் நீ இப்படி சாப்பாட்டுக்குக்கூட வழி இல்லாமல் திண்டாட வேண்டாம். மாசம் 300 ரூபாய் கிடைக்கிற மாதிரி உனக்கு ஒரு வேலைக்கு ஏற்பாடு செய்துவிட்டேன். கிளம்பு" என்று ஒரு நாள் வாலியை அழைத்தபோது "அண்ணே எனக்கு ஆபீஸ் வேலை எல்லாம் வேண்டாம் அண்ணே. பாட்டெழுத வேலை வாங்கித் தாருங்கள்" என்றார் வாலி.

"பாட்டெழுதற வேலைதாண்டா. உன்னைக் கவிஞர் கண்ணதாசன்கிட்டே வேலைக்குச் சேர்த்துவிடப் போறேன். கண்ணதாசன் பாட்டைச் சொல்லச் சொல்ல நீ அதை பேப்பரில் ஒழுங்காக எழுதணும். அதுதான் உன் வேலை. உனக்கு அவர் மாதம் 300 ரூபாய் தந்துவிடுவார்" என்று ஜி.கே.வெங்கடேஷ் உற்சாகமாகச் சொன்னபோது, அப்படியே நொறுங்கிப்போன வாலி தன்னுடைய மனதில் உள்ளதை அவருக்கு எப்படி எடுத்துச் சொல்வது என்று முதலில் கொஞ்சம் தடுமாறினார்.

பின்னர் தைரியத்தை வரவழைத்துக் கொண்டு "அண்ணே கண்ணதாசனுக்கு எதிர்க்கடை போடத்தான் நான் திருச்சியில் இருந்து இங்கே வந்திருக்கேன். அப்படியிருக்கும்போது

அவர்கிட்டேயே உதவியாளராகச் சேர்ந்தால் என்னால் எப்படிப் பாடலாசிரியராக முடியும்? டைலர்கிட்டே வேலைக்குச் சேர்ந்தா காலம் பூராவும் காஜா எடுக்க வேண்டியதுதான். மிஷினில் உட்கார அவ்வளவு எளிதில் வாய்ப்புக் கிடைக்காது" என்று உபமான உபமேயத்துடன் வாலி சொல்லி முடித்தபோது ஜி.கே. வெங்க டேஷ் முகம் கோபத்தால் சிவந்திருந்தது.

"நீ நிச்சயம் உருப்படமாட்டே" என்று வாலிக்கு சாபம் கொடுத்து விட்டு காரில் ஏறிப் போய்விட்டார் அவர்.

அவரும் கவிஞராக இருந்திருந்தால் அவரது வாக்குப் பலித்திருக்குமோ என்னவோ, அவர் இசையமைப்பாளராக மட்டும் இருந்ததால் அவரது வாக்குப் பலிக்கவில்லை. அதனால்தான் தனக்கென ஒரு தனி சிம்மாசனத்தை உருவாக்கிக் கொண்டு ஐம்பதாண்டு காலம் பாடலாசிரியராக தமிழ்த் திரையுலகை வாலியால் ஆட்சி செய்ய முடிந்தது.

121

வாலியைப் பாடலாசிரியராக ஏற்றுக்கொள்ள மறுத்த கே.வி.மகாதேவன்

எவ்வளவு முயற்சித்தும் திரையுலகிலே அழுத்தமாகக் கால் பதிக்க ஒரு வழியும் தெரியவில்லையே, பேசாமல் ஊருக்கே திரும்பிவிடலாமா என்ற குழப்பத்தில் வாலி இருந்தபோது ஒரு நாள் வாலி தங்கியிருந்த தியாகராய நகர் கிளப் ஹவுசின் அறைக் கதவைப் பாடகர் பி.பி.ஸ்ரீநிவாஸ் தட்டினார். விரக்தியின் விளிம்பில் தான் இருக்கின்ற விஷயத்தை அவரிடம் காட்டிக்கொள்ளாமல் "சமீபத்தில் நீங்கள் பாடிய நல்ல பாட்டு ஏதாவது இருந்தால் பாடுங்கள்" என்று வாலி அவரிடம் கேட்க 'சுமைதாங்கி' படத்தில் விஸ்வநாதன் ராமமூர்த்தி இசையமைப்பில் தான் பாடியிருந்த 'மயக்கமா கலக்கமா' என்று தொடங்கும் கண்ணதாசனின் பாடலைப் பாடத் தொடங்கினார் பி.பி.ஸ்ரீநிவாஸ்.

குழப்பமான மனநிலையில் இருந்த வாலியின் மனதிலே அந்தப் பாடல் மிகப்பெரிய தெளிவை ஏற்படுத்தியது. மொத்தப் பாடலையும் கேட்டு முடித்தவுடன் இனி சென்னையிலேயே தங்கி தீவிரமாக சினிமாவில் பாட்டெழுத முயற்சிப்பது என்று முடிவெடுத்த வாலி, பி.பி.ஸ்ரீநிவாஸ் அன்று பாடிய அந்தப் பாட்டு கவிஞர் கண்ணதாசன் எனக்கு அருளிய கீதோப தேசமாக அமைந்தது என்று ஒரு கட்டுரையில் குறிப்பிட்டுள்ளார். அந்தப் பாடல் வரிகளைக் கேட்ட அடுத்த நொடியிலிருந்து கண்ணதாசனை

சந்திக்க ஆசைப்பட்ட வாலியை, ப.நீலகண்டனின் உதவியாளரான மா.லட்சுமணன், கவிஞரின் இல்லத்துக்கு அழைத்துச் சென்று அறிமுகப்படுத்தி வைத்தார்.

அதுதான் கவிஞருடன் வாலிக்கு முதல் சந்திப்பு.

மா.லட்சுமணன், வாலியைக் கவிஞரிடம் அறிமுகப்படுத்தியபோது "நீங்கள் திருச்சி ரேடியோ ஸ்டேஷனில் நாடகங்களை எழுதிக் கொண்டிருந்தவர்தானே" என்றார் கவிஞர்.

கண்ணதாசனை நேரில் சந்தித்த சந்தோஷத்தில்,

"காட்டுக்குள் தேனீக்கள்
கூட்டுக்குள் வைத்ததைப்
பாட்டுக்குள் வைத்தவனே
கூட்டுக்குள் குயிலாகக்
கூவித் திரியாமல்
காலம் கழித்தவனே"

என்று கவிஞர் கண்ணதாசனைப் பற்றி ஆறு வரிக் கவிதை ஒன்றை வாலி பாட அவரது தோளில் தட்டி "நாம் அடிக்கடி சந்திக்கலாம்" என்றார் கவிஞர்.

ஆனால் காலம் அவ்வளவு சுலபமாக அவர்களைச் சந்தித்துக்கொள்ள அனுமதிக்கவில்லை.

வாலி கிளப் ஹவுஸில் நாகேஷோடு இருந்தபோது இரு நாடக இயக்குனர்களை அவருக்கு அறிமுகம் செய்து வைத்தார் நாகேஷ். அந்த இருவரில் ஒருவர் இன்றுவரை தமிழ்த் திரைப்பட ரசிகர்கள் 'இயக்குனர் சிகரம்' என்ற அடைமொழியோடு கொண்டாடிக் கொண்டிருக்கும் கே.பாலச்சந்தர். இன்னொருவர் எம்.ஜி.ஆர், சிவாஜி உட்பட பல முன்னணி கதாநாயகர்களின் படங்களுக்கு கதை வசனம் எழுதிய மா.ரா என்கிற மா.ராமச்சந்திரன்.

நாகேஷ், கே. பாலாஜி போன்ற பலரும் மா.ரா.வின் நாடகங்களில் தயாரானவர்கள்தான். வாலியை நாகேஷ் அவருக்கு அறிமுகம் செய்து வைத்த காலகட்டத்தில் எஸ்.எஸ்.ராஜேந்திரன் கதாநாயகனாக நடித்த 'நீங்காத நினைவு' என்ற படத்திற்கு கதை வசனகர்த்தாவாக மா.ரா பணியாற்றிக்கொண்டிருந்தார். ஆகவே தன்னுடைய செல்வாக்கை முழுமையாகப் பயன்படுத்தி 'நீங்காத

நினைவு' படத்திலே இரண்டு பாடல்கள் எழுத அவர் வாலிக்கு வாய்ப்பினைப் பெற்றுத்தந்தார்.

'நீங்காத நினைவு' படத்திற்கு இசையமைத்தவர் கே.வி. மகாதேவன். அந்தக் காலத்திலே எந்த ஒரு இசையமைப்பாளரும் அவ்வளவு சுலபத்தில் புதிய பாடல் ஆசிரியர்களை ஏற்றுக்கொள்ள மாட்டார்கள். அந்த வழக்கத்திற்கு தானும் விதிவிலக்கல்ல என்று வாலியிடம் நிரூபித்தார் கே. வி.மகாதேவன்.

கே.வி.மகாதேவன், வாலியை உதறித் தள்ளவில்லை. ஆனால் அதே நேரத்தில் உற்சாகப்படுத்தவும் இல்லை. "நீங்காத நினைவு" படத்தின் தயாரிப்பாளரான சுலைமான், வசனகர்த்தாவான மா.ரா. ஆகிய இருவரும் வாலியின் விஷயத்திலே காட்டிய உறுதிதான் அந்தப் படத்திலே வாலியின் பாடல்களை ஏற்க வேண்டிய கட்டாயத்திற்கு மகாதேவனைத் தள்ளியது.

"கே.வி.மகாதேவன் என்னை மனமார ஏற்றுக்கொள்ளவில்லை என்பதை நான் புரிந்துகொண்டேன். என் பாடல் அவருக்கு பிடிக்காமல் இருந்திருக்கலாம். அது அவரது உரிமை. இருப்பினும் அதற்கான காரணத்தை விளக்காமல் அவர் இறுக்கமாக இருந்தது எனக்கு உறுத்தலாக இருந்தது. இருந்தபோதிலும் காலம் கனியட்டும் என்ற எண்ணத்தில் குனிந்தபடி அந்தக் குட்டுகளை நான் ஏற்றுக் கொண்டேன்" என்று அந்தச் சம்பவம் பற்றி ஒரு கட்டுரையிலே கவிஞர் வாலி பகிர்ந்துகொண்டிருக்கிறார்.

'நீங்காத நினைவு' படத்திலே வாலிக்கு வாய்ப்புத் தந்ததோடு தங்களது கடமை முடிந்தது என்று எண்ணாமல் தங்களுக்கு நன்கு அறிமுகமான இயக்குனரான முக்தா சீனிவாசனிடம் வாலியின் திறமையைப் பற்றி சுலைமானும் மா.ரா.வும் எடுத்து சொன்னார்கள். அப்போது முக்தா சீனிவாசன், ஜெமினி கணேசன் கதாநாயகனாக நடிக்க 'இதயத்தில் நீ' என்ற படத்தை இயக்கிக்கொண்டிருந்தார்.

தன்னுடைய நெருங்கிய நண்பர்களான சுலைமான்,மா.ரா ஆகியோரின் பரிந்துரையை ஏற்று ஆயிரத்து தொள்ளாயிரத்து அறுபத்து மூன்றாம் ஆண்டு ஜனவரி மாதம் முதல் வாரத்திலே மெல்லிசை மன்னர்களான விஸ்வநாதனுக்கும், ராமமூர்த்திக்கும் முக்தா சீனிவாசன், வாலியை அறிமுகம் செய்து வைத்தார்.

“மிகவும் நல்ல கவிஞர். அவர் எழுதுகின்ற பாட்டைப் பாருங்கள். உங்களுக்குப் பிடித்திருந்தால் அவரைப் பயன்படுத்திக் கொள்ளுங்கள். ஒத்துவராது என்று உங்களுக்குத் தோன்றினால் நான் உங்களை வற்புறுத்த மாட்டேன்” என்று விஸ்வநாதனிடம் வாலியைப் பற்றி முக்தா சீனிவாசன் எடுத்துச் சொன்னவுடன் வாலியின் திறமைக்கு ஒரு வாய்ப்பு அளிக்க எம்.எஸ்.விஸ்வநாதன் சம்மதித்தார்.

பாடல் இடம்பெற வேண்டிய சூழலைப் பற்றி முக்தா சீனிவாசன், வாலிக்கு விளக்கியவுடன் “பூவரையும் பூவைக்கு பூமாலை போடவா? பொன்மகளே வாழ்கவென்று பாமாலை போடவா”என்று பல்லவியை எழுதிக் கொடுத்தார் வாலி.

அதை வாங்கிப் படித்துவிட்டு “பூவைக்கு என்பதெல்லாம் டியூனுக்குச் சரியாக வராதே” என்று விஸ்வநாதன் சொன்ன அடுத்த நொடியே “பூவரையும் பூங்கொடிக்கு பூமாலை போடவா? ”என்று அந்தப் பல்லவியை மாற்றிக் கொடுத்தார் வாலி.

அந்தப் பாடல் வரிகளை வைத்துக் கொண்டு நான்கைந்து விதமாக பல்லவிக்கு இசையமைத்த விஸ்வநாதன் முகத்திலே சிரிப்பைப் பார்த்ததும் வாலிக்கு லேசாக நம்பிக்கை பிறந்தது.

“சரணத்துக்கு நான் கொடுக்கும் மெட்டிற்குத்தான் நீங்கள் பாட்டெழுத வேண்டும்” என்று வாலிக்கு நிபந்தனை விதித்துவிட்டு விஸ்வநாதன் மெட்டை வாசித்துக் காட்ட, அடுத்த கால்மணி நேரத்தில் அவர் வாசித்த மெட்டுக்கு நான்கைந்து சரணங்களை எழுதி அவரிடம் நீட்டினார் வாலி.

அந்தச் சரணங்களை இரண்டு மூன்று முறை படித்துப் பார்த்த விஸ்வநாதன், வாலியின் பக்கம் திரும்பி “இவ்வளவு நாட்களாக எங்கே இருந்தீங்க” என்று கேட்டுவிட்டு சீனிவாசனின் பக்கம் திரும்பி “சீனு அண்ணா அடுத்த பாட்டுக்கான காட்சி என்ன? அதையும் இந்தக் கவிஞருக்குச் சொல்லுங்க” என்றார்.

முக்தா சீனிவாசன் அந்தக் காட்சியை விளக்கியவுடன்,

> “ஒடிவது போல் இடையிருக்கும்
> இருக்கட்டுமே - அது
> ஒய்யார நடை நடக்கும்
> நடக்கட்டுமே”

என்ற வரிகள் வாலியிடமிருந்து பிறந்தன. .

பாடல் கம்போசிங் முடிந்து கிளம்பும்போது முக்தா சீனிவாசனைப் பக்கத்தில் அழைத்த எம்.எஸ்.விஸ்வநாதன் அவரது காதோடு எதையோ சொல்லிவிட்டுக் கிளம்பினார்.

அதைப் பார்த்ததும் மீண்டும் வாலியின் மனதுக்குள் கலவரம் ஏற்பட்டது. மிகுந்த பதைப்புடன் "எம்.எஸ்.வி. என்ன அண்ணா சொல்லிவிட்டுப் போனார்?" என்று சீனிவாசனிடம் அவர் கேட்டபோது "படத்தில் உள்ள மற்ற பாடல்களையும் உன்னையே எழுதச் சொல்லலாம் என்று சொல்லிவிட்டுப் போனாரய்யா, இன்றோடு உன்னுடைய தரித்திரம் விடிந்தது" என்றார் முக்தா சீனிவாசன்.

அவர் சொன்ன வார்த்தை அப்படியே பலித்தது.'இதயத்தில் நீ' படத்துக்காக விஸ்வநாதன் இசையில் முதல் பாடலை எழுதி முடித்த அடுத்த கணத்திலிருந்து வாலியின் வாழ்க்கையில் வசந்தம் வீச ஆரம்பித்துவிட்டது.

"இன்றோடு உன்னுடைய தரித்திரம் விடிந்தது என்று முக்தா சீனிவாசன் சொன்னபோது, எனக்குப் பேச நா எழவில்லை. கண்களில் நீர் கோத்து விழிப்படலம் மறைக்க நின்றேன்.

முக்தா சீனிவாசன் என் கண் முன்னால் கடவுளாகவே காட்சியளித்தார். வறுமையில் வாடி நித்தம் நித்தம் செத்துக் கொண்டிருந்த எனக்கு வாழ்வுப் பிச்சை போட்ட முக்தா சீனிவாசனை என் மூச்சு உள்ளளவும் மறப்பதற்கில்லை" என்று ஒரு கட்டுரையில் குறிப்பிட்டிருக்கிறார் கவிஞர் வாலி.

122

பாக்யராஜின் பாடல் வரிகளைப் பாட மறுத்த இளையராஜா

'**சு**வர் இல்லாத சித்திரங்கள்' படத்தின் மூலம் இயக்குனரான கே.பாக்யராஜ் அந்தப் படத்தைத் தொடர்ந்து இயக்கிய பல படங்கள் வெற்றிப்படங்களாக அமைந்ததால் அவருடைய இயக்கத்திலே ஒரு படத்தைத் தயாரிக்க வேண்டும் என்று அப்போது முன்னணியிலே இருந்த எல்லா பட நிறுவனங்களும் ஆசைப்பட்டன. அப்படி தன்னைத் தேடிவந்த பல வாய்ப்புகளில் ஏ.வி.எம். நிறுவனத்தின் வாய்ப்பை ஏற்றுக் கொண்ட பாக்யராஜ், அந்தப் படத்தின் வேலைகள் ஆரம்பக் கட்டத்தில் இருந்தபோதே அந்தப் படத்திற்கு இசையமைக்கும் வாய்ப்பை கங்கை அமரனுக்குத் தருவதாக உறுதி அளித்தார். தன்னுடைய முதல் படமான 'சுவர் இல்லாத சித்திரங்கள்' படத்துக்கு இசையமைத்தவர் என்பதால் கங்கை அமரன் மீது அவருக்குத் தனிப்பட்ட முறையில் ஒரு பாசம் இருந்ததுதான் அதற்கு முக்கிய காரணம்.

ஏ.வி.எம். சகோதரர்களில் எம்.குமரன் இசைஞானம் மிக்கவர். ஆகவே ஏ.வி.எம். தயாரிப்புகளைப் பொறுத்தவரையில் இசை சம்பந்தப்பட்ட முடிவுகளைப் பெரும்பாலும் அவர்தான் எடுப்பார். 'முந்தானை முடிச்சு' படத்துக்கு இசையமைப்பாளராக சங்கர் கணேஷைப் போடலாம் என்று எம்.குமரன் ஆலோசனை சொன்னபோது அதை உடனடியாக மறுத்த பாக்யராஜ், தான்

ஏற்கனவே கங்கை அமரனுக்கு வாக்குக் கொடுத்திருப்பதைப் பற்றி அவரிடம் சொன்னார். அவர் அப்படிச் சொன்னவுடன் ஏ.வி.எம் சகோதரர்கள் எவரும் அதற்கு மறுப்புச் சொல்லவில்லை.

'முந்தானை முடிச்சு' படத்திற்கான முழு திரைக்கதையையும் எழுதி முடித்தவுடன் ஏ.வி.எம். சகோதரர்களுக்கு அந்தக் கதையை சொன்னார் கே.பாக்யராஜ். கிராமிய மணம் கமழ பாக்யராஜ் சொன்ன கதை அவர்கள் மூவருக்கும் மிகவும் பிடித்திருந்தது. அந்தக் கதையைக் கேட்ட அவர்கள் மூவருக்குமே அந்தப் படத்தின் வெற்றியில் எந்தச் சந்தேகமும் இல்லை என்பதை அவர்கள் முகத்தைப் பார்த்தே பாக்யராஜ் தெரிந்து கொண்டார். ஆனால் அதற்குப் பிறகும் அவர்கள் மூவரும் தனித்தனியாகப் பேசிக்கொண்டிருக்க அதைப் பார்த்த பாக்யராஜ் லேசாகக் குழப்பம் அடைந்தார். அவரது குழப்பத்தை அதிகம் நீடிக்க விடாமல் அடுத்த அரை மணி நேரத்தில் அவர்களுக்குள்ளே பேசிக்கொண்டிருந்த விஷயம் என்ன என்பதை பாக்யராஜிடம் சொன்னார் ஏவி.எம்.சரவணன்.

"உங்களுடைய கதையைப் பொறுத்தவரை நாங்கள் அனைவரும் எதிர்பார்த்ததைவிட பல மடங்கு சிறப்பாக இருக்கிறது. முழுக்க முழுக்க கிராமியக் கதையாக உங்களுடைய கதை அமைந்திருப்பதால் இளையராஜா இசையமைத்தால் மிகச் சிறப்பாக இருக்கும் என்று நாங்கள் எல்லோரும் நினைக்கிறோம்" என்று அவர்கள் சொன்ன அடுத்த நிமிடமே "என்னை மன்னித்துக் கொள்ளுங்கள். நான் ஏற்கனவே கங்கை அமரனுக்கு வாக்குக் கொடுத்து விட்டேன். அதனால் அவரை மட்டும் என்னால் மாற்ற முடியாது" என்று திட்டவட்டமாக அவர்களிடம் தெரிவித்தார் பாக்யராஜ். அவரிடம் எவ்வளவு நேரம் பேசினாலும் அவர் திரும்பத் திரும்ப அதையேதான் சொல்வார் என்பதைத் தெரிந்துகொண்ட சரவணன் 'உலகம் சுற்றும் வாலிபன்' படத்துக்கு இசையமைக்க முதலில் குன்னக்குடி வைத்தியநாதனை ஒப்பந்தம் செய்திருந்த எம்.ஜி.ஆர். பின்னர் அவரை மாற்றிவிட்டு எம்.எஸ். விஸ்வநாதனை ஒப்பந்தம் செய்ய என்ன தந்திரத்தைக் கையாண்டாரோ அதையே கங்கை அமரன் விஷயத்திலும் கையாண்டார்.

"கே.பாக்யராஜ் இயக்கத்திலே நாங்கள் 'முந்தானை முடிச்சு' என்ற படத்தைத் தயாரிக்க இருக்கிறோம். அது முழுக்க முழுக்க கிராமியக் கதையாக இருப்பதால் அந்தப் படத்துக்கு உங்கள்

அண்ணனான இளையராஜா இசையமைத்தால் நன்றாக இருக்கும் என்று நினைக்கிறோம். ஆனால் அந்தப் படத்துக்கு இசையமைக்கும் வாய்ப்பை உங்களுக்குத் தருவதாக ஏற்கனவே சொல்லிவிட்ட காரணத்தால் அந்த மாற்றத்தை ஏற்றுக் கொள்ள பாக்யராஜ் மறுக்கிறார். நீங்கள்தான் அவரிடம் பேசி இந்த மாற்றத்துக்கு அவரை ஒப்புக்கொள்ள வைக்க வேண்டும்" என்று கங்கை அமரனிடம் சரவணன் கேட்டபோது, மறுத்துப் பேச முடியாமல் அதற்கு ஒப்புக்கொண்ட அவர் அடுத்து பாக்யராஜை சந்தித்தார். "அந்தப் படத்துக்கு இளையராஜா இசையமைத்தால் மிகவும் நன்றாக இருக்கும் என்று தயாரிப்பாளர்கள் விருப்பப்படுகிறார்கள். கிராமியப் படத்துக்கு இளையராஜா இசையமைத்தால் மிகச்சிறப்பாக இருக்கும் என்பதை யாரால் மறுக்க முடியும்? அதனால் நாம் இருவரும் இணைந்து உங்களுடைய அடுத்த படத்திலே பணியாற்றுவோம். இந்தப் படத்துக்கு இளையராஜாவே இசையமைக்கட்டும்" என்று கங்கை அமரன் சொல்ல பாக்யராஜ் அதை ஏற்றுக்கொண்டார்.

அந்த மாற்றத்திற்கு பாக்யராஜ் ஒப்புக்கொண்ட போதிலும் இளையராஜா அந்தப் படத்திற்கு இசையமைக்க முதலில் ஒப்புக் கொள்ளவில்லை.

ஏ.வி.எம். சகோதரர்கள் இளையராஜாவைத் தொடர்பு கொண்ட போது "மன்னித்துக் கொள்ளுங்கள் இந்தப் படத்திற்கு என்னால் இசையமைக்க முடியாது. உங்களுடைய அடுத்த படத்திற்கு என்னைக் கூப்பிடுங்கள், நிச்சயமாக இசையமைக்கிறேன். ஆனால் இந்தப் படம் மட்டும் வேண்டாம், என்னை விட்டு விடுங்கள்" என்று அவர் சொன்னவுடன் பாக்யராஜிற்கும் இளையராஜாவுக்கும் ஏதோ கருத்து வேறுபாடு இருக்கிறது போலிருக்கிறது. அதனால்தான் அவர் பாக்யராஜின் படத்திற்கு இசையமைக்க மறுக்கிறார் என்ற முடிவுக்கு ஏ.வி.எம். சகோதரர்கள் வந்தனர். ஆனால் உண்மை அதுவல்ல என்பது இளையராஜாவை பாக்யராஜ் நேரில் சந்தித்தபோது தெரியவந்தது

'16 வயதினிலே' படம் முதலே இசையமைப்பாளர் இளையராஜாவை கே.பாக்யராஜ் நன்கு அறிவார் என்பதால் பிரசாத் ஸ்டூடியோவில் அவரை நேரில் சந்தித்து "என்னுடைய படத்திற்கு இசையமைக்க மறுத்துவிட்டீர்களாமே?" என்று உரிமையோடு பாக்யராஜ் கேட்டபோது "நான் மறுத்தது இருக்கட்டும். நீ முதலில் நான்

இசையமைக்க வேண்டும் என்றா ஆசைப்பட்டாய்? கங்கை அமரனைத்தானே நீ இசையமைப்பாளராகத் தேர்ந்தெடுத்தாய், அப்படி இருக்கும்போது நான் எதற்கு உன்னுடைய படத்திற்கு இசையமைக்க வேண்டும்" என்று லேசாகச் சிரித்தபடியே பாக்யராஜிடம் கேட்டார் இளையராஜா. அவருடைய கேள்வியிலே காரம் இருந்தாலும் முகத்திலே சிரிப்பு இருந்ததால் எப்படியும் தன்னுடைய படத்துக்கு இசையமைக்க ராஜா நிச்சயமாக ஒப்புக்கொள்வார் என்ற நம்பிக்கை பாக்யராஜிற்குப் பிறந்தது. அதற்குப் பிறகு சிறிது நேரம் பாக்யராஜிடம் கிண்டலாக பேசிக்கொண்டிருந்த இளையராஜா இறுதியிலே பாக்யராஜ் எதிர்பார்த்ததைப் போலவே அந்தப் படத்திற்கு இசையமைக்க ஒப்புக் கொண்டார். இளையராஜா இசையமைக்க ஒப்புக் கொண்டு விட்டார் என்ற செய்தி அறிந்ததும் ஏ.வி.எம். சகோதரர்கள் மிகுந்த மகிழ்ச்சி அடைந்தனர்.

'முந்தானை முடிச்சு' படத்திற்கு இசையமைக்கின்ற வாய்ப்பை கங்கை அமரனுக்குக் கொடுக்கமுடியாமல் போனதால் அதை ஈடுகட்டும் விதத்தில் அந்தப் படத்தில் மூன்று பாடல்களை எழுதுகின்ற வாய்ப்பினை அவருக்கு அளித்தார் கே.பாக்யராஜ். 'முந்தானை முடிச்சு' படத்திலே மொத்தம் 6 பாடல்கள் இடம் பெற்றிருந்தன. அதில் மூன்று பாடல்களை கங்கை அமரன் எழுத மீதமுள்ள மூன்று பாடல்களை புலமைப்பித்தன், முத்துலிங்கம், நா.காமராசன் ஆகியோர் எழுதி இருந்தனர்.

கே.பாக்யராஜைப் பொறுத்தவரையிலே திரைக்கதை ஆனாலும் சரி பாடல் ஆனாலும் சரி எதிலும் அவ்வளவு எளிதிலே அவர் திருப்தி அடையமாட்டார். படத்தின் காட்சிகளைப் படமாக்குவதற்கு முன்பு கடைசி நிமிடம்வரை அந்தக் காட்சியை இன்னும் சிறப்பாக ஆக்க முடியுமா என்று யோசிப்பது அவரது வழக்கம். அதேபோன்று பாடல்களைப் பொறுத்தவரையிலும் பதிவாகின்றவரை அந்தப் பாடல் பற்றியே நினைத்துக் கொண்டிருப்பார் அவர்.

'முந்தானை முடிச்சு' படத்திலே இப்போது இடம்பெற்றுள்ள 'விளக்குவைச்ச நேரத்துல...' என்று தொடங்கும் பாடலுக்கு அந்தப் பாடலை எழுதிய கவிஞர் நா.காமராசன் முதலில் வேறு வரிகளை எழுதியிருந்தார். என்ன காரணத்தாலோ நா. காமராசன் எழுதியிருந்த அந்தப் பல்லவி பாக்யராஜைக் கவரவில்லை.

பாடல் பதிவின்போது அந்தப் பல்லவியை எப்படி மாற்றலாம் என்று சிந்தித்துக் கொண்டிருந்த பாக்யராஜின் மனதிலே, 'விளக்கு வச்ச நேரத்துல மாமன் வந்தான்...

மறைஞ்சு நின்னு பார்க்கையிலே தாகம் என்றான்..." என்ற வரிகள் தோன்ற அதை அப்படியே ஒரு காகிதத்தில் எழுதிய பாக்யராஜ் அந்தப் பாடலைப் பாடிக்கொண்டிருந்த இளையராஜாவிடம் அந்தப் பல்லவியைக் கொடுத்து பாடச் சொன்னார்.

திருத்தி எழுதப்பட்ட வரிகளை இளையராஜாவிடம் பாக்யராஜ் நீட்டியபோது அந்தப் பாடலின் ஏழாவது 'டேக்' போய்க் கொண்டிருந்தது.

புதிய பல்லவி எழுதப்பட்டிருந்த அந்தக் காகிதத்தைக் கையில் வாங்கிக் கொள்ளவே மறுத்த இளையராஜா "ஏழு முறை பாடிவிட்டு எட்டாவது டேக்கில் பாடலை மாற்றிப் பாடச் சொன்னால் எப்படி வார்த்தைகளை மனதில் பதிய வைத்துக்கொண்டு பாட முடியும்?" என்று பாக்யராஜைப் பார்த்துக் கேட்டபோது "இதை உங்களுடன் பாடுகின்ற எஸ்.ஜானகி கேட்டால்கூட நியாயம் இருக்கிறது. ஏனென்றால் இந்த வரிகளை எல்லாம் தெலுங்கிலே எழுதி வைத்துக்கொண்டு அவர் பாட வேண்டும். நீங்கள் சொன்னால் எப்படி?" என்று லேசாகச் சிரித்தபடியே கேட்டார் பாக்யராஜ்.

அவரது தர்க்கபூர்வமான அந்தக் கேள்விக்குப் பதில் இல்லாததால் வேறு வழியின்றி அந்தக் காகிதத்தைக் கையில் வாங்கிக்கொண்டு அந்தப் பல்லவியைப் படித்துப் பார்த்த இளையராஜா "என்ன பாட்டு இது?

> விளக்கு வச்ச நேரத்துல மாமன் வந்தான்...
> மறைஞ்சு நின்னு பார்க்கையிலே தாகம் என்றான்
> நான் கொடுக்க
> அவன் குடிக்க
> அந்த நேரம்
> தேகம் சூடு ஏற

என்றெல்லாம் பாடல் வரிகளை இப்படி செக்ஸியாக எழுதியிருக்கீங்க. இந்த வரிகளை எல்லாம் என்னால் எப்படிப் பாட முடியும்" என்றபடி அந்தக் காகிதத்தைத் திரும்ப

பாக்யராஜிடம் நீட்டினார், இந்த முறை பாக்யராஜ் அதைக் கையில் வாங்க மறுக்க அவர்களுக்கிடையே நடந்துகொண்டிருந்த பனிப்போரைப் பார்த்த பாடகி எஸ்.ஜானகி இளையராஜாவை சமாதானப்படுத்தினார்.

அதற்குப் பிறகு அந்தப் பாடலைப் பாட ஒப்புக்கொண்டு பாடிய இளையராஜா,

"விளக்கு வச்ச நேரத்துல தன்னான்னா...
மறைஞ்சு நின்னு பார்க்கையிலே தரின்னான்னா..."

என்று பாடல் வரிகளை முழுமையாகப் பாடாமல் சுரம் போட்டு பாடிவிட்டு "இதைத்தான் நான் அப்போதே சொன்னேன், பாருங்கள், நீங்க கடைசி நேரத்திலே பல்லவியை மாற்றியதால் அந்த வரிகள் என் மனதில் பதியவில்லை. இன்னொரு முறை பாடிவிடுகிறேன்" என்றபோது அவசரமாக அவரைத் தடுத்த பாக்யராஜ் "தயவுசெய்து நீங்க பாடினதில் எந்த மாற்றத்தையும் செய்யாதீங்க. தயவு செய்து ஒன்றும் செய்து விடாதீர்கள். பாடியது அப்படியே இருக்கட்டும்" என்றார். அவர் அப்படிச் சொன்னவுடன் பாடலை சரியாகப் பாடுகிறேன் என்றால் இவர் வேண்டாம் என்கிறாரே என்று குழப்பத்துடன் பாக்யராஜை இளையராஜா பார்த்தபோது அதற்கான விளக்கத்தை சிரித்தபடியே பாக்யராஜ் சொன்னார்.

"நான் பல்லவியை கொஞ்சம் கிளுகிளுப்பாக எழுதியிருந்தேன் என்பது உண்மைதான். ஆனால் நீங்கள் பாடிய முறையில் அது இன்னும் பல மடங்கு கிளுகிளுப்பாகி விட்டது.

"விளக்கு வச்ச நேரத்துல மாமன் வந்தான்...
மறைஞ்சு நின்னு பார்க்கையிலே தாகம் என்றான்."

என்றால் கூட படத்தைப் பார்க்கும் ரசிகனுக்கு ஒரு அர்த்தம்தான் புரியும். ஆனால் நீங்கள்,

"விளக்கு வச்ச நேரத்துல தன்னான்னா...
மறைஞ்சு நின்னு பார்க்கையிலே தரின்னான்னா..."

என்று பாடியிருப்பதைக் கேட்கும்போது அவர்கள் மனதில் ஆயிரம் கற்பனைகள் தோன்ற வாய்ப்பிருக்கிறது. அதனால் நீங்கள் பாடிய பாட்டில் எந்த மாற்றமும் செய்ய வேண்டாம். அப்படியே

இருக்கட்டும்" என்று பாக்யராஜ் சொன்னபோது தன்னையும் அறியாமல் சிரித்துவிட்ட இளையராஜா பாக்யராஜைப் பார்த்து "நீ ரொம்ப விவகாரமான ஆளுய்யா" என்றார்.

இளையராஜாவிற்கும் பாக்யராஜிற்கும் இடையே மிகப்பெரிய மோதலாக வெடித்திருக்க வேண்டிய ஒரு சம்பவம் சிரிப்பிலே முடிந்ததென்றால் அதற்குக் காரணம் அவர்கள் இருவரும் அந்தப் பிரச்னையை அணுகிய முறைதான்.

பிரச்னைகள் பெரிதாவதற்கு முக்கியமான காரணம் அதை நாம் அணுகும் முறைதான் என்பதை எடுத்துச் சொல்ல இதைவிட வேறு என்ன சம்பவம் வேண்டும்?

123

அலுவலகத்துக்கு அரை நிஜாரோடு சென்ற நாகேஷ்

கலைவாணர் என்.எஸ்.கிருஷ்ணனுக்குப் பிறகு தமிழ்த் திரையுலகில் நகைச்சுவையில் மிகவும் அழுத்தமான முத்திரையைப் பதித்த இரு கலைஞர்கள் சந்திரபாபுவும், நாகேஷும். அந்த இருவருமே நகைச்சுவை மட்டுமின்றி எல்லா பாத்திரங்களிலும் ஜொலித்த அசாதாரண திறமைசாலிகள்.

நாகேஷைப் பொறுத்தவரையிலே நகைச்சுவை உணர்வு அவருடன் பிறந்த ஒன்று.அதற்கு உதாரணமாக அவருடைய வாழ்க்கையிலே நடந்த பல சம்பவங்களைக் கூறலாம்.

ஆரம்பத்தில் ஒரு அலுவலகத்தில் வேலை செய்துகொண்டே நாடகங்களில் நடித்து வந்த நாகேஷுக்கு நாடக ஒத்திகை ஒன்றில் கலந்துகொள்வதற்காக ஒரு நாள் விடுமுறை தேவைப்பட்டது. தனக்கு ஒருநாள் விடுமுறை வேண்டும் என்று கேட்டு தனது மேலதிகாரிக்கு எழுதிய அவர் “வெளிப்படையாகத் தெரிவிக்க முடியாத சில காரணங்களால் நான் நாளை அலுவலகத்திற்கு வர முடியாத சூழ்நிலையில் இருக்கிறேன். அதனால் எனக்கு நாளை விடுமுறை வேண்டும்” என்று விடுமுறைக்கான காரணத்தை அந்தக் கடிதத்தில் குறிப்பிட்டிருந்தார்.

அந்தக் கடிதத்தைப் பார்த்துவிட்டு கடுப்பான அவருடைய மேலதிகாரி, “அதென்ன வெளியிலே சொல்ல முடியாத ஒரு

காரணம்?" என்று நாகேஷைப் பார்த்துக் கேட்க "சொல்லக்கூடியதாக இருந்தால் சொல்லியிருக்க மாட்டேனா?" என்று அவருக்கு பதில் சொன்னார் நாகேஷ்.

விடுமுறைக்கான கடிதத்தை எழுதி இருந்த விதத்தை விட நாகேஷ் பதிலளித்த விதத்திலே இன்னும் கடுப்பான அந்த மேலதிகாரி "நாளைக்கு விடுமுறை எல்லாம் தர முடியாது" என்று நாகேஷிடம் கண்டிப்பாகக் கூறியபோது "என் நிலைமையைக் கொஞ்சம் புரிஞ்சுக்கங்க" என்று அவரிடம் கெஞ்சிப் பார்த்தார் நாகேஷ். ஆனால் அந்த அதிகாரி அதற்கெல்லாம் மசியவில்லை.

மறுநாள் காலையிலே அந்த அதிகாரியை ஒருவழி பண்ணுவது என்று முடிவெடுத்த நாகேஷ் தன்னுடைய பேண்ட்,சட்டை எல்லாவற்றையும் அறையில் மடித்து வைத்துவிட்டு பனியன் மற்றும் அரை நிஜாருடன் அலுவலகத்துக்கு வந்து தனது இடத்திலே உட்கார்ந்துகொண்டார். அவருடைய அந்தக் கோலத்தைப் பார்த்துவிட்டு அந்த அலுவலகத்தில் பணியாற்றிக் கொண்டிருந்த அனைவரும் மிரண்டு போனார்கள். உடனடியாக மேல் அதிகாரிக்குத் தகவல் போக அங்கே வந்த அவர் நாகேஷைப் பார்த்து "என்ன இப்படி அலங்கோலமா வந்திருக்கே? இது ஆபிஸ், தெரியும் இல்லே" என்று சத்தம் போட, "என் நிலைமையைக் கொஞ்சம் புரிஞ்சுக்கங்க. எங்கிட்ட இரண்டு செட் டிரஸ்தான் இருக்கு. அதில் ஒண்ணை நேத்துப் போட்டுட்டேன். இன்னொன்று மழைக்காலம் என்பதால் காயாமல் ஈரமாக இருக்கு. ஈரமாக இருக்கிற டிரஸ்ஸைப் போட்டா எனக்கு உடனே ஜலதோஷம் பிடித்துக் கொள்ளும். அதனாலதான் இன்னிக்கு லீவு கொடுங்க அப்படின்னு உங்ககிட்ட கேட்டேன். ஆனா நீங்க லீவு கொடுக்க மாட்டேன்னு சொல்லிட்டீங்க. அதனாலதான் இப்படி வர வேண்டியதாகிவிட்டது" என்று அப்பாவி போல முகத்தை வைத்துக் கொண்டு அந்த அதிகாரிக்கு நாகேஷ் பதில் சொன்னார்.

அவருடைய பதிலைக் கேட்டு மொத்த அலுவலகமும் பத்து நிமிடத்திற்குச் சிரிப்பிலே மூழ்கியது. அந்த அவரது நகைச்சுவை உணர்ச்சிதான் முதலில் நாடக மேடைகளிலும் பின்னர் திரையிலும் நாகேஷ் தோன்றியபோதெல்லாம் ரசிகர்களைக் குலுங்கிக் குலுங்கி சிரிக்க வைத்தது.

தியாகராய நகரில் தீனதயாள் தெருவில் ஒரு சிறிய வீட்டிலேயே

தங்கி நாடகங்களில் நடித்துக் கொண்டிருந்த நாகேஷ், தியாகராய நகர் பஸ் நிலையத்துக்கு அருகிலுள்ள கிளப் ஹவுசுக்கு மாறிய பிறகுதான் அவரது வாழ்க்கையில் வசந்தம் வீசத் தொடங்கியது. அங்கேதான் கவிஞர் வாலி, நடிகர் ஸ்ரீகாந்த் ஆகியோரின் அறிமுகம் நாகேஷுக்குக் கிடைத்தது.

அப்போது ஸ்ரீகாந்த் அமெரிக்கத் தூதரகத்தில் பணிபுரிந்து கொண்டிருந்தார் முதல் தேதியன்று அவர் சம்பளம் வாங்கிக் கொண்டு வந்தார் என்றால் மறுநாள் காலையில் அந்தச் சம்பளப் பணத்தில் பாதி காணாமல் போயிருக்கும்.

“என்னடா இப்படி பண்றீங்க?” என்று ஸ்ரீகாந்த் கேட்டால் அவருக்கு பதிலைத் தயாராக வைத்திருப்பார் நாகேஷ்.

“எங்க யாருக்காவது ஒண்ணாம் தேதி ஆனா சம்பளம் வருகிற வேலை இருக்கிறதா? உனக்கு மட்டும்தானே அப்படி ஒரு வேலை இருக்கு? அப்படி இருக்கும்போது சம்பளம் வாங்கிட்டு வந்த உடனே நீ என்ன செய்யணும்? நாங்க எல்லாம் கேட்கறதுக்கு முன்னாடியே எங்களுக்குப் பணத்தைப் பிரித்துக் கொடுக்கணும். அப்படி நீ கொடுத்திருந்தால் நாங்க எதுக்கு உன்னுடைய பாக்கெட்டிலிருந்து பணத்தை எடுக்கப் போகிறோம்” என்று நாகேஷ் சொல்கின்ற பதிலைக் கேட்டு சிரித்தபடியே அலுவலகத்துக்குக் கிளம்பிவிடுவார் ஸ்ரீகாந்த்.

ஒருவருக்கு உதவுவது என்பது ஏறக்குறைய தொடர் ஓட்டம் போன்றதுதான். தமிழ்த் திரை உலகில் ஒரு இடம் பிடிக்க கே. பாலாஜி தீவிரமாக முயற்சி செய்து கொண்டிருந்தபோது ஒரு ‘காட்பாதர்’ போல அவருக்கு உதவியாக இருந்தவர் ஜெமினி கணேசன். அவர் செய்த உதவிகளால் தமிழ் சினிமாவிலே ஒரு நிரந்தர இடத்தை பிடித்து நடிகராகவும் தயாரிப்பாளராகவும் உயர்ந்த பாலாஜிதான் நாகேஷுக்கு ‘காட்பாதர்’ஆக அமைந்தார்.

மேடை நாடகம் ஒன்றில் நாகேஷின் திறமையைப் பார்த்த பாலாஜி அவருடைய நடிப்பாற்றலைக் கண்டு பிரமித்துப் போய் ஒருநாள் தொலைபேசி மூலம் நாகேஷைத் தொடர்பு கொண்டார். “நான் நடிகர் பாலாஜி பேசுகிறேன், நீ நடிச்ச நாடகத்தைப் பார்த்தேன் உன்னுடைய திறமை என்னை பிரமிக்க வைத்துவிட்டது. உன்னைப் பார்க்க வேண்டும். என் வீட்டிற்கு வருகிறாயா? நீ வருவதற்கு என்னுடைய காரை அனுப்பி வைக்கிறேன்” என்று நாகேஷிடம்

சொன்ன பாலாஜி அடுத்த நிமிடமே நாகேஷை அழைத்து வருவதற்குத் தன்னுடைய காரை அனுப்பி வைத்தார்.

முதல் சந்திப்பிலேயே பல வருட நண்பர் போல நாகேஷிடம் பாசம் காட்டிய பாலாஜி "நீ எதுக்கு கிளப் ஹவுஸில் தங்கிக்கிட்டு இருக்கே? இனிமேல் நீ என்கூட இங்கேயே தங்கிக் கொள்ளலாம் அதனால மாலையில் போய் உன்னுடைய சாமான்கள், பெட்டி படுக்கை எல்லாவற்றையும் எடுத்துக்கொண்டு இங்கே வந்து விடு" என்றார்.

உண்ண உணவு, இருக்க இடம் ஆகியவற்றைக் கொடுத்ததோடு இல்லாமல் ஒரு பிரபல துணிக்கடைக்கு நாகேஷை அழைத்துச் சென்ற பாலாஜி நான்கு பேண்ட் சர்ட்டுகள் தவிர ஒரு கோட்டையும் வாங்கிக் கொடுத்து நாகேஷை திக்குமுக்காட வைத்தார் அதுமட்டுமின்றி ஒவ்வொரு நாள் படப்பிடிப்புக்குக் கிளம்பும்போதும் நாகேஷின் கைச்செலவுக்காக 20 ரூபாய் கொடுத்துவிட்டுச் செல்வாராம் அவர்.

"நான் முன் ஜென்மத்தில் பாலாஜிக்கு என்ன செய்தேனோ எனக்குத் தெரியாது. என்னைப் பொறுத்தவரையில் அவர் வீட்டிலே நான் தங்கி யிருந்த போது நடந்த எல்லா நிகழ்ச்சிகளும் ஏதோ சினிமாவில் நடந்தது போல் இருந்தது" என்று தான் பிரபலமானதற்குப் பிறகு ஒரு கட்டுரையில் நாகேஷ் குறிப்பிட்டிருக்கிறார்.

படப்பிடிப்புக்குப் போகும் போதெல்லாம் தன்னுடன் நாகேஷை அழைத்துச் சென்று தனக்குத் தெரிந்த எல்லா தயாரிப்பாளரிடமும் இயக்குனர்களிடமும் நாகேஷை அறிமுகம் செய்து வைத்தார் பாலாஜி.

தமிழ்த் திரையுலகில் நாகேஷ் ஒரு நிரந்தரமான இடத்தைப் பிடிக்க காரணமாக அமைந்த 'நெஞ்சில் ஓர் ஆலயம்' படவாய்ப்பு நாகேஷுக்குக் கிடைக்கக் காரணமாக இருந்தவர் பாலாஜிதான்.

புதுமை இயக்குனரான ஸ்ரீதரிடம் நாகேஷை அறிமுகம் செய்து வைத்த பாலாஜி "நாகேஷ், ஒரு சீனை அவருக்கு நடித்துக் காட்டு" என்று சொன்னபோது "நீங்க சொன்னா போதாதா? என்னுடைய அடுத்த படத்தில் இவரை நிச்சயம் நான் பயன்படுத்துகிறேன்" என்று பாலாஜிக்கு உறுதியளித்த ஸ்ரீதர், சொன்னபடியே அடுத்த

இரண்டு மாதங்களில் 'நெஞ்சில் ஓர் ஆலயம்' படத்தில் நடிக்க நாகேஷுக்கு வாய்ப்புத் தந்தார்.

முதலிலே அந்தப் படத்திலே நாகேஷுக்குத் தரப்பட்டிருந்த வாய்ப்பு இப்போது அந்தப் படத்திலே அவர் ஏற்றுள்ள கம்பவுண்டர் பாத்திரமல்ல. ஒரு கிராமத்தானின் பாத்திரத்திலே நடிக்கத்தான் அவரை ஸ்ரீதர் வரச்சொல்லியிருந்தார். அந்த கம்பவுண்டர் படத்தில் நடிக்க முதலில் ஒப்பந்தமாகியிருந்தவர் "அய்யா தெரியாதையா" ராமாராவ் என்ற நடிகர்.

கிராமத்தின் வேடத்தைப் போட்டுக்கொண்டு ஸ்ரீதரின் அழைப்புக்காக நாகேஷ் படப்பிடிப்புத் தளத்தில் காத்துக் கொண்டிருந்தார்

படப்பிடிப்புத் தளத்தில் லைட்டிங் சரியாக இருக்கிறதா என்று ஒத்திகை பார்க்க படத்தின் ஒளிப்பதிவாளரான வின்சென்ட் தயாரானபோது கம்பவுண்டர் வேடத்தில் அந்தக் காட்சியில் நடிக்க வேண்டிய ராமாராவ் என்ற நடிகர் வந்து சேரவில்லை. ஆகவே அந்தக் காட்சியில் லைட்டிங்கை சரிபார்ப்பதற்காக ராமாராவுக்குப் பதிலாக நாகேஷ் நடித்துக் காட்டச் சொன்னார் ஸ்ரீதர்.

நாகேஷ் என்ற மாபெரும் கலைஞனின் வாழ்க்கையிலே புகழ் வெளிச்சம் தோன்றக் காரணமாக அமைந்தது, அந்த வாய்ப்புதான்.

124

நடனத்தில் நாகேஷ் சாதனை புரியக் காரணமாக அமைந்த இயக்குனர்

'நெஞ்சில் ஓர் ஆலயம்' படத்தில் கம்பவுண்டர் பாத்திரத்தில் நடிக்க இருந்த நடிகரான "அய்யா தெரியாதையா" ராமாராவ் குறிப்பிட்ட நேரத்தில் படப்பிடிப்புத் தளத்துக்கு வராததால் கிராமத்தான் வேடத்தில் நடிப்பதற்காக அங்கே காத்துக் கொண்டிருந்த புதுமுகமான நாகேஷை வைத்து அந்தக் காட்சிக்கான ஒத்திகையை நடத்த முடிவு செய்த ஸ்ரீதர், அந்தக் காட்சியைப் பற்றி நாகேஷுக்குச் சொல்லும்படி தன்னுடைய உதவியாளரும், நெருங்கிய நண்பருமான சித்ராலயா கோபுவிடம் சொல்ல, அவர் நாகேஷுக்கு அந்தக் காட்சியைப் பற்றி விளக்கினார்.

"மருந்து கொடுப்பதற்காக ஒரு குழந்தையைத் தேடி வரும் நீ அந்தக் குழந்தை எங்கே இருக்கிறது என்று இங்கும் அங்குமாக தேடிப் பார்க்குறே. இதுதான் நீ நடிக்கவேண்டிய காட்சி" என்று கோபு காட்சியைப் பற்றி விளக்கிச் சொன்னதும், நாகேஷ் அந்தக் காட்சியிலே நடிக்கத் தயாரானார்.

சாதாரணமாக ஒரு குழந்தையைத் தேடுவது என்றால் கதவு, திரைச் சீலைகள் ஆகியவற்றுக்குப் பின்னாலோ அல்லது கட்டிலுக்கு அடியிலோதானே எல்லோரும் தேடுவார்கள். ஆனால் நாகேஷ் அப்படித் தேடவில்லை. செட்டில் இருந்த தலையணை, பீரோ, பெட்ஷீட் ஆகியவற்றிற்குப் பின்னால் எல்லாம் தொலைந்த பேனாவைத் தேடுவது போல, குழந்தையைத் தேடினார்.

அவர் தேடிய விதமும், அப்படித் தேடியபோது அவர் காட்டிய வேகமும் அந்த செட்டில் இருந்த எல்லோர் முகத்திலும் சிரிப்பை வரவழைத்தது.

அந்தக் குறிப்பிட்ட காட்சியில் திரையிலே ராமாராவ்தானே தெரியப் போகிறார், அப்படி இருக்க நாம் எதற்குக் கஷ்டப்பட்டு நடிக்க வேண்டும் என்றெல்லாம் ஒரு கணம்கூட யோசிக்காமல் மிகுந்த ஈடுபாட்டுடன் அந்தக் காட்சியில் நாகேஷ் நடித்த நடிப்புதான் அவருடைய ஒளிமயமான எதிர்காலத்துக்கு வழிவகுத்தது.

ஒத்திகை முடிவடைந்தவுடன் இயக்குனர் ஸ்ரீதரைத் தனியாக அழைத்த ஒளிப்பதிவாளர் வின்சென்ட் "இந்தப் பையனிடம் மிகப்பெரிய 'ஸ்பார்க்' இருக்கிறது. சாதாரணமாக தமிழ் நடிகர்கள் நடிக்கின்ற பாணியில் நடிக்காமல் ஆங்கிலச் சிரிப்பு நடிகரான ஜெர்ரி லூயிசின் பாணியில் மிகவும் எதார்த்தமாக இந்தப் பையன் நடிக்கிறான். அந்த கம்பவுண்டர் வேடத்தில் இவனையே நடிக்க வைத்தால் ரொம்ப நன்றாக இருக்கும் என்று எனக்குத் தோன்றுகிறது. நீங்கள் யோசித்து ஒரு முடிவு எடுங்கள்" என்றார். வின்சென்ட் சாதாரணமாக அப்படி எல்லாம் கருத்து சொல்கின்றவர் அல்ல என்பதால் அவர் சொன்ன விஷயம் ஸ்ரீதரை யோசிக்க வைத்தது. அடுத்து நாகேஷின் பக்கம் திரும்பிய ஸ்ரீதர் "நீ போய் இந்த கிராமத்தான் உடையைக் கழற்றி விட்டு கம்பவுண்டர் உடையைப் போட்டுக் கொண்டு வா" என்று அவரிடம் சொன்னார்.

அந்த கம்பவுண்டரின் உடை ராமாராவின் அளவுக்கு தைக்கப்பட்ட ஒன்று என்பதால் நாகேஷுக்கு அது தொளதொளவென்று இருந்தது. ஆனால் அதைப்பற்றியெல்லாம் கவலைப்படாமல் அந்த உடையைப் போட்டுக்கொண்டு நாகேஷ் செட்டுக்கு வந்தார்.

மாடிப்படிகளில் இறங்கி வந்து கம்பவுண்டர் குழந்தையைத் தேடுவது போல ஸ்ரீதர் காட்சியை அமைத்திருந்தார். அந்தக் காட்சியைப் படமாக்க எல்லோரும் தயாரானபோது "படிகளில் இறங்கி வருவதற்கு பதிலாக நான் மாடியில் இருந்து குதித்து வருகிறேனே" என்று சித்ராலயா கோபுவிடம் நாகேஷ் சொல்ல அவர் சொன்னதை அப்படியே ஸ்ரீதரிடம் தெரிவித்தார் கோபு. அதைக் கேட்டு லேசாகச் சிரித்த ஸ்ரீதர் "கோபு, இது

ஹாஸ்பிட்டல் செட்டுதான், நிஜமான ஹாஸ்பிட்டல் இல்லை. மேலிருந்து குதிக்கிறேன் என்று சொல்லி இவன் காலை உடைத்துக் கொண்டான் என்றால் என்ன செய்வது? அதுமட்டும் இல்லாமல் இவனுக்கு ஏதாவது ஆனால் ஷூட்டிங் வேறு நின்று போய்விடும். அதனால் அவனை மாடிப்படியிலேயே இறங்கி வரச்சொல் என்றார். அவர் சொன்னதைக் கேட்டுக்கொண்டிருந்த நாகேஷ் "நிச்சயமாக அப்படி எல்லாம் எதுவும் நடக்காது சார், என்னைத் தயவு செய்து குதிக்க அனுமதியுங்கள்" என்று ஸ்ரீதரிடம் வேண்டிக்கொள்ள "அவன்தான் சாமர்த்தியமாக குதிக்கிறேன் என்று சொல்கிறானே" என்று நாகேஷுக்கு ஆதரவாகக் குரல் கொடுத்தார் சித்ராலயா கோபு.

"சரி, ஏதாவது செய்யுங்கள்" என்று சொல்லிவிட்டு ஸ்ரீதர் படப்பிடிப்புக்குத் தயாரானார். அடுத்து "ஆக்ஷன்" என்ற குரல் வந்த உடன் சொன்னபடியே மிகவும் பிரமாதமாக மாடியிலிருந்து நாகேஷ் குதிக்க "கட் கட்" என்ற குரல் கேட்டது.

உடனே நாகேஷின் கண்கள் அந்த செட்டில் ஸ்ரீதர் எங்கு இருக்கிறார் என்று தேடத் தொடங்கின. அந்த செட்டில் ஸ்ரீதர் எங்கும் இல்லாததை நாகேஷ் உணர்ந்தபோதுதான் "கட்" சொன்னவர் ஸ்ரீதர் அல்ல என்பதும் ஸ்ரீதரின் உதவியாளரான பி. மாதவன் தான் கட் சொன்னார் என்பதும் நாகேஷுக்குத் தெரியவந்தது. தன்னுடைய காட்சி படமாக்கப்பட்டபோது இயக்குனர் ஸ்ரீதர் செட்டிலேயே இல்லாததால் ஸ்ரீதர் சொன்னதைக் கேட்காமல் தான் அதிகப்பிரசங்கித்தனமாக மாடியில் இருந்து குதித்ததால் ஸ்ரீதர் தன்மீது கோபித்துக்கொண்டு விட்டாரோ என்ற அச்சம் நாகேஷுக்குப் பிறந்தது. தன்னுடைய சந்தேகத்தைத் தெளிவு செய்து கொள்வதற்காக "ஏன் இந்தக் காட்சியை ஸ்ரீதர் இயக்கவில்லை?" என்று நாகேஷ், கோபுவிடம் கேட்ட போது "அவர் முன்னாடி நடிக்கும்போது ஒரு பெரிய டைரக்டர் முன்னால் நடிக்கிறோமே என்ற அந்தப் பதட்டத்துல நீ தாறுமாறாகக் குதித்து உனக்கு ஏதாவது அடிபட்டுவிடப் போகிறது என்ற பயத்தினால்தான் அவர் செட்டிலே இல்லாமல் வெளியே போய்விட்டார். இப்போது வந்து விடுவார்" என்று கோபு சொல்லிக்கொண்டிருந்த போதே செட்டுக்கு உள்ளே வந்த ஸ்ரீதர், நாகேஷை மனமாரப் பாராட்டினார். அந்தப் பாராட்டு அன்றுடன் நிற்கவில்லை. அந்தப் படத்தில் நாகேஷ் நடித்த ஒவ்வொரு நாளும் தொடர்ந்தது.

அப்படி ஸ்ரீதர் தொடர்ந்து பாராட்டுகின்ற விதத்திலே ஒவ்வொரு நாளும் வித்தியாசமாக நாகேஷ் நடித்தார்.

நடிப்பில் மட்டுமின்றி, நடனமாடுவதிலும் தனக்கென ஒரு தனி பாணியைக் கடைப்பிடித்தவர் நாகேஷ். சில நடன அசைவுகளுக்கு நாகேஷின் நடன அசைவுகள் என்று பெயர் சூட்டுகின்ற அளவுக்கு அவரது நடன அசைவுகள் மிகச் சிறப்பாக அமைந்தன அவரது உடல் எலும்பால் ஆனதா அல்லது ரப்பரால் ஆனதா என்று படம் பார்க்கின்ற ரசிகர்கள் ஆச்சர்யப்படுகின்ற அளவிற்கு நடனத்தில் சாதனை புரிந்த நாகேஷுக்கு ஆரம்பத்தில் அறவே நடனம் ஆடத் தெரியாது என்பதுதான் உண்மை.

அப்படிப்பட்டவரை ஒரு சிறந்த நடனக் கலைஞராக ஆக்கிய பெருமை ஒரு பிரபல இயக்குனரையே சாரும்.

அந்த இயக்குனரின் படத்திலே நாகேஷ் நடித்துக் கொண்டிருந்தபோது மறுநாள் நடனக் காட்சியைப் படமாக்கப் போவதாக அந்த இயக்குனர் நாகேஷிடம் சொன்னார். அப்போதே அவரிடம் "எனக்கு இந்த டான்ஸ் எல்லாம் சுத்தமாக வராது" என்று தெரிவித்த நாகேஷ் "எனக்கு ஆடத் தெரியாது என்றாலும் நீங்கள் ஆடச் சொல்லிக் கொடுத்தால் நீங்கள் சொல்லித் தருகின்றபடி ஆட நான் முயற்சி செய்கிறேன்" என்று நாகேஷ் சொல்ல அவர் சொன்னதைக் கேட்டு சலிப்படைந்த அந்த இயக்குனர் "நீ ஒண்ணு செய். பாட்டோட முதல் வரிக்கு சரசரவென்று மரத்தில் மீது ஏறிவிடு, அப்புறம் பார்த்துக் கொள்ளலாம்" என்றார்.

நடனம் ஆடத் தெரியாதது போலவே மரம் ஏறவும் நாகேஷுக்குத் தெரியாது என்றாலும் அதைச் சொன்னால் அந்த டைரக்டர் நிச்சயமாகக் கோபப்படுவார் என்று எண்ணியதால் நாகேஷ் மறுநாள் படப்பிடிப்பின்போது டைரக்டர் மரத்தின் மீது ஏறு என்று சொன்ன மறுநிமிடம் எதுவும் சொல்லாமல் மரத்தின் மீது ஏறி விட்டார்.

அடுத்து 'கட்' என்று டைரக்டர் சொன்னவுடன் "கீழே இறங்கலாமா" என்று நாகேஷ் கேட்க "மேலேயே கொஞ்ச நேரம் இரு. பாடலின் இரண்டாவது வரியில் கீழே குதித்து விடு" என்றார் அந்த இயக்குனர். கீழே குனிந்து பார்த்த நாகேஷுக்கு கிர்ரென்று தலை சுற்றியது. தென்னை மரத்தின் மேல் இருந்து கீழே குதிப்பது என்பது அவ்வளவு சுலபமான காரியமா என்ன.

ஆகவே பரிதாபமாக அந்த டைரக்டரை நாகேஷ் பார்த்தபோது "ஒண்ணும் ஆகாது, தைரியமாகக் குதி" என்றார் அந்த இயக்குனர். வேறு வழியின்றி ஆண்டவனை வேண்டிக்கொண்டு கீழே குதித்த நாகேஷுக்கு அடுத்த கண்டம் தயாராகக் காத்துக்கொண்டிருந்தது.

“அடுத்தபடியாக பாடலின் வரியைப் பாடியபடி நீ நடனமாட வேண்டும்” என்று அந்த இயக்குனர் சொன்னபோது நாகேஷின் தலை தட்டாமாலை சுற்ற ஆரம்பித்தது.

அந்தப் படத்திலே நாகேஷ் ஏற்று இருந்தது ஒரு கார் டிரைவரின் வேடம் என்பதால் அந்தப் பாடல் மகாபாரதத்து கண்ணனையும் கார் ஓட்டியையும் ஒப்பிட்டு எழுதப்பட்டு இருந்தது. “தேரோட்டி நீ பத்து தடவை செத்துப் பிழைத்தாய், காரோட்டியான நானோ தினம் தினம் செத்துப் பிழைக்கிறேன்” என்று அந்தப் பாடலைப் பாடியபடி நாகேஷ் நடனம் ஆடி முடித்தவுடன் “காரோட்டி தினம் தினம் சாகிறானோ இல்லையோ, இவனை இந்தப் படத்திலே போட்டதில் நான் தினமும் செத்துக் கொண்டு இருக்கிறேன்” என்று அந்தப் படத்தின் தயாரிப்பாளரிடம் சலிப்புடன் சொன்னார் அந்த இயக்குனர். அந்த அப்படி கடுமையாக தன்னுடைய நடிப்பை விமர்சித்த விதம் நாகேஷின் மனதை வெகுவாகப் புண்படுத்தியது.அதனால் “இன்றைக்கு எனக்கு மூடு சரியாக இல்லை. ஆகவே இன்று என்னால் தொடர்ந்து நடிக்க முடியாது. நாளைக்கு வந்து நடிக்கிறேன்” சொல்லிவிட்டு நாகேஷ் அந்த செட்டை விட்டுக் கிளம்பிவிட்டார்.

வீட்டுக்குப் போனவுடன் “நானாகக் கதவைத் திறந்து கொண்டு வருகின்ற வரையில் யாரும் அறைக்கதவைத் திறக்க வேண்டாம்” என்று வீட்டில் இருந்தவர்களிடம் சொல்லிவிட்டு தன்னுடைய அறைக் கதவைப் பூட்டிக் கொண்ட நாகேஷ் பல்வேறு இசைத் தட்டுக்களைப் போட்டு தொடர்ந்து நடனம் ஆடத் தொடங்கினார். முதல் நாள் மாலை முதல் மறுநாள் அதிகாலை வரை தொடர்ந்து ஆடியபடி இருந்த அவர் அந்தப் பயிற்சிக்குப் பிறகு மறுநாள் படப்பிடிப்பிலே ஆடிய ஆட்டத்தைப் பார்த்துவிட்டு அந்த இயக்குனர் அசந்து போனார்.

மிகச் சிறந்த நடனக் கலைஞராக நாகேஷ் உருவானதில் அந்த இயக்குனருடைய விமர்சனத்திற்கு மிகப்பெரிய பங்கு உண்டு.

அந்த இயக்குனரின் பெயர் கே.எஸ். கோபாலகிருஷ்ணன்.

125

கதாசிரியருக்காக கிளைமாக்ஸ் காட்சியில் மீண்டும் நடித்த சிவாஜி

‘சேஸ் எ குரூக்கட் ஷேடோ’ என்ற ஆங்கிலப்படத்தைத் தழுவி எடுக்கப்பட்ட ‘சேஷ் ஆன்கே’ என்ற வங்காளப் படத்திலே உத்தம் குமார் கதாநாயகனாக நடிக்க ஷர்மிளா தாகூர் கதாநாயகியாக நடித்திருந்தார். அந்த வங்க மொழிப் படத்தின் உரிமையை வாங்கி தமிழிலே தயாரிக்கப்பட்ட படம்தான் சிவாஜியும் சரோஜாதேவியும் ஜோடியாக நடித்த ‘புதிய பறவை’. சிவாஜி பிலிம்ஸ் சார்பிலே தயாரிக்கப்பட்ட முதல் தமிழ்ப் படமாக ‘புதிய பறவை’ படம் அமைந்தது.

அந்தப் படத்திற்கான திரைக்கதையையும் வசனத்தையும் ஆரூர்தாஸ் எழுதி முடித்தவுடன் அன்னை இல்லத்துக்கு அவரை வரவழைத்து மொத்த வசனங்களையும் அவரைப் படிக்கச் சொல்லிக் கேட்டார் சிவாஜி. அந்தப் படத்திலே இடம் பெற்றிருந்த இரண்டாவது கதாநாயகியின் வேடத்திற்கு ஆரூர்தாஸ் எழுதியிருந்த சிறப்பான வசனங்களைக் கேட்ட சிவாஜி, அந்தப் பாத்திரத்தில் யார் நடித்தால் நன்றாக இருக்கும் என்று ஆரூர்தாசைக் கேட்டபோது “என்னைப் பொறுத்தவரைக்கும் அந்தப் பாத்திரத்துக்கு என்னுடைய ஒரே சாய்ஸ் சவுகார் ஜானகிதான்” என்றார் ஆரூர்தாஸ்.

அவர் அப்படிச் சொன்னவுடன் உடனே அதை சிவாஜி

ஏற்றுக்கொண்டுவிடவில்லை. "ஏன்?" என்று ஆரூர்தாசைப் பார்த்துக் கேள்வி எழுப்பினார்.

"அந்த அம்மாவின் முகம் மற்ற கதாநாயகிகளின் முக அமைப்பிலிருந்து ரொம்பவும் வித்தியாசமானது. அது தவிர அந்தம்மா நல்ல கலரும் கூட. அது மட்டுமில்லாமல் இளமைக் காலத்திலேயே நல்ல கல்வி அறிவு பெற்றதால் அவங்களுடைய நடை, உடை, எல்லாவற்றிலும் ஒரு கல்ச்சரும், ஸ்டைலும் இருக்கும்" என்று ஆரூர்தாஸ் சொன்னவுடன் அவர் சொன்னதை மறுக்காமல் அப்படியே ஒப்புக் கொண்ட சிவாஜி, "நீ சொல்வது உண்மைதான். ஜானகியைத் தவிர வேறு யாருக்கும் அந்த ரோல் சரியா வராது. நீ எழுதியிருக்கிற வசனத்தை அந்த அம்மா பிய்ச்சி உதறிடும்" என்றார்.

அந்த நவநாகரிகப் பெண்ணின் பாத்திரத்தில் சவுகார் ஜானகியை ஏற்க முதலில் மறுத்த படத்தின் இயக்குனரான தாதாமிராசி "பார்த்த ஞாபகம் இல்லையோ" பாடல் காட்சியில் சவுகாரின் நடிப்பைப் பார்த்துவிட்டு மிரண்டுபோனது மட்டுமின்றி படத்தின் பிற்பகுதியில் அவரது பாத்திரத்திற்கு அதிகமான முக்கியத்துவத்தையும் கொடுத்தார்.

அந்தப் படத்திற்கான உடைகள் சிங்கப்பூர், லண்டன் ஆகிய நாடுகளில் தைக்கப்பட்டன. அப்படி இருந்தும் மிக முக்கியமான வேடத்தில் நடித்திருந்த சவுகார் ஜானகிக்கு சிங்கப்பூரில் தைக்கப்பட்ட உடைகள் திருப்தி அளிக்காததால் தனக்கான உடையை ஹாங்காங்கிலிருந்து வரவழைத்தார்.

"புதிய பறவை" படத்தின் உச்சக்கட்டக் காட்சி இன்றுவரை ரசிகர்கள் மனதிலிருந்து நீங்காத ஒரு காட்சியாக இருக்கிறது என்றால் அதற்குக் காரணம், அந்தக் காட்சியின் வசனங்களும் தங்களது அபாரமான நடிப்பாற்றலால் அந்த வசனங்களுக்கு உயிர்கொடுத்த அந்த நட்சத்திரங்களும்தான்.

"என்னோட நீ ஆடிப் பாடினது, ஆசை மரத்துல கல்லைக் கட்டினது எல்லாம் நடிப்பா?" என்று சிவாஜி சரோஜா தேவியைப் பார்த்துக் கதறுகின்ற அந்தக் உச்சக்கட்டக் காட்சியில் கண்கலங்காத ரசிகர்களே இருக்க முடியாது.

சிவாஜி அப்படிச் சொன்னவுடன் "இல்லை, உங்களைக் கைது

செய்யத்தான் நான் இங்கே வந்தேன். ஆரம்பத்திலே உங்களைக் காதலிக்கிற மாதிரி நான் நடிச்சது உண்மைதான். ஆனால் போகப்போக உங்க மேலே என்னையும் அறியாமல் ஒரு அன்பு ஏற்பட்டு உங்களை உண்மையாகவே நான் காதலிச்சேன். என்னை நம்புங்க கோபால் நம்புங்க" என்று சிவாஜியின் காலடியில் விழுந்து அந்தக் காட்சியில் சரோஜாதேவி கதறி அழுவார்.

அந்தக் கிளைமாக்ஸ் காட்சி படமாக்கப்பட்டபோது முதல் டேக்கிலேயே சிவாஜி, சரோஜாதேவி, எம்.ஆர்.ராதா, சவுகார் ஜானகி ஆகிய எல்லா நட்சத்திரங்களும் மிகச் சிறப்பாக நடித்துவிடவே உற்சாகத்தோடு "டேக் ஓகே, பேக் அப்" என்றார் படத்தின் இயக்குனரான தாதா மிராசி. கிளைமாக்ஸ் காட்சி மிகச் சிறப்பாக அமைந்துவிட்ட மகிழ்ச்சியில் எல்லோரும் படப்பிடிப்புத் தளத்தை விட்டு வெளியே செல்லத் தொடங்கிய நேரத்தில், அந்த கிளைமாக்ஸ் காட்சியில் சிவாஜி பேசுவது போல இன்னும் ஒரு வசனத்தைச் சேர்த்தால் மட்டுமே அந்தக் காட்சி நிறைவு பெறும் என்று கதாசிரியர் ஆரூர்தாசுக்குத் தோன்றியது. ஆகவே படப்பிடிப்புத் தளத்தை விட்டு வெளியே போய்க் கொண்டிருந்த சிவாஜியை அவசரம் அவசரமாக அவர் தடுத்து நிறுத்தினார்.

"ஒரு போலிஸ் அதிகாரி என்பதை மறந்து அந்தப் பெண் உங்களது காலடியில் விழுந்து கதறுகிறாள். ஆனால் நீங்கள் அதைக் கண்டுகொள்ளாமல் நடந்து சென்று விடுகிறீர்கள். நீங்கள் அப்படிப் போவது அந்தப் பெண் கதறி அழுவதையும் நடிப்பு என்று எண்ணிக்கொண்டு நீங்கள் போவது போல இருக்கிறது. அதற்குப் பதிலாக அவளை நீங்கள் ஏற்றுக்கொண்டது மாதிரி அன்போடும், அனுதாபத்தோடும் "பெண்மையே நீ வாழ்க, உள்ளமே உனக்கு என் நன்றி" என்று சொல்லிவிட்டுச் சென்றால் படத்தின் கிளைமாக்ஸ் நிறைவாக இருக்கும்" என்று ஆரூர்தாஸ் சொன்னபோது "இதையெல்லாம் மொத்த கிளைமாக்ஸையும் எடுத்து முடித்தவுடனா சொல்வது? முன்னாலேயே சொல்லியிருக்க வேண்டாமா?" என்று லேசான கோபத்துடன் ஆரூர்தாசைப் பார்த்துக் கேட்டாலும் அவர் சொன்ன திருத்தம் மிகவும் சரியானது என்பதை உணர்ந்துகொண்ட சிவாஜி, செட்டுக்கு வெளியே நடந்து போய்க் கொண்டிருந்த இயக்குனர் தாதாமிராசி, சரோஜாதேவி, சவுகார் ஜானகி, எம்.ஆர்.ராதா ஆகிய எல்லோரையும் மீண்டும் செட்டிற்கு வருமாறு அழைத்தார். அதன் பின்னர் ஆரூர்தாஸ்

புதிதாகச் சேர்க்க விரும்பிய அந்த வசனத்தைப் பேசி சிவாஜி நடிக்க அந்தக் காட்சி மீண்டும் படமாக்கப்பட்டது. இப்போது 'புதிய பறவை' படத்திலே இடம்பெற்றுள்ள அந்தக் காட்சிதான் மீண்டும் எடுக்கப்பட்ட கிளைமாக்ஸ் காட்சி!

1964ஆம் ஆண்டு செப்டம்பர் மாதம் பன்னிரண்டாம் தேதியன்று வெளியான "புதிய பறவை" தன்னுடைய தயாரிப்பு நிறுவனத்தின் சார்பில் தயாரிக்கப்பட்ட முதல் தமிழ்ப் படம் என்பதால், அதைத் தனது சொந்த தியேட்டரான சாந்தியில் வெளியிட வேண்டும் என்று சிவாஜி விரும்பினார். அப்போது ராஜ்கபூரின் இந்திப்படமான "சங்கம்" சாந்தி தியேட்டரில் ஓடிக் கொண்டிருந்தது. அந்தப் படம் நூறு நாட்களை நிறைவுசெய்ய உதவவேண்டும் என்று ராஜ்கபூர் கேட்டுக்கொண்டதால் 'புதிய பறவை' படத்தை பாரகன் தியேட்டரில் வெளியிட்டார் சிவாஜி.

மிகப்பெரிய வெற்றிப் படமாக அமைந்த "புதிய பறவை" வெளியானபோது எம்.ஜி.ஆர். தேவர் பிலிம்சின் "தொழிலாளி" படத்திலே நடித்துக் கொண்டிருந்தார்."புதிய பறவை" படத்தை எல்லாரும் பாராட்டிப் பேசிக் கொண்டிருந்ததால் தியேட்டருக்குப் போய் அந்தப் படத்தைப் பார்க்க அவர் முடிவு செய்தார். எம்ஜிஆர் 'புதிய பறவை' படத்தைப் பார்க்கப் போகிறார் என்ற தகவல் தெரிந்ததும் செட்டிலே இருந்த கதாசிரியர் ஆரூர்தாசை அழைத்த தேவர் "இன்று எம்.ஜி.ஆர் நீ வசனம் எழுதியிருக்கிற 'புதிய பறவை' படத்தைப் பார்க்கப் போகிறார். நீ இங்கேயிருந்தால் உன்னைக் கூட வைச்சிக்கிட்டு எப்படி படம் பார்க்கறதுன்னு அவர் யோசிப்பாரு. அதனாலே படப்பிடிப்பு முடிவதற்கு முன்னாலேயே நீ கிளம்பிவிடு" என்று சொல்ல "நீங்கள் சொல்வது நியாயம்தான்.நான் உங்கள்கூட இருந்தால் உங்களால் படத்தைப் பற்றி மனம் திறந்து பேச முடியாது.அதனால் நான் இப்போதே கிளம்புகிறேன்" என்று சொல்லிவிட்டு அன்று மதியமே படப்பிடிப்புத் தளத்திலிருந்து ஆரூர்தாஸ் கிளம்பிவிட்டார் .

மறுநாள் காலை படப்பிடிப்பிலே ஆரூர்தாஸ் எம்.ஜி.ஆரைச் சந்தித்தபோது "வாழ்த்துக்கள்" என்று சொல்லியபடியே அவரை எம்.ஜி.ஆர் வரவேற்றார். அவர் எதற்காக வாழ்த்துகிறார் என்று தெரிந்த போதிலும் "எதுக்காக அண்ணே வாழ்த்து?" என்று ஆரூர்தாஸ் கேட்டபோது, "நேத்து ராத்திரி நானும் அம்மாவும்

'புதிய பறவை?' படம் பார்த்தோம். "சிவாஜி ரொம்ப நன்றாக நடித்திருக்கிறார். விசுவோட இசை, கண்ணதாசனோட பாட்டு எல்லாமே நல்லாயிருக்கு" என்று சொன்ன எம்.ஜி.ஆர் "படத்தில் உங்க ஹீரோயின் ரொம்ப அழகாக இருக்கிறார்" என்றார். சரோஜாதேவி நடித்த பல படங்களுக்கு ஆரூர்தாஸ் தான் வசனம் என்பதால் சரோஜாதேவியைப் பற்றி அவரிடம் குறிப்பிடும் போதெல்லாம் "உங்க ஹீரோயின்" என்று சொல்வது எம்.ஜி.ஆரின் வழக்கம்.

அதற்குப் பிறகு சவுகார் ஜானகியின் நடிப்பைப் பாராட்டிய அவர். "அவங்க நடிப்பிலே ஒரு ஸ்டைல் இருக்கு. அவங்களுடைய அறிமுகப் பாடலும் பின்னர் அதே பாடலை அவர்கள் திரும்பப் பாடும் கட்டமும் நன்றாக அமைந்திருக்கு" என்றார்.

படத்தின் கிளைமாக்ஸ் காட்சியை மிகவும் பாராட்டிய எம்.ஜி.ஆர். "படத்தின் கிளைமாக்ஸ் இங்கிலிஷ் படம் மாதிரி ரொம்ப வித்தியாசமாக இருந்தது. கிளைமாக்சில் அந்த சஸ்பென்ஸ் உடைகின்ற காட்சியில் உங்களது வசனம் ரொம்பவும் பிரமாதமாக இருந்தது" என்று எம்.ஜி.ஆர். சொன்னவுடன் அவரது காலில் விழுந்து வணங்கிய ஆரூர்தாஸ் அப்போது மானசீகமாக சிவாஜிக்கு தன்னுடைய வணக்கத்தைத் தெரிவித்துக் கொண்டார்.

படப்பிடிப்பு முடிந்த பின்னர் ஒரு கதாசிரியரின் சொல்லுக்காக மீண்டும் அத்தனை நட்சத்திரங்களையும் செட்டுக்கு வரச்சொல்லி அழைத்து அந்தக் காட்சியில் மீண்டும் நடித்த சிவாஜியின் பெருந்தன்மையை நினைத்துப் பார்த்தபோது, ஆரூர்தாசின் கண்களில் அவரையும் அறியாமல் ஈரம் கசிந்தது.

126

ஜெய்சங்கர் சினிமாவில் நடிக்கக் காரணமாக இருந்த கவிஞர் வாலி

ஜெய் என்று திரையுலகினராலும், ரசிகர்களாலும் செல்லமாக அழைக்கப்பட்ட ஜெய்சங்கர் 1938ஆம் ஆண்டு ஜூலை மாதம் 12ஆம் தேதியன்று பிறந்தவர். பட்டப்படிப்பை முடித்துவிட்டு சட்டக் கல்லூரியில் சேர்ந்த ஜெய்சங்கர் அங்கே படிப்பைத் தொடராததற்கு முக்கியமான காரணம், நாடகங்களில் நடிப்பதில் அவருக்கு இருந்த ஆர்வம்.

ஆரம்ப காலத்தில் நாடகங்களில் இருந்த அளவு சினிமாவில் ஜெய்சங்கருக்கு ஆர்வம் இல்லை. அந்த ஆர்வத்தை அவரது மனதுக்குள் விதைத்ததில் கவிஞர் வாலிக்கு மிகப்பெரிய பங்கு உண்டு. நடிகர் வி.கோபாலகிருஷ்ணன் வற்புறுத்தியதால் ஜெய்சங்கரின் நாடகம் ஒன்றைப் பார்க்க வந்த வாலி, திரையுலகில் அடி எடுத்து வைத்தால் ஜெய்சங்கருக்கு பிரகாசமான எதிர்காலம் இருக்கும் என்று பாராட்டினார். அந்தப் பாராட்டுதான் சினிமாவில் நடிக்க ஜெய்சங்கர் முயற்சி செய்யத் தூண்டுகோலாக இருந்தது.

'விஜயபுரி வீரன்' படத்திலே ஆனந்தனை கதாநாயகனாக அறிமுகம் செய்த ஜோசப் தளியத் தன்னுடைய அடுத்த படமான 'இரவும் பகலும்' படத்திலே கதாநாயகனாக நடிக்க ஒரு புதுமுகத்தைத் தேடிக்கொண்டிருந்தபோது அவரது சிட்டாடல் நிறுவனத்தின்

நிரந்தர இசையமைப்பாளரான டி.ஆர்.பாப்பா, ஜெய்சங்கரை அவருக்கு அறிமுகம் செய்து வைத்தார்.

ஜெய்சங்கர் நடித்த ஒரு சரித்திர நாடகத்தைப் பார்த்த ஜோசப் தளியத் 'இரவும் பகலும்' படத்திலே அவரை கதாநாயகனாக ஆக்கியது மட்டுமின்றி, அதுவரை சங்கர் சுப்ரமணியமாக இருந்த அவருக்கு ஜெய்சங்கர் என்று ராசியான ஒரு பெயரையும் சூட்டினார்.

பின்நாளில் ஜெய்சங்கருடன் எண்ணற்ற படங்களில் இணைந்து நடித்த தேங்காய் சீனிவாசன், ஜெய்சங்கரின் படங்கள் பலவற்றை இயக்கிய கதாசிரியர் டி.என்.பாலு ஆகியோரின் அறிமுகம் முதல் படத்திலேயே ஜெய்சங்கருக்குக் கிடைத்தது.

எம்.ஜி.ஆர். இரட்டை வேடங்களில் நடித்த 'எங்க வீட்டுப் பிள்ளை', சிவாஜி நடித்த 'பழனி' ஆகிய இரு மிகப்பெரிய நட்சத்திரங்களின் படங்களுக்கு நடுவே 1965ஆம் ஆண்டு பொங்கல் தினத்தன்று 'இரவும் பகலும்' படம் வெளியானபோது அந்த இரண்டு ஜாம்பவான்களின் படங்களுக்கு மத்தியிலே நம்முடைய படம் ஜெயிக்க வேண்டுமே என்ற பதற்றம் ஜெய்சங்கரைத் தொற்றிக் கொண்டது. ஜெய்சங்கரின் அறிமுகக் காட்சியிலேயே உற்சாகமாக விசிலடித்தும், கைதட்டியும் ரசிகர்கள் அவரது பதற்றத்தைத் தணித்தனர்.

'மக்கள் கலைஞர்' என்றும் 'தென்னகத்து ஜேம்ஸ்பாண்ட்' என்றும் திரை ரசிகர்களால் பின்னாளில் அவர் கொண்டாடப்பட பிள்ளையார் சுழி போட்டது 'இரவும் பகலும்' படத்தின் முதல் காட்சியின்போது ரசிகர்கள் எழுப்பிய அந்த விசில் சத்தம்தான்.

தமிழ்த் திரையுலகில் நான் பத்திரிகையாளராக அடியெடுத்துவைத்த கால கட்டத்தில் மிகக் குறுகிய காலத்திலேயே ஜெய்சங்கர் எனக்கு மிகவும் நெருக்கமான நண்பரானார். அதற்கு முக்கியமான காரணம் ஜெய்சங்கருடைய பழகும் தன்மை.

தமிழ்த் திரை உலகில் பத்திரிகையாளர்களுக்கு இப்போதுள்ளதைவிட இன்னும் கூடுதல் மரியாதை அறுபதுகளிலும், எழுபதுகளிலும் இருந்தது என்றாலும் சில பிரபலமான நடிகர், நடிகைகள் பெரிய பத்திரிகைகளை மதிக்கின்ற அளவுக்குச் சிறிய பத்திரிகைகளை மதிக்க மாட்டார்கள். அவர்களுக்கு நடுவே மிகவும் வித்தியாசமான

நடிகராகத் திகழ்ந்தவர் ஜெய்சங்கர். அவரைப் பொறுத்தவரையில் பத்திரிகையாளர்களைப் பெரிய பத்திரிகையின் பிரதிநிதி, சிறிய பத்திரிகையின் பிரதிநிதி என்று அவர் எப்போதும் பிரித்து பார்த்ததே இல்லை. ஜெய்சங்கருடன் எனக்கு நெருக்கம் அதிகமானதற்கு அது ஒரு முக்கியமான காரணம்.

ஜெய்சங்கரிடம் நண்பர்களை ஒருமுறை அறிமுகம் செய்து விட்டால், அடுத்தமுறை அவர்களைப் பார்க்கும்போது அவர்களுடைய பெயரைச் சொல்லி அவர் பாசத்தோடு அழைப்பார். அதுபோன்ற தனிக் குணங்கள் காரணமாக அவரைச் சுற்றி எப்போதும் நண்பர்கள் இருந்தார்கள்.

எனக்கும் அவருக்கும் இடையே மிக நெருக்கமான உறவு எப்படி ஏற்பட்டது என்று எனக்கு இன்றுவரை தெரியவில்லை. ஆனால் அவருடைய சொந்த விஷயங்கள் பலவற்றைப் பகிர்ந்துகொள்கின்ற அளவுக்கு நாங்கள் இருவரும் மிக நெருக்கமாகப் பழகினோம். ஒரு பிரபல நடிகையோடு தனக்கிருந்த தொடர்பு, தன்னுடைய அரசியல் ஆர்வம் உட்பட பல விஷயங்களை மனம் திறந்து ஜெய் என்னுடன் பகிர்ந்துகொண்டிருக்கிறார்.

என்னுடன் மிக நெருக்கமாகப் பழகியபோதிலும் அவரை விமர்சிக்க நான் தவறியதில்லை. அப்படி அவரை நான் விமர்சிக்கும்போது அந்த விமர்சனங்கள் எல்லாவற்றையும் கவனமாகக் கேட்டுக் கொள்வாரே தவிர அந்த விமர்சனங்களால் ஜெய் ஆத்திரமுற்று நான் எப்போதும் பார்த்ததில்லை.

ஜெய்சங்கரைப் பொறுத்தவரையில் அவருக்கு மிகப்பெரிய சொத்து அவருடைய நண்பர்கள் வட்டம்தான். திரையுலகில் மிகவும் பரபரப்பாக வலம் வந்த காலத்திலேயே அவர் அதிகமாகத் தன்னுடைய நேரத்தைச் செலவழித்தது நண்பர்களோடுதான். அவரது நண்பர்கள் வட்டாரத்தில் யாசின் போன்ற மிகப்பெரிய கோடீஸ்வரர்களும் உண்டு, கே.கே. சௌந்தர் போன்ற சாதாரண நடிகர்களும் உண்டு. அவர்கள் எல்லோரையும் ஒரே நேர்கோட்டில் சமமாகப் பார்க்கக்கூடிய ஒரு நல்ல பண்பினை ஜெய்சங்கர் பெற்றிருந்தார்.

அவரது இல்லம் எப்போதும் இளைஞர்களின் கூடாரம்போல கலகலப்பாக இருக்கும். இரவு 12 மணி ஆனாலும் அவரது நண்பர்களுக்கு சுடச்சுட உணவு பரிமாறுவார் ஜெய்சங்கருடைய

மனைவி கீதா. அவரை மனைவியாக அடைந்த ஜெய்சங்கர் உண்மையிலேயே மிகப் பெரிய பாக்கியசாலி என்று சொல்வேன்.

“இப்படி அகால நேரத்தில் இத்தனை பேரை அழைத்துக்கொண்டு வந்து உணவு பரிமாறச் சொல்கிறாரே” என்று ஒருநாளும் ஜெய்சங்கரின் மனைவி முகம் சுளித்து நான் பார்த்ததே இல்லை. எல்லா வெற்றியாளனுக்குப் பின்னாலேயும் ஒரு பெண் இருக்கிறார்கள் என்ற பழமொழிக்கு உதாரணமாக ஜெய்சங்கரின் மனைவியைச் சொல்லலாம்.

எம்.ஜி.ஆர்., சிவாஜி தொடங்கி எல்லா நடிகரின் நடிகர்களோடும் மிகவும் சீரான உறவை வைத்திருந்தவர் ஜெய்சங்கர். பல நடிகை களின் சொந்தப் பிரச்சினைகளை அவர் தீர்த்து வைத்திருக்கிறார். உதவி என்று தன்னைத் தேடி யார் வந்தாலும் தமமால் முடிந்த அளவிற்கு அவர்களுக்கு உதவ அவர் தயங்கியதே இல்லை.

நடிகனுடைய வாழ்க்கை என்பது மன அழுத்தம் நிறைந்த ஒன்று என்ற போதிலும் எல்லாவற்றையும் மிக எளிதாக ஏற்றுக் கொள்ளக்கூடிய அரிய குணத்தை ஜெய் பெற்றிருந்ததால் அந்த அழுத்தங்களிலிருந்து மிக எளிதாக அவரால் வெளியே வர முடிந்தது. அவரது அந்தக் குணத்திற்கு உதாரணமாக அமைந்த ஒரு சம்பவத்தை உங்களோடு பகிர்ந்துகொள்ள விரும்புகிறேன்.

ஜெய்சங்கரின் மனைவி கீதாவின் சகோதரிக்கு திருமணம் நிச்சயமானவுடன் அந்தத் திருமணத்துக்கு அழைப்பிதழ் கொடுப்பதற்காக ஜெய்சங்கரும் நானும் அப்போது அமைச்சராக இருந்த ப.உ.சண்முகம் வீட்டிற்கு சென்றோம்.

நாங்கள் காரிலே அவரது வீட்டுக்கு உள்ளே நுழைந்தவுடன் அவர் வீட்டு வாயிலில் இருந்த செக்யூரிட்டி ஜெய்சங்கரைப் பார்த்து பலமாக ஒரு சல்யூட் வைத்தார். சிரித்தபடியே அவருக்கு கைகாட்டிவிட்டு ஜெய்சங்கர் அமைச்சரின் வீட்டுக்குள்ளே சென்றார். அமைச்சரிடம் பத்திரிகையைக் கொடுத்துவிட்டு நாங்கள் விடைபெற்று காரில் வெளியே கிளம்பியபோது, அந்த செக்யூரிட்டி மீண்டும் ஒரு முறை அட்டகாசமாக சல்யூட் வைக்க அவரது அருகிலே காரை நிறுத்தச் சொன்ன ஜெய்சங்கர் சிரித்தபடியே “நான் யாருன்னு தெரியுதா?” என்று அவரிடம் கேட்டார். மிகப்பெரிய விபரீதத்தை விலைகொடுத்து வாங்கப் போகிறோம் என்று அவருக்கு அப்போது தெரியாது.

அவர் அப்படிக் கேட்டவுடன் அந்த செக்யூரிட்டி மிகவும் உற்சாகத்தோடு “உங்களைத் தெரியாதா சார் எனக்கு? நீங்க நடிச்ச ‘காதலிக்க நேரமில்லை’ படத்தை மட்டும் பத்து தடவைக்கு மேல் பார்த்து இருக்கிறேன்” என்று சொன்னபோது என்னால் சிரிப்பை அடக்க முடியவில்லை.

‘காதலிக்க நேரமில்லை’ ரவிச்சந்திரன் அறிமுகமான முதல் படம்.

அந்த இடத்திலே வேறு எந்த நடிகராக இருந்தாலும் சிவந்த முகத்தோடு அந்த செக்யூரிட்டியை முறைத்து இருப்பார்கள். ஆனால் ஜெய் அதைச் செய்யவில்லை.

அந்த செக்யூரிட்டி அப்படிச் சொன்ன அடுத்த நிமிடம் டிரைவரைப் பார்த்து “காரை எடு” என்று சொன்ன அவர் என் பக்கம் திரும்பி “நம்ம புத்தியைச் செருப்பால அடிக்கணும். அந்த செக்யூரிட்டி சல்யூட் அடித்த உடனே மரியாதையா நாம்ப அந்த இடத்தைவிட்டுக் கிளம்பி வந்திருக்கணும். அதை விட்டுவிட்டு என்னை யாருன்னு தெரியுதா என்று அவனிடம் எதற்காக நாம் கேட்க வேண்டும்” என்றார்.

அதுதான் ஜெய்சங்கர்.

127

இயக்குனர் கே. சங்கருக்கு எம்.ஜி.ஆர். கொடுத்த அதிர்ச்சி

நடிகர் திலகம் சிவாஜி கணேசனுடன் இணைந்து "ஆலயமணி, ஆண்டவன் கட்டளை, அன்புக்கரங்கள், மிருதங்க சக்கரவர்த்தி, சிரஞ்சீவி, ராஜரிஷி" என்று எண்ணற்ற திரைப்படங்களில் பணியாற்றிய கே.சங்கர் "பணத் தோட்டம், குடியிருந்த கோயில், கலங்கரை விளக்கம், அடிமைப்பெண் பல்லாண்டு வாழ்க, உழைக்கும் கரங்கள், இன்று போல் என்றும் வாழ்க" என்று வரிசையாகப் பல வெற்றிப்படங்களை எம்.ஜி.ஆருக்குத் தந்த இயக்குனர்.

ஆரம்பத்தில் படத்தொகுப்பாளராக திரையுலகில் அடியெடுத்து வைத்த கே.சங்கர் இயக்கிய முதல் படம் 'டாக்டர்' என்ற சிங்களப் படம். அதற்குப் பின்னர் ஏவி.எம். நிறுவனம் தயாரித்த பல திரைப்படங்களில் பிரபல இயக்குனரான எம்.வி.ராமனுக்கு உதவியாளராகப் பணியாற்றிய கே.சங்கருக்கு தெலுங்குப் பட உலகின் முன்னணி நட்சத்திரங்களான என்.டி ராமராவ், நாகேஸ்வரராவ் ஆகிய இருவரும் இணைந்து நடித்த 'பூ கைலாஸ்' என்ற தெலுங்குப் படத்தை இயக்குகிற வாய்ப்பினைத் தந்தார் மெய்யப்பச் செட்டியார்.

மிக இளம் வயதிலேயே அப்படிப்பட்ட ஒரு அரிய வாய்ப்பை மெய்யப்பச் செட்டியார் இயக்குனர் கே.சங்கருக்கு வழங்கியதற்கு

சங்கரின் படைப்புத் திறனைத் தாண்டி ஒரு காரணம் இருந்தது. காரைக்குடியிலே அமைந்திருந்த ஏ.வி.எம். ஸ்டூடியோவில் 'வேதாள உலகம்' திரைப்படம் தயாராகிக் கொண்டிருந்தபோது அந்த ஸ்டூடியோவிலே மிகப்பெரிய தீ விபத்து ஏற்பட்டது. அந்தத் தீ விபத்திலிருந்து 'வேதாள உலகம்' படத்துடைய திரைப்படத்தின் பிலிம் சுருள்களைத் தனி ஆளாகக் காப்பாற்றியவர் கே. சங்கர். ஆகவே அந்தச் சம்பவத்திற்குப் பிறகு கே. சங்கர் மீது மெய்யப்ப செட்டியாருக்குத் தனிப்பட்ட ஓர் அன்பு பிறந்தது.

சிவாஜி, எம்.ஜி.ஆர், ஜெமினிகணேசன், எஸ்.எஸ்.ராஜேந்திரன், ஏ.வி.எம். ராஜன், முத்துராமன், ஜெய்சங்கர், விஜயகாந்த், கமல்ஹாசன் ஆகிய எல்லா நட்சத்திரங்களோடும் பணியாற்றுகின்ற வாய்ப்பினைப் பெற்ற கே. சங்கர், புரட்சித்தலைவர் எம்ஜிஆர், செல்வி ஜெயலலிதா, என்.டி. ராமராவ் ஆகிய மூன்று முதல்வர் களோடு பணியாற்றிய பெருமைக்குச் சொந்தக்காரரும் கூட.

சிவாஜியுடன் இணைந்து கே.சங்கர் பணியாற்றிய முதல் திரைப்படம் பி.எஸ்.வீரப்பா தயாரித்த 'ஆலயமணி'. அந்தப் படத்திலே பணியாற்ற ஒப்புக்கொண்ட பிறகு மிகப்பெரிய சோதனையைச் சந்திக்க வேண்டிய ஒரு சூழ்நிலை சங்கருக்கு ஏற்பட்டது.

'ஆலயமணி' உருவான அதே கால கட்டத்தில் ஜி.என். வேலுமணியின் சரவணா பிலிம்ஸ் நிறுவனத்துக்காக ஒரு படத்தில் நடிக்க ஒப்புக்கொண்ட எம்.ஜி.ஆர் "படத்தை இயக்க உங்களது கம்பெனி இயக்குனரான கே.சங்கரை அழைத்து வாருங்கள்" என்று வேலுமணியிடம் சொன்னார். வேலு மணியின் நிறுவனத்திற்காக 'பாத காணிக்கை' என்ற படத்தை சங்கர் ஏற்கனவே இயக்கியிருந்ததால், அந்த உரிமையில் அவரை அலுவலகத்துக்கு வரும்படி சொன்ன ஜி.என் வேலுமணி, சங்கரின் இயக்கத்தில் எம்.ஜி.ஆர் நடிக்க விரும்புவதைப் பற்றி எல்லாம் அவரிடம் சொல்லாமல் "எம்.ஜி.ஆர்.உங்களைச் சந்திக்க வேண்டும் என்று விரும்புகிறார். ஆகவே அவரை ஒரு முறை சந்தித்து விட்டு வந்து விடுங்கள்" என்று அவரிடம் கூறினார். ஆனால் சங்கர் அவ்வளவு எளிதில் எம்.ஜி.ஆரைப் பார்க்காமல் அதற்கு ஏதேதோ காரணங்களைக் கூறிக்கொண்டிருந்தார்

கே.சங்கர் அப்படி நடந்துகொண்டதற்குக் காரணம் இருந்தது.

முதல் காரணம் எம்.ஜி.ஆர். எதற்காகத் தன்னை அழைக்கிறார் என்று அப்போது சங்கருக்கு நன்றாகத் தெரிந்திருந்தது. அடுத்த முக்கியமான காரணம் அப்போது சிவாஜி கதாநாயகனாக நடித்துக் கொண்டிருந்த பி.எஸ். வீரப்பாவின் 'ஆலயமணி' படத்தை இயக்க அவர் ஒப்புக்கொண்டிருந்தது.

எவ்வளவோ எடுத்துச் சொன்னதற்குப் பிறகும் கே. சங்கர், எம்.ஜி.ஆரைச் சந்திக்காததால் அவரை மீண்டும் தனது அலுவலகத்துக்கு வரவழைத்த வேலுமணி "ஏன் எம்.ஜி.ஆரைச் சந்திக்காமல் இப்படி காலம் கடத்துகிறீர்கள்?" என்று அவரிடம் கேட்டபோது எம்.ஜி.ஆரை தான் ஏன் சந்திக்கப் போகவில்லை என்பதைப் பற்றி விளக்கமாக சங்கர் அவருக்கு எடுத்துச் சொன்னார்.

"சிவாஜியின் 'ஆலயமணி' படத்தின் வேலைகள் ஆரம்பமாயிடுச்சுன்னு உங்களுக்கே நன்றாகத் தெரியும். அப்படி இருக்கும்போது இப்போது நான் எம்.ஜி.ஆரைப் பார்த்தால் நிச்சயமாக வீண் குழப்பம்தான் வரும். அதனால் அந்தப் படத்தை முடிச்சுட்டு அதுக்குப் பிறகு அவரைப் பார்க்கப் போகிறேன்" என்று கே.சங்கர் சொன்னதை வேலுமணி காதில் வாங்கிக்கொள்ளவே இல்லை.

"எதுவாக இருந்தாலும் நீங்களும் எம்.ஜி.ஆரும் பேசித் தீர்த்துக் கொள்ளுங்கள். இப்போது என்னுடன் புறப்பட்டு வாருங்கள்" என்று வேலுமணி அழைத்தபோது அதற்குமேலும் தவிர்க்க முடியாமல் அவருடன் எம்.ஜி.ஆரைச் சந்திக்கச் சென்றார் கே.சங்கர்.

கே.சங்கரை உற்சாகமாக வரவேற்ற எம்.ஜி.ஆர். தன்னுடன் உணவு அருந்த வரும்படி அவரை அழைத்தார். காலை உணவு முடிந்த பின்னர் "சிவாஜி நடிக்கும் 'ஆலயமணி' படத்தை டைரக்ட் செய்ய ஏற்கனவே ஒப்புக் கொண்டு விட்டேன். அந்தப் படத்தின் வேலைகளும் ஆரம்பமாயிடிச்சு. அப்படியிருக்கும்போது இப்போது உங்களுடைய படத்தையும் எப்படி என்னால் ஒப்புக்கொள்ள முடியும்?அதனால்தான் உங்களைச் சந்திக்க நான் தயங்கினேன்" என்று தனது நிலைமையை எம்.ஜி.ஆருக்கு விளக்கமாகச் சொன்னார் கே.சங்கர்.

அவர் அப்படிச் சொன்னபோது எம்.ஜி. ஆர் உடனடியாக

அவரது பேச்சுக்கு மறுப்பு எதுவும் சொல்லாததால், தான் சொன்ன விளக்கத்தை அவர் ஏற்றுக் கொண்டுவிட்டார் என்ற நிம்மதியோடு சங்கர் அங்கிருந்து கிளம்பியபோது, வாயில் வரை வந்து அவரை வழியனுப்பிய எம்ஜிஆர் "நீங்க என்ன செய்வீர்களோ தெரியாது. ஆனால் வேலுமணியின் 'பணத்தோட்டம்' படத்துக்கு நீங்கள்தான் டைரக்டர்" என்று சிரித்தபடியே சொல்லிவிட்டு அவரை வழியனுப்பி வைத்தார்.

அந்தப் படத்தைப் பொறுத்தவரையில் இனி வாதிட தனக்கு எந்த வாய்ப்பும் இல்லை என்பதும்; தீர்ப்பு ஏற்கனவே சொல்லப்பட்டுவிட்டது என்பதும் கே.சங்கருக்குத் தெளிவாகப் புரிந்தது.

தினமும் காலை 7 மணி முதல் 1 மணி வரை ஆலயமணி படத்தையும் மதியம் 2 மணி முதல் இரவு 10 மணி வரை பணத்தோட்டம் படத்தையும் ஒரே நேரத்தில் இயக்கினார் சங்கர்.

ஒரு நாள் மதியம் வரை 'ஆலயமணி' படத்தின் படப்பிடிப்பில் கலந்து கொண்டு விட்டு மதியத்துக்கும் மேலாக 'பணத்தோட்டம்' படத்தை இயக்கச் சென்ற சங்கருக்கு அன்று எம்.ஜி.ஆர். நடித்த நடிப்பிலே திருப்தி ஏற்படவில்லை. ஆகவே அந்தக் காட்சி படமாக்கப்பட்டபோது "ஒன் மோர், ஒன் மோர்" என்று ஐந்து தடவைக்கும் மேலாக அவர் திரும்பத் திரும்பச் சொன்னார்.

எம்.ஜி.ஆர் நடிக்கும்போது பெரும்பாலான இயக்குனர்கள் முதல் டேக்கிலேயே 'ஓ.கே.' என்று சொல்லிவிடுவார்கள்.இல்லையென்றால் அதிகபட்சமாகச் சில சந்தர்ப்பங்களில் இரண்டாவது டேக் எடுப்பார்கள். ஆனால் ஐந்து டேக்குகள் எல்லாம் போக எவருமே அப்போது துணிந்ததில்லை.

ஐந்தாவது டேக்குக்குப் பிறகும் "ஒன் மோர்" என்று கே.சங்கர் சொன்னவுடன் லேசான சிரிப்புடன் அவரை எம்ஜிஆர் தனியாக அழைத்தார்.

"நீங்க காலையிலே டைரக்ட் பண்ண படத்திலே அவர் நடிச்ச நடிப்பையெல்லாம் என்னிடம் எதிர்பார்க்காதீர்கள். அப்படி எதிர்பார்த்தீர்கள் என்றால் இன்று முழுவதும் நீங்கள் இதே காட்சியைத்தான் எடுக்க வேண்டியிருக்கும். நடிப்பில் அவர் பாணி வேறு. என் பாணி வேறு. முதலில் அதைப் புரிந்து

கொள்ளுங்கள்" என்றாராம்.

"எம்.ஜி.ஆரின் பலம் அவர் யார் என்பதை அவர் மிகச் சரியாக உணர்ந்து கொண்டிருந்ததுதான். அவர் என்னிடம் மனம் விட்டு அன்று அப்படிச் சொன்னதற்குப் பிறகுதான் நான் செய்த தவறு எனக்குப் புரிந்தது. நடிப்பிலே சிவாஜி, எம்.ஜி.ஆர் ஆகிய இருவரது பாணியும் வெவ்வேறானவை. இரண்டு பேருக்கும் வெவ்வேறு ஸ்டைல். இவர் மாதிரி அவரையோ அல்லது அவர் மாதிரி இவரையோ நடிக்கச் சொன்னால் நிச்சயம் அது சரியாக அமையாது என்ற நுணுக்கமான விஷயத்தை அன்று தான் நான் புரிந்து கொண்டேன். அன்று எம்.ஜி.ஆர். கொடுத்த அந்த அதிர்ச்சி வைத்தியத்தால்தான் அதற்குப் பிறகு தொடர்ந்து அவர்கள் இருவரோடும் பல திரைப்படங்களில் அவர்களோடு என்னால் பணியாற்ற முடிந்தது" என்று கே.சங்கர் ஒரு கட்டுரையில் குறிப்பிட்டிருக்கிறார்.

அவ்வளவு பிரச்சினைகளுக்கு நடுவே உருவான எம்.ஜி.ஆரின் 'பணத் தோட்டம்' மிகப்பெரிய வெற்றிப்படமாக அமைந்தது. அந்தப் படத்தின் வெற்றிக்குப் பிறகு, "ஆரம்பத்தில் என் படத்தை டைரக்ட் செய்யத் தயங்கினீர்களே? இப்போது என்ன சொல்கிறீர்கள்?" என்று எம்ஜிஆர் கேட்டபோது, கே.சங்கரால் பதில் சொல்ல முடியவில்லை.

பின்னர் எம்ஜிஆரை பல படங்களில் இயக்கிய கே.சங்கர் எம்.ஜி.ஆர் பிக்சர்ஸ் தயாரிப்பான 'அடிமைப் பெண்' படத்தை இயக்குகின்ற வாய்ப்பினையும் பெற்றார்.

எம்.ஜி.ஆரின் மிகப்பெரிய வெற்றிக்கான முக்கியமான காரணம் திறமைசாலிகளைத் தேடிச் செல்ல அவர் என்றுமே தயங்கியதில்லை என்பதுதான்.

128

சோவின் வாழ்க்கையைப் புரட்டிப் போட்ட பந்தயம்

தமிழக அரசியல் தலைவர்கள் மட்டுமின்றி இந்திய அரசியல் தலைவர்கள் பலரும் மிகப்பெரிய மரியாதை வைத்திருந்த சோ-விற்கு வழக்கறிஞர், நாடக நடிகர், சினிமா நடிகர், திரைக்கதை, வசனகர்த்தா, இயக்குனர், பத்திரிகையாளர், அரசியல் ஆலோசகர் என்று பல முகங்கள்.

தன்னுடைய வாழ்க்கையின் பிற்பகுதியில் இந்தியா முழுமைக்கும் அறிமுகமான ஓர் அரசியல் வித்தகராக அவர் இருந்ததற்கு அடித்தளம் இட்டது அவர் நடத்திய 'துக்ளக்' பத்திரிகைதான். ஆனால், அரசியலில் அடி எடுத்து வைக்க வேண்டும் என்ற திட்டத்தோடு அந்தப் பத்திரிகையை அவர் தொடங்கவில்லை.

கல்லூரியில் படிக்கும்போதே தமிழ்வாணனின் 'கல்கண்டு', அழ.வள்ளியப்பா நடத்திய 'பூஞ்சோலை', கலைமகள் நிறுவனத்திலிருந்து வெளிவந்த 'கண்ணன்' ஆகிய பத்திரிகைகளில் கிரிக்கெட் விமர்சனக் கட்டுரைகளை எழுதிய சோ, நடிகராக அறிமுகமானதற்குப் பிறகு 'கல்கி' பத்திரிகையில் ஒரு தொடர் கட்டுரையும், ஒரு தொடர் நாடகமும் எழுதுகின்ற வாய்ப்பை 'கல்கி' ராஜேந்திரன் அவருக்கு வழங்கினார். அந்த வாய்ப்புகளைத் தொடர்ந்து 'சாவி' ஆசிரியராக இருந்த 'தினமணி கதிர்' பத்திரிகையில் 'மை டியர் பிரம்மதேவா' என்ற பெயரிலே கட்டுரைத் தொடர் ஒன்றை எழுதியபோதுதான் முதல் முறையாக பொதுப் பிரச்னைகளைத் தனக்கே உரிய கிண்டலுடன் விமர்சித்து எழுதத் தொடங்கினார் சோ. ஆனால் 'துக்ளக்' என்ற பெயரிலே

அவர் பத்திரிகையைத் தொடங்கியதற்கும், இந்தப் பத்திரிகை அனுபவங்களுக்கும் கொஞ்சம்கூட சம்பந்தமில்லை.

சிதம்பரத்தில் உள்ள அண்ணாமலை பல்கலைக்கழகத்தில் மாணவர்கள் நடத்திய விழா ஒன்றில் கலந்துகொண்ட சோ, அந்த நிகழ்ச்சியில் மாணவர்கள் கேட்ட பலதரப்பட்ட கேள்விகளுக்குக் கொஞ்சம்கூட சளைக்காமல் பதிலளித்தார்.

விழா முடிந்து காரில் சென்னை திரும்பும்போது அந்த நிகழ்ச்சியில் சோ பதிலளித்த விதம் பற்றி கிண்டல் செய்யத் தொடங்கிய அவரது நண்பர்கள் "உன்னைப் பத்தி நீ என்ன நினைச்சிக்கிட்டு இருக்கே? மாணவர்கள் கேள்வி கேட்டால் உனக்குத் தெரியாத விஷயங்களைத் தெரியாதுன்னு சொல்ல வேண்டியதுதானே. அதை விட்டுவிட்டு மாநில அரசியல், மத்திய அரசியல், ஆட்சி, அதிகாரம், சினிமா, சட்டம், என்று எல்லா கேள்விகளுக்கும் உன் இஷ்டத்துக்கும் பதில் சொல்றே?" என்று கேட்டபோது "நான் பேசினதை இப்படி எல்லாம் நீங்கள் கிண்டல் செய்தால் அதற்குப் பிறகு நான் அதைப் பற்றி எல்லாம் பத்திரிகையில் எழுத ஆரம்பித்து விடுவேன்" என்று அவர்களை பொய்க் கோபத்துடன் மிரட்டினார் சோ.

அப்படி அவர் மிரட்டியபோது அவருக்குப் பதில் எதுவும் சொல்லாமல் அத்தோடு அந்த விஷயத்தை அவரது நண்பர்கள் விட்டிருந்தால் 'துக்ளக்' என்ற பத்திரிகையே தோன்றியிருக்காது. ஆனால் அவரது நண்பர்கள் விடவில்லை. "பத்திரிகையில் எழுதுவாயா, எந்தப் பத்திரிகையிலே நீ எழுதறதைப் போடத் தயாராக இருக்காங்க?" என்று அவரிடம் கேட்டனர்.

"யாரும் போடலேன்னா என்ன. நானே சொந்தமாக ஒரு பத்திரிகை ஆரம்பித்து அதில் எழுதுகிறேன்" என்று சோ அவர்களுக்குப் பதில் சொன்னபோது "பத்திரிகை ஆரம்பித்து நடத்துவது எல்லாம் நாடகம் போடுவது போல சுலபமான வேலை என்று நினைத்துக் கொண்டு இருக்கிறாயா?" என்று அவரது நண்பர்கள் கேட்க, "நிச்சயமாக நான் ஒரு பத்திரிகை ஆரம்பிக்கிறேன். எவ்வளவு பந்தயம்?" என்று அவர்களைப் பார்த்து எதிர்க் கேள்வி கேட்டார் சோ.

அதற்குப் பிறகு அவர்களுக்குள் தொடர்ந்து நடந்த விவாதத்தில் பந்தயப் பணம் ஐந்து ரூபாய் என்றும் மூன்று மாத காலத்திற்குள் சோ ஒரு பத்திரிகையை ஆரம்பிக்க வேண்டும் என்றும் முடிவானது.

அந்தப் பந்தயத்திற்கு சோ ஒப்புக் கொண்டபோது பத்திரிகை பற்றி சோ-வுக்கு எந்த அடிப்படை அறிவும் இல்லை என்றபோதிலும் எப்படியாவது பந்தயத்திலே ஜெயித்து விட வேண்டும் என்பதில் குறியாக இருந்தார் அவர்.

தொழில் அதிபராக இருந்த நண்பர் ஒருவரிடம் தனது பந்தயத்தைப் பற்றி சோ சொன்னபோது "நீ பத்திரிகை நடத்தினா அந்தப் பத்திரிகை விற்கும்னு உனக்கு நம்பிக்கை இருக்கா? கொஞ்சம் சுமாராக விற்கும் என்றால்கூட நான் அந்தப் பத்திரிகையை நடத்தத் தயார்" என்றார் அவர்.

அவர் அப்படிச் சொன்னவுடன் "நான் பத்திரிகை நடத்தினால் வாங்குவீர்களா?"என்று நேராக மக்களிடமே கேட்டு விட்டால் என்ன என்ற எண்ணம் சோ-விற்குத் தோன்றியது.

"எனது நாடகங்கள் எந்த பாணியில் எழுதப்படுகின்றதோ அதே பாணியில் நான் ஒரு பத்திரிகையை ஆரம்பித்தால் நீங்கள் வாங்குவீர்களா? உங்களது முடிவு வாங்குவேன் என்பதாக இருந்தாலும் சரி, வாங்க மாட்டேன் என்பதாக இருந்தாலும் சரி, எனக்குக் கடிதம் மூலம் உங்களது முடிவைத் தெரிவியுங்கள்" ஒரு விளம்பரத்தை 'ஹிந்து' பத்திரிகையில் வெளியிட்ட சோ, அந்த விளம்பரம் ரசிகர்களைப் பளிச்சென்று கவர வேண்டும் என்பதற்காக ஆங்கிலப் பத்திரிகையான 'ஹிந்து'வில் அந்த விளம்பரத்தை தமிழில் வெளியிட்டார். ஹிந்து பத்திரிகையில் முழுக்க தமிழில் வெளியான முதல் விளம்பரமாக அந்த விளம்பரம் அமைந்தது.

அந்த விளம்பரத்தை வெளியிட்டபோது, அதற்கு மக்கள் மத்தியிலிருந்து அப்படி ஓர் ஆதரவு கிடைக்கும் என்று சோ கனவிலும் எதிர்பார்க்கவில்லை. ஆயிரக் கணக்கில் கடிதங்கள் வந்து குவிந்தன. "பத்திரிகையைத் தொடங்குங்கள். நிச்சயமாக நாங்கள் வாங்குவோம்" என்று பத்தாயிரத்துக்கும் மேற்பட்டவர்கள் ஆதரவு தெரிவித்திருந்தனர்.

அவ்வளவு பேர் ஆதரிப்பதாகச் சொன்னவுடன் பத்திரிகையை ஆரம்பிக்கத் தயாராக இருப்பதாகக் கூறிய தன்னுடைய நண்பரைச் சந்தித்து பத்திரிகைக்கு ரசிகர்கள் மத்தியில் கிடைத்துள்ள வரவேற்பைப் பற்றி உற்சாகமாகச் சொன்னார் சோ.

"இவ்வளவு பேர் ஆதரிக்கத் தயாராக இருக்கும்போது நீயே இந்தப்

சித்ரா லட்சுமணன்

பத்திரிகையை ஆரம்பித்தால் என்ன?" என்று அந்த நண்பர் கேட்டபோது "என்னால் எழுத முடியுமே தவிர பத்திரிகையை வெற்றிகரமாக நடத்த முடியும் என்ற நம்பிக்கை எனக்கில்லை" என்று தனது பலவீனத்தை வெளிப்படையாக ஒப்புக் கொண்ட சோ தன்னுடைய நண்பர் அப்படி ஒரு பதிலைச் சொல்வார் என்று எதிர்பார்க்கவில்லை.

"உனக்கு இந்தத் தொழில் பற்றி நன்றாகத் தெரியும் என்றால் கூட நான் தைரியமாக இறங்கிவிடுவேன். ஆனால் பத்திரிகை நடத்துவதைப் பற்றி உனக்கு ஆனா ஆவன்னா கூட தெரியாது என்பது மட்டுமல்ல - முன்னே பின்னே ஒரு பத்திரிகை அலுவலகத்திற்குள் நுழைந்த அனுபவம்கூட உனக்குக் கிடையாது. என் நிலைமையும் அதுதான். பத்திரிகையை நடத்துவதைப் பற்றி எனக்கு எதுவுமே தெரியாது.

எவ்வளவு முதலீடு போட வேண்டும்? அதை எத்தனை ஆண்டுகளில் திரும்ப எடுக்கலாம் என்பதைப் பற்றியெல்லாம் ஒன்றும் தெரியாமல் இந்தத் தொழிலில் இறங்க எனக்கு பயமாக இருக்கிறது. அதனால் இந்தப் பத்திரிகை ஆரம்பிக்கிற யோசனையை எல்லாம் இத்தோடு விட்டு விடு. பந்தயப் பணம் ஐந்து ரூபாய்தானே. உன் தோல்வியை ஒப்புக்கொண்டு உன் நண்பர்களுக்கு அந்தப் பணத்தைக் கொடுத்து விடு" என்று சோவுக்கு அறிவுரை கூறினார் அவரது நண்பர்.

சோ மிகுந்த நம்பிக்கை வைத்திருந்த அந்த நண்பர் அப்படிச் சொன்னதைக் கேட்டு முதலில் சோ ஏமாற்றமடைந்தாலும் அனுபவமில்லாமல் பத்திரிகை நடத்தினால் அதற்கான விளைவுகளைச் சந்திக்க வேண்டும் என்பதிலோ, அதனால் பத்திரிகை நடத்துவது என்ற முடிவை கைவிடுவதுதான் சரி என்று அவர் சொன்னதிலோ சோவிற்கு எந்த மாற்றுக் கருத்துமில்லை. ஆகவே "நான் பத்திரிகை ஆரம்பிக்கப்போவதில்லை" என்று ஹிந்து பத்திரிகையில் இன்னொரு விளம்பரம் கொடுத்து தன்னுடைய பத்திரிகைக் கனவிற்கு முடிவுகட்டி விடுவது என்று அவர் முடிவெடுத்தார்.

ஆனால், சோவின் அந்த முடிவை மாற்ற தனது தூதுவன் ஒருவனை அன்று மாலை நடைபெற்ற சோவின் நாடகத்துக்குக் காலம் அனுப்பி வைத்தது.

129

பலத்த எதிர்ப்புகளுக்கு நடுவே பத்திரிகை நடத்த முடிவெடுத்த சோ

நண்பர்களுடன் போட்ட பந்தயத்தின் காரணமாக பத்திரிகை ஒன்றை ஆரம்பித்து நடத்த வேண்டும் என்று முடிவெடுத்த சோ, முதலீடு போட்டு அந்தப் பத்திரிகையை நடத்துவதற்கு சரியான ஆள் கிடைக்காததால் அந்த எண்ணத்தைக் கைவிட்டு விட முடிவு எடுத்த அன்று 'ஆனந்த விகடன்' பத்திரிகையில் நிருபராகப் பணியாற்றிய பாலா அவருடைய நாடகத்தைப்பார்க்க வந்திருந்தார். அவர் ஒரு நாடக நடிகரும் கூட. ஆகவே அந்த ஆர்வம் காரணமாக அடிக்கடி சோ-வைச் சந்திக்க அவர் வருவது வழக்கம்.

நாடகம் முடிந்தவுடன் சோ-வுடன் பேசிக்கொண்டிருந்த அவர் "பத்திரிகை ஆரம்பிக்கப்போறதா 'ஹிந்து' பத்திரிகையிலே விளம்பரம் எல்லாம் கொடுத்தியே, எப்படி இருந்தது ரசிகர்கள் வரவேற்பு" என்று கேட்க, "வரவேற்பு எல்லாம் பிரமாதமாகத்தான் இருக்கு. ஆனா பத்திரிகையை ஆரம்பிச்சி நடத்த எனக்குத்தான் தைரியம் இல்லே. அதனால 'ஹிந்து' பத்திரிகையிலேயே 'நான் பத்திரிகை ஆரம்பிக்கப்போவதில்லை'ன்னு இன்னொரு விளம்பரம் கொடுத்து விடலாம் என்றிருக்கிறேன்" என்றார் சோ.

அவர் அப்படிச் சொன்னவுடன் "பத்திரிகையை நடத்த வேறு யாராவது முன்வந்தால் நீ ஆசிரியரா இருக்கத் தயாரா?" என்று பாலா கேட்க, "யாரோ வந்து மாட்டிக்கறேன்னா எனக்கு என்ன பிரச்னை, நான் தயார்"என்று சோவிடமிருந்து பதில் பிறந்தது.

இரண்டு தினங்களுக்குப் பிறகு மீண்டும் சோ-வைச் சந்தித்த பாலா

'ஆனந்தவிகடன்' அதிபரான எஸ்.எஸ்.பாலனிடம் உன்னுடைய பத்திரிகை ஆர்வத்தைப் பற்றி நான் சொன்னேன். நீ ஆசிரியராக இருப்பதாக இருந்தால் அந்தப் பத்திரிகையை நடத்தத் தயார் என்று என்னிடம் அவர் சொன்னார். அதனால் இன்று மாலை என்னுடன் வா. அவரைச் சந்தித்து பேசிவிட்டு வரலாம்" என்று சோ-வை அழைத்தார்.

அன்று மாலை எஸ்.எஸ்.பாலனை அவரது இல்லத்தில் சோ சந்தித்தபோது "நீங்க பத்திரிக்கை ஆரம்பிக்கப் போறதா 'ஹிந்து'விலே கொடுத்திருந்த விளம்பரத்தைப் பார்த்தேன். அதுக்கு அப்புறம் ஒரு கட்டத்தில் அந்த எண்ணத்தை கைவிட்டு விட நீங்க முடிவெடுத்ததாக பாலா சொன்னார். அதெல்லாம் உண்மைதானா" என்று அவர் கேட்டார்.

"உண்மைதான் சார். எனக்கு பத்திரிகைத் தொழிலில் எந்த முன் அனுபவமும் கிடையாது. என் நண்பர்கள் வட்டத்திலும் யாருக்கும் இந்தத் தொழில் பற்றித் தெரியாது. இது எல்லாத்துக்கும் மேல பத்திரிகை நடத்த எங்ககிட்டே பணமும் இல்லே. அதனாலதான் அந்த ஐடியாவை டிராப் பண்ற முடிவுக்கு நான் வந்தேன்" என்றார் சோ.

அவர் அப்படிச் சொன்னவுடன் "என் உறவினர்களில் சிலபேர் ஒரு பத்திரிகை நடத்தணும்னு ஆசைப்படறாங்க. அதை 'ஆனந்த விகடன்' லேயே அச்சடிக்கலாம். நாங்களே பத்திரிகையை விநியோகம் செய்யற பொறுப்பையும் ஏற்றுக்கொள்கிறோம். அப்படிச் செய்வதாக இருந்தால் அந்தப் பத்திரிகைக்கு நீங்கள் ஆசிரியராக வருவீர்களா? நீங்கள் சரி என்று சொன்னால் நான் அவர்களிடம் பேசுகிறேன்" என்று எஸ்.எஸ். பாலன் சோ-விடம் சொன்னார்.

அன்று அவர்களுக்கிடையே நடந்த அந்தப் பேச்சின் முடிவில் பாலனின் உறவினர்கள் பத்திரிகையை நடத்துவது என்றும், சோ அதற்கு ஆசிரியராக இருப்பது என்றும் முடிவாயிற்று. இந்தப் பேச்சு வார்த்தை 1969ஆம் ஆண்டு டிசம்பர் மாதம் மூன்றாவது வாரத்தின் துவக்கத்தில் நடைபெற்றது. பத்திரிகை உலகத்தின் நெளிவுசுளிவு களை எல்லாம் சோ தெரிந்துகொள்ள கொஞ்சம் கால அவகாசம் வேண்டும் என்பதால் மார்ச் மூன்றாவது வாரத்திலோ அல்லது தமிழ்ப் புத்தாண்டு முதலோ பத்திரிகையை ஆரம்பிக்கலாம் என்று

எஸ்.எஸ். பாலனும் அவருடைய உறவினரான வெங்கட்ராமனும் சோ-விடம் சொன்னார்கள்.

"இன்னும் மூன்று மாதத்திற்குப் பிறகு பத்திரிகையை ஆரம்பிப்பதாக இருந்தால் எனக்கு அதில் ஆர்வம் போய்விடும். ஆகவே பத்திரிகையை ஆரம்பிப்பதாக இருந்தால் இன்னும் இரண்டு அல்லது மூன்று வாரத்திற்குள் ஆரம்பிக்கவேண்டும். முடிந்தால் பொங்கலன்றே ஆரம்பிக்கலாம்" என்று சோ அடம்பிடிக்கவே "அப்படி என்றால் சரி. பத்திரிகையின் அமைப்பு எப்படி இருக்க வேண்டும். அதில் என்னென்ன அம்சங்கள் இருக்கவேண்டும் என்பதைப் பற்றி எல்லாம் முடிவு செய்து விட்டீர்களா?" என்று எஸ்.எஸ். பாலன் கேட்டார்.

"இல்லை சார் அதைப் பற்றி எல்லாம் இனிமேல்தான் யோசிக்க வேண்டும்" என்று சோ பதிலளித்தவுடன், "பத்திரிகையைப் பற்றி இதுவரை எதுவுமே யோசிக்கலேன்னு சொல்றீங்க. அப்படி இருக்கும்போது இன்னும் இரண்டு அல்லது மூன்று வாரங்களுக்குள் பத்திரிகையை ஆரம்பித்துவிடலாம்னு எந்த தைரியத்தில் சொல்றீங்க?" என்று நியாயமான ஒரு கேள்வியை எஸ்.எஸ்.பாலன் கேட்க, அந்தக் கேள்விக்கு வழக்கம்போல தனது பாணியில் பதில் சொன்னார் சோ.

"எனக்கு இந்த மூன்று வாரத்திலே தோன்றாத எந்தப் புதிய யோசனையும் அடுத்த மூன்று மாதத்தில் தோன்றப்போவதில்லை. அது மட்டுமில்லாமல் மூன்று மாசம் இடைவெளி விட்டீங்கன்னா அதைப் பற்றி யோசிச்சி யோசிச்சி எனக்கு போர் அடிச்சிடும். இந்தப் பத்திரிகை எல்லாம் எதுக்குன்னுகூட நான் யோசிக்க ஆரம்பித்து விடுவேன். அதனால் பத்திரிகையை ஆரம்பிப்பதாக இருந்தால் உடனே ஆரம்பிப்பதுதான் நல்லது" என்று சோ சொன்னதைக் கேட்டவுடன் அவரது முடிவை அவ்வளவு சீக்கிரம் மாற்ற முடியாது என்று எண்ணியோ என்னவோ பொங்கல் தினத்தன்றே பத்திரிகையின் முதல் இதழை வெளிக்கொண்டுவர பாலன் ஒப்புக் கொண்டார்.

அடுத்து பத்திரிகைக்கு என்ன பெயர் வைப்பது என்ற விவாதம் எழுந்தது. அப்போது அரசியல் விமர்சனங்களோடு சோ நடத்திக் கொண்டிருந்த 'முகம்மது பின் துக்ளக்' நாடகம் மிகப் பெரிய வெற்றியைப் பெற்றிருந்தது. நாடக அரங்கங்கள் தவிர அப்போது

சித்ரா லட்சுமணன்

சென்னையில் மிகவும் பிரபலமாக இருந்த சபையர் திரை அரங்கில் எல்லா ஞாயிற்றுக் கிழமைகளிலும் காலைக் காட்சியாகவும் அந்த நாடகம் நடைபெற்றது. ஆகவே தனது நாடகத்தின் பெயரையே கொஞ்சம் சுருக்கி 'துக்ளக்' என்று தன்னுடைய பத்திரிகைக்கு பெயர் சூட்ட சோ முடிவெடுத்தார்.

அடுத்த இருபது நாட்களில் பத்திரிகை வெளியாக வேண்டிய நிலையில் பத்திரிகையில் பிரசுரிக்க என்ன எழுதுவது என்று புரியாமல் சோ தவித்துக் கொண்டிருந்தபோது, சென்னையைச் சேர்ந்த பல பத்திரிகையாளர்கள் "சோ பத்திரிக்கை ஆரம்பிக்கலாமா?" என்ற தலைப்பில் விவாதம் ஒன்றிற்கு ஏற்பாடு செய்தது மட்டுமின்றி அந்த விவாதத்தில் கலந்துகொள்ள வருமாறு சோ-வையும் அழைத்தனர்.

அந்த விவாத நிகழ்ச்சியில் அப்படி ஒரு பிரச்சினையைச் சந்திக்க வேண்டி வரும் என்று சோ எதிர்பார்க்கவில்லை.

"சோ பத்திரிகை ஆரம்பிக்கலாமா" என்ற தலைப்பிலே நடந்த அந்த விவாதத்தில் பேசிய ஒரு சில பத்திரிகையாளர்கள் "போனால் போகிறது சோவும் ஒரு பத்திரிகை ஆரம்பித்துவிட்டுப் போகட்டும்" என்று பேசினாலும் பல பத்திரிகையாளர்கள் சோ பத்திரிகை ஆரம்பிப்பதற்கு, தங்களது கடுமையான கண்டனங்களைப் பதிவு செய்தார்கள்.

"இவன் நாடகத்தில் அடிக்கிற கூத்து போதாதா?" என்று சிலரும் "கூத்தடிப்பதை சினிமாவோடு அவர் நிறுத்திக் கொள்ளட்டும்" என்று இன்னும் சிலரும் பேச அடுத்து பேசிய ஒருவர் "பத்திரிகை ஆசிரியர் வேலை என்பது விளையாட்டா? இவன் ஆசிரியனாக இருந்து பத்திரிகை நடத்தினால் நிச்சயம் இரண்டாவது இதழைக் கூட அது எட்டாது" என்று திட்டவட்டமாகச் சொன்னார்.

அடுத்து பேசவந்த இடதுசாரி பத்திரிகையாளர் ஒருவர் "சோவின் பல நாடகங்களை நான் பார்த்திருக்கிறேன். நாடகம் பார்க்கும்போது விழுந்து விழுந்து சிரிப்பேன். பின்னர் நாடகம் முடிந்து வெளியே வரும்போது இந்த நாடகத்தைப் பார்த்து ஏன் சிரித்தேன் என்று எனக்கு நானே வெட்கப்படுவேன். இவர் எதற்காக பத்திரிகை ஆரம்பிக்க வேண்டும்? இவருக்கு பத்திரிகை நடத்துவது பற்றி என்ன தெரியும்? பணம் சம்பாதிப்பதுதான் இவரது நோக்கம் என்றால் அதற்கு பத்திரிகை உலகத்தை இவர்

நெஞ்சம் மறப்பதில்லை – மூன்றாம் பாகம்

ஏன் கெடுக்க வேண்டும்? பணம் சம்பாதிக்க இந்த நாட்டில் வேறு தொழில்களா இல்லை? கல்கத்தாவில் விபச்சாரத்தையே மிகவும் லாபகரமான ஒரு வியாபாரமாக நடத்துகிறார்கள். பணம்தான் இவரது குறிக்கோள் என்றால் இவர் அந்தத் தொழிலைக்கூட ஆரம்பிக்கலாம்" என்றார்.

இப்படி அவர்கள் எல்லோரும் பேசி முடித்த பின்னர் பேச வந்த சோ, "இது பத்திரிகையாளர்கள் எல்லோரும் சேர்ந்து நடத்துகின்ற கூட்டம் என்பதால் புதிதாக பத்திரிகை ஒன்றை ஆரம்பிக்க உள்ள எனக்கு பத்திரிகை நடத்த பல நல்ல யோசனைகளை நீங்கள் தருவீர்கள் என்ற எண்ணத்தில்தான் நான் இந்தக் கூட்டத்திற்கே வந்தேன். ஆனால் இங்கோ நான் வேறு வியாபாரம் நடத்துவதற்கு சிலர் ஆலோசனைகள் கூறினார்கள். எனக்கு அந்த மாதிரியான வியாபாரம் எதுவும் நடத்துகின்ற எண்ணம் இல்லை. இங்கு பேசிய பத்திரிகையாளர் அந்த வியாபாரத்தை நடத்துவதற்கு உகந்த இடம் எது என்பது வரையில் தெரிந்து வைத்திருப்பது எனக்கு ஆச்சர்யமாகத்தான் உள்ளது"என்று கொஞ்சம் காரமாக அவர்களுக்குப் பதிலளித்தார்.

கூட்டம் முடிந்த உடன் அங்கிருந்த பலரும் "நீங்கள் பத்திரிகையைத் தொடங்கப் போகிறீர்களா இல்லை இவர்கள் சொன்னதைக் கேட்டு பத்திரிகையை ஆரம்பிக்காமல் விட்டுவிடப் போகிறீர்களா?என்று சோ-விடம் கேட்டபோது "ஒருவேளை இந்தக் கூட்டத்திற்கு நான் வராமல் இருந்திருந்தால் பத்திரிகையை ஆரம்பிக்காமல் கூட இருந்திருப்பேன். இங்கு இத்தனை பேர் நான் பத்திரிகை ஆரம்பிக்கக் கூடாது என்று சொன்னதால் எனக்கு முழுத் தெளிவு பிறந்து விட்டது. ஆகவே நான் நிச்சயமாக பத்திரிகையை ஆரம்பிக்கத்தான் போகிறேன்"என்று அவர் பதில் சொன்னார்.

இத்தனை எதிர்ப்புகளைச் சுமந்துகொண்டு 'துக்ளக்' பத்திரிகையின் முதல் இதழ் 1970ஆம் ஆண்டு பொங்கலன்று வெளியாகியது.

சோ நினைத்துக் கூட பார்க்காத வரவேற்பை துக்ளக் பத்திரிகைக்கு வாசகர்கள் வழங்கவே முதல் இதழே விற்பனையில் சாதனை படைத்தது. பின்னர் சினிமா உலகில் இருந்து மெல்ல விலகி தமிழக அரசியலிலும் இந்திய அரசியலிலும் சோ தீவிரமாக ஈடுபட அடித்தளம் அமைத்துத் தந்ததில் அவர் நடத்திய 'துக்ளக்' பத்திரிகைக்கு மிகப்பெரிய பங்கு உண்டு.

130

சஸ்பென்ஸ் திரில்லர் போல நடந்து முடிந்த எம்.ஜி.ஆரின் முதல் திருமணம்

எம்.ஜி.ஆருக்கு மொத்தம் மூன்று மனைவிகள். அவருடைய முதல் மனைவியின் பெயர் தங்கமணி என்கின்ற பார்கவி. இரண்டாவது மனைவியின் பெயர் சதானந்தவதி. மூன்றாவது மனைவி வி.என். ஜானகி. இந்த மூவரில் நடிகையாக இருந்த வி.என்.ஜானகியை மிக நீண்ட காலம் காதலித்து, பின்னர் அரும்பாடுபட்டு எம்ஜிஆர் திருமணம் செய்துகொண்டார். முதல் இரண்டு திருமணங்களும் எம்ஜிஆரின் அன்னையான சத்யபாமா பார்த்து நடத்தி வைத்த திருமணங்கள். எம்.ஜி.ஆரின் முதல் திருமணத்தை ஏறக்குறைய ஒரு சஸ்பென்ஸ் திரில்லர் போல நடத்தி முடித்தார் சத்யபாமா.

தன்னுடைய உறவினர்களைப் பார்க்க பாலக்காட்டிற்குச் செல்வதாக எம்ஜிஆரிடமும் எம்.ஜி.சக்ரபாணியிடமும் சொல்லிவிட்டு மதராசிலிருந்து புறப்பட்டுச் சென்ற அன்னை சத்யபாமாவிடமிருந்து சில தினங்களில் எம்ஜிஆருக்கு ஒரு கடிதம் வந்தது. "என்னுடைய உடல் நலம் சரியாக இல்லாததால் சக்ரபாணியின் மூத்த மகளான மணியை அழைத்துக் கொண்டு ஊருக்கு வரவும்" என்று அந்தக் கடிதத்தில் சத்யபாமா எழுதியிருந்தார். அந்தக் கடிதத்தைப் படித்துவிட்டு பதறிப்போன எம்ஜிஆர், மணியை அழைத்துக் கொண்டு ரயிலில் பாலக்காட்டிற்குப் புறப்பட, அவர்கள் பயணம் செய்த அதே பெட்டியில் எம்.ஜி. சக்ரபாணியின் மூத்த மனைவியின்

தாய் மாமனான பாலகிருஷ்ணன் என்பவர் ஈரோட்டில் ஏறினார். அவரும் பாலக்காட்டுக்குத்தான் வருகிறார் என்பது தெரிந்ததும் அம்மாவின் உடல்நிலை மோசமாகி விட்டதோ என்று பயந்த எம்ஜிஆர் "என்ன மாமா அம்மாவின் உடம்பு எப்படியிருக்கிறது?" என்று சற்று பதற்றத்துடன் அவரிடம் கேட்டார்.

அந்தக் கேள்விக்கு நேரடியாகப் பதில் அளிக்காமல் "எதுவாக இருந்தாலும் உனக்குத் தெரிவதற்கு முன்னாலா எனக்குத் தெரியப் போகிறது" என்று அவரது மாமா பதில் சொல்ல, அவர் சொன்ன பதிலால் மேலும் குழப்பமடைந்த எம்.ஜி.ஆர் "என்ன மாமா என்னமோ மாதிரி பேசறீங்க?" என்று கேட்டபோது "நீ இப்போ எங்கே போறே" என்று எம்.ஜி.ஆரைப் பார்த்துக் கேட்டார் அவர்.

"பாலக்காட்டிற்குத்தான் போகிறேன்" என்று அவருக்குப் பதில் சொன்ன எம்.ஜி.ஆர், "நீங்க எங்கே போறீங்க?" என்று அவரிடம் கேட்டார்.

"நானும் பாலக்காட்டிற்குத்தான் போகிறேன். அண்ணன் லெட்டர் போட்டிருந்தாரு. அதற்காகப் போகிறேன்" என்று பதில் சொன்ன எம்.ஜி.ஆரின் மாமா அதற்குப் பிறகு எம்.ஜி.ஆரின் கேள்வியைத் தவிர்க்க விரும்புகின்றவர் போல வேறு பக்கம் திரும்பி உட்கார்ந்து கொண்டார்.

எப்போதும் கலகலப்பாக சிரித்துப் பேசக்கூடிய அவருக்கு என்ன ஆயிற்று என்று அந்த ரயில் பாலக்காடு போய்ச் சேருகின்ற வரையில் சிந்தித்துக்கொண்டே வந்தார் எம்.ஜி.ஆர்.

பாலக்காட்டில் ரயிலை விட்டு இறங்கி அவர்கள் அனைவரும் குதிரை வண்டியில் ஏறியவுடன், "ராமச்சந்திரா நீ உண்மையில் எதுக்காக இங்கே வந்திருக்கே?" என்று அவரது மாமா கேட்க "அதுதான் சொன்னேனே மாமா. அம்மாவுக்கு உடம்பு சரியில்லை என்று. அதற்காகத்தான் வந்திருக்கேன்" என்று எம்.ஜி.ஆர் பதில் அளித்தார்.

"அப்படியென்றால் உனக்கு வேற எதுவுமே தெரியாதா?" என்று எம்.ஜி.ஆரைப் பார்த்து அவர் கேட்ட கேள்வியால் மிகப்பெரிய குழப்பமடைந்த எம்.ஜி.ஆர், "என் தாய் மேல் ஆணையாகச் சொல்கிறேன். எனக்கு வேற எதுவும் தெரியாது" என்று சொன்னவுடன் தன்னுடைய சட்டைப் பையில் இருந்து

அமைதியாக ஒரு தபால் கார்டை எடுத்து அவரிடம் நீட்டினார் அந்தப் பெரியவர்.

"இன்றிரவு பார்கவிக்கும் நம்முடைய ராமச்சந்திரனுக்கும் கல்யாணம். நீ குடும்பத்தோடு வந்து நடத்திக் கொடுக்க வேண்டும்" என்று அந்தக் கடிதத்தில் எழுதப்பட்டிருந்ததைப் படித்தவுடன் அந்த பூமி அப்படியே இரண்டாகப் பிளக்க அதன் வழியே தான் அதலபாதாளத்துக்குப் போய்க் கொண்டிருப்பது போல எம்.ஜி.ஆர் உணர்ந்தார்.

"திருமணம் செய்து கொள்ளப் போகும் பெண் கறுப்பா? சிவப்பா? படித்தவளா, படிக்காதவளா, பணக்காரியா, ஏழையா என்று ஒன்றுமே தெரியாத நிலையில் தனக்குத் திருமணம். அதுவும் அன்றிரவே" என்று தெரிந்தவுடன் தன்னை உணர்ச்சிகள் எதுவும் இல்லாத ஜடம் என்று தனது தாய் நினைத்துக் கொண்டிருக்கிறாரா என்று ஆத்திரப்பட்ட எம்.ஜி.ஆர், குதிரை வண்டிக்காரரைப் பார்த்து உரத்த குரலில் "வண்டியை நிறுத்து" என்றார்.

வண்டி நின்றவுடன் "வண்டியை ரயில்வே ஸ்டேஷனுக்குத் திருப்பு" என்று அவர் சொல்ல அலறி அடித்தபடி அந்த வண்டியிலிருந்து குதித்த அவரது மாமாவான பாலகிருஷ்ணன், எம்.ஜி.ஆரின் கால்களைப் பிடித்துக் கொண்டார்.

'உன் காலில் விழுந்து கேட்டுக்கறேன். நீ திரும்பி மட்டும் போயிடாதே. உனக்கு இந்தக் கல்யாணத்தில் விருப்பம் இல்லேன்னா அதை வீட்டுக்குப் போய் நேரில் சொல்லிக்கலாம்" என்று அவர் சொன்னபோது ஆத்திரத்தில் எம்.ஜி.ஆர் வெடித்தார்.

"பணத்தை வாங்கிக் கொண்டு என்னை விக்கறதுக்கு நான் என்ன அடிமையா? எப்போ அவங்க என்னை ஏமாத்தறதுன்னு முடிவு செய்து விட்டார்களோ அப்போது நானும் அவங்களை ஏமாத்தலாம். அதிலே எந்தத் தப்பும் இல்லை" என்று சொன்னவர் வண்டிக்காரரைப் பார்த்து "இப்போ நீ வண்டியைத் திருப்பப் போகிறாயா இல்லையா" என்று கேட்க, அவரது கோபமான முகத்தைப் பார்த்த அந்த வண்டிக்காரர் அவசரம் அவசரமாக வண்டியைத் திருப்பினார்.

"நிறுத்துப்பா. அவன்தான் சின்னப் புள்ளே ஏதோ சொல்றான்னா நீயும் அவன் பேச்சைக் கேட்டுக்கிட்டு வண்டியைத் திருப்பறியே"

என்று சொல்லி பாலகிருஷ்ணன் வண்டியை நிறுத்தியதும் எம்.ஜி.ஆரின் ஆத்திரம் அவரது மாமாவின் பக்கம் திரும்பியது.

“ஓகோ இந்த நாடகத்தில உங்களுக்கும் கூட்டு உண்டா? நான் இப்பவே மதராஸ் போகிறேன். ஊரார் உங்க எல்லோருடைய முகங்களிலும் காறித் துப்பட்டும்” என்றார்.

எம்.ஜி.ஆர். அப்படிச் சொன்னதும் பதறிப்போன அவரது மாமா “ராமச்சந்திரா நான் சொல்வதை நன்றாகக் கேட்டுக் கொள். இந்த ஏற்பாட்டுக்கும் எனக்கும் எந்தச் சம்பந்தமும் இல்லை. என் மகளை உனக்குக் கல்யாணம் செய்து கொடுக்கணும்னு ஆசைப்பட்டவன் நான். அப்படி இருக்கும்போது யாரோ ஒரு பார்கவியை நீ கல்யாணம் செய்ய நான் காரணமாக இருப்பேனா? ஆனால் நீ இப்போ திரும்பிப் போனால் என் மகளை உனக்குக் கல்யாணம் செய்து கொடுப்பதற்காக நான்தான் உன் மனசைக் கலைத்து உன்னைத் திரும்பப் போகச் சொல்லி இந்தக் கல்யாணத்தை நான் நிறுத்திட்டேன்னு என் மேல வீண்பழி வந்து சேரும். அதனாலே நீ இப்போ என்கூட வா. நானே உன்னுடைய எண்ணத்தை உங்க அம்மாவுக்கு எடுத்துச் சொல்லி உனக்காகப் போராடுகிறேன்” என்று சொல்லி எம்.ஜி.ஆரை சமாதானப்படுத்திவிட்டு வண்டிக்காரரிடம் வண்டியை வீட்டுக்கு ஓட்டும்படி சொன்னார்

அம்மாவின் எண்ணத்துக்கு எதிராக எந்த ஒரு செயலையும் செய்யாமல், வாங்குகின்ற சம்பளத்திலிருந்து ஒரு தம்பிடி கூட எடுத்துக் கொள்ளாமல் அப்படியே அம்மாவிடம் கொடுத்துவிடுகின்ற ஒரு நேர்மையான மகனை அம்மா ஏன் இப்படி நடத்துகிறார்கள் என்று வீட்டுக்குப் போகின்ற வழி நெடுகிலும், எண்ணி எண்ணி மனம் குமைந்தார் ராமச்சந்திரன்.

தாயார் என்ன சொன்னாலும் இந்தத் திருமணத்துக்கு ஒப்புக் கொள்ளக்கூடாது. அதிகபட்சமாக தாயார் என்ன சொல்லி மிரட்டுவார்கள்? “இந்தக் கல்யாணம் நடக்கவில்லை என்றால் நான் செத்துவிடுவேன்” என்று கூறுவார்கள், அவ்வளவுதானே. அப்படி அவர்கள் சொன்னால் இரண்டு பேரும் சேர்ந்து சாவோம் என்று சொல்வோம் என்று தீர்மானித்துக் கொண்டு வீட்டுக்குள்ளே அடி எடுத்து வைத்த எம்.ஜி.ஆர் அங்கே அவரது தாய் உட்கார்ந்திருந்த கோலத்தைப் பார்த்தவுடன் நிலைகுலைந்து போனார்.

கன்னமெல்லாம் ஒட்டிப் போய், கண்களில் ஒளியின்றி அவர் உட்கார்ந்திருந்ததைப் பார்த்துப் பதறிப்போன அவர் தன்னுடைய தாயின் அருகில் போய் உட்கார்ந்து கொண்டு "என்னம்மா ஆயிற்று உன் உடம்புக்கு" என்று பதற்றத்துடன் கேட்டபோது "நீ வந்துட்டே இல்லே... அது போதும் எனக்கு. நீ வரமாட்டே நான் பொய் சொல்லி ஏமாத்திட்டேன்னு சொன்னவங்க முகத்திலே எல்லாம் கரி பூசிட்டே இல்லே அதுபோதும்" என்று உற்சாகமாகச் சொன்ன அவரது தாயார், "இனி கல்யாணம் பண்ணிக்கறதும் பண்ணிக்காததும் உன்னோட இஷ்டம். முதல்லே போய் குளிச்சிட்டு வா. அதுக்கு அப்புறம் போய் பொண்ணைப் பாரு. உனக்குப் பிடிச்சா கல்யாணம் பண்ணிக்கோ. உனக்குப் பிடிக்கலேன்னா பகல் வண்டியிலேயே நாம் எல்லோரும் மதராஸ் கிளம்பிவிடலாம்" என்றார்.

அவர் அப்படிச் சொன்னவுடன் தனது தாயாரிடம் என்னென்ன கேட்க வேண்டும் என்று எண்ணிக்கொண்டு வந்தாரோ அது எல்லாம் மறந்து போய் தனது தாயாரையே வெறித்துப் பார்த்தபடி எம்.ஜி.ஆர் இருந்ததைப் பார்த்த அன்னை சத்யபாமா "என்னப்பா உனக்குப் பிடிக்காத பிள்ளையை உன் தலையிலே நான் கட்டிவிடுவேன்னு நினைச்சி பயந்துட்டியா? இந்தக் காலத்துப் பிள்ளைகளைப் பத்தி எனக்குத் தெரியாதா? சீக்கிரம் குளித்து விட்டு வா. பொண்ணைப் பார்க்கக் கிளம்பலாம்" என்றார்

அந்தத் திருமணத்தை எப்படியாவது நடத்தி முடித்துவிட வேண்டும் என்று திட்டமிட்டிருந்த எம்.ஜி.ஆரின் தாயார் அதற்காக மிகவும் சாமர்த்தியமாக காய்களை நகர்த்திக் கொண்டிருந்தபோது, அந்தத் திருமணத்தை எப்படி நிறுத்தலாம் என்று தீவிரமாக யோசித்துக் கொண்டிருந்தார் எம்.ஜி.ஆர்.

131

முதல் திருமணத்திற்கு எம்.ஜி.ஆர் போட்ட முட்டுக்கட்டைகள்

"*மு*தலில் நீ பெண்ணைப் பார். உனக்குப் பிடித்தால் கல்யாணம் பண்ணிக்கொள். இல்லையென்றால் மதியம் ரயிலிலேயே நாம் மதராஸ் போய்விடலாம்" என்று சொல்லி ஒருபுறம் எம்.ஜி.ஆரை சமாதானப்படுத்திய அவரது தாயார் மறுபுறத்திலே அன்று நடைபெறவிருந்த திருமணத்துக்கான ஏற்பாடுகளை எம்.ஜி.ஆருக்குத் தெரியாமல் செய்தபடி இருந்தார்.

பாலக்காட்டில் எம்.ஜி.ஆர் தங்கியிருந்த வீட்டிலிருந்து ஏழெட்டு வீடுகள் தள்ளி அவருக்காக நிச்சயிக்கப்பட்டிருந்த பெண்ணின் வீடு இருந்தது. எம்.ஜி.ஆர் தங்கியிருந்த அறையிலிருந்து ஜன்னல் வழியாகப் பார்த்தால் அந்த வீடு நன்றாகத் தெரியும். அங்கே மணப்பந்தல் போடப்பட்டிருந்ததையும் அந்தத் திருமணத்தில் எந்தப் பிரச்னையும் இல்லாததுபோல அங்கே உற்சாகமாக பலர் நடமாடிக்கொண்டிருந்ததையும் தனது அறையிலிருந்து பார்த்த எம்.ஜி.ஆருக்குத் தன்னுடைய திருமணத்தை எப்படியும் நடத்தி முடித்து விடுவது என்ற முடிவில் தன்னுடைய தாயார் இருப்பது லேசாகப் புரியத் தொடங்கியது. ஆகவே தன்னுடைய திருமணத்தைத் தடுத்து நிறுத்த தன்னுடைய அண்ணன் சக்ரபாணி ஊரில் இல்லாததை ஒரு ஆயுதமாகப் பயன்படுத்திக்கொள்ள முடிவெடுத்த அவர், "கடைசியாகக் கேட்கிறேன்... இந்தத் திருமணம்

பற்றி உன்னுடைய முடிவு என்ன?" என்று அவரது தாயார் கேட்டபோது "அண்ணன் இல்லாமல் எப்படி என்னால் திருமணம் செய்துகொள்ள முடியும்" என்ற கேள்வியைத் தன்னுடைய தாயாரின் முன்னே வைத்தார்.

தன்னுடைய தாயிடம் தான் அப்படிச் சொன்ன அடுத்த நிமிடம் மதராசிலிருந்து புறப்பட்டால்கூட தனது அண்ணனால் பாலக்காட்டிற்கு வந்து சேர முடியாது என்பது எம்.ஜி.ஆருக்கு நன்கு தெரியும் என்பதால் திருமணத்தைத் தள்ளிப் போட மிகப்பெரிய உத்தியைப் பயன்படுத்திவிட்டதாக மனதளவில் ஆனந்தம் அடைந்தார்.

ஆனால் அவர் அப்படிச் சொல்லி முடித்த அடுத்த நிமிடமே அவருடைய திட்டத்தை ஒரு கடிதத்தின் மூலம் தவிடுபொடியாக்கினார் அவரது தாயார்.

"நானும் உங்க அண்ணனும் சேர்ந்துதாண்டா இந்த ஏற்பாட்டினைச் செய்தோம்" என்று சொன்ன அவர், தமது மடியிலிருந்து ஒரு கடிதத்தை எடுத்து அவரிடம் நீட்டினார்.

"தாங்கள் சொன்னபடி தங்கள் கடிதம் கிடைத்ததும் ராமச்சந்திரனை அனுப்பிவைக்கிறேன். விரைவில் கல்யாணத்துக்கு ஏற்பாடு செய்யுங்கள். ஆனால் அவசரப்பட்டு எந்த முடிவும் செய்துவிட வேண்டாம். அவன் வாழ்நாள் முழுவதும் மகிழ்ச்சியாக இருக்க வேண்டும். ஆகவே நன்கு யோசித்து எல்லா ஏற்பாடுகளையும் செய்யவும்" என்று அந்தக் கடிதத்தில் எழுதியிருந்தார் சக்ரபாணி.

அந்தக் கடிதத்தைத் தன்னுடைய தாயாரிடமிருந்து வாங்கிப் படித்த எம்.ஜி.ஆருக்கு அடுத்து என்ன செய்வது என்று சிறிது நேரம் புரியவில்லை. திருமணத்தைத் தடுத்து நிறுத்த அடுத்து என்ன செய்யலாம் என்று அவர் மீண்டும் யோசிக்கத் தொடங்கியபோது அவருடைய மனதுக்குள் இன்னொரு யோசனை பளிச்சிட்டது.

சில காலம் காங்கிரஸ் பேரியக்கத்தைச் சார்ந்து இருந்ததால் கதர் ஆடைகள் மீது எம்.ஜி.ஆர் அளவில்லா விருப்பம் கொண்டிருந்தார். ஆனால் அவரது தாயாருக்கோ அவர் கதர் ஆடை அணிவது சுத்தமாகப் பிடிக்காது. இனி நீ கதர் ஆடைகளை அணியக்கூடாது என்று பல முறை எம்.ஜி.ஆரைக் கண்டித்திருக்கிறார். ஆகவே தன்னுடைய திருமணத்தைத் தடுத்து நிறுத்த அந்தக் கதர்

ஆடைகளையே ஓர் ஆயுதமாகப் பயன்படுத்த முடிவெடுத்த எம்ஜிஆர் "இந்தத் திருமணத்திற்கு நான் ஒப்புக்கொள்ள வேண்டும் என்றால் நான் கேட்கும் ஒரு விஷயத்துக்கு நீங்கள் ஒப்புக்கொள்ள வேண்டும்" என்று தன்னுடைய தாயாருக்கு ஒரு நிபந்தனை விதித்தார். எப்படியாவது அந்தத் திருமணத்தை நடத்தி முடித்து விட வேண்டும் என்ற முடிவில் இருந்த சத்யபாமா அம்மையார் எம்.ஜி.ஆரின் நிபந்தனை என்ன என்றுகூட அவரிடம் கேட்காமல் "எந்த நிபந்தனை என்றாலும் ஏற்றுக்கொள்கிறேன்" என்று கூறிவிட்டார்.

அவர் அப்படிச் சொன்னவுடன் "இந்தத் திருமணத்தின் போதும் சரி, திருமணத்திற்குப் பிறகும் சரி நான் கதர் ஆடைகளைத்தான் அணிவேன்.அதற்கு நீங்கள் ஒப்புக்கொள்வதாக இருந்தால் இந்தத் திருமணத்திற்கு நான் ஒப்புக்கொள்கிறேன்" என்ற எம்.ஜி.ஆர்தான் அப்படிச் சொன்னவுடன் தன்னுடைய தாயின் முகத்தில் எள்ளும் கொள்ளும் வெடிக்கும் என்று எதிர்பார்த்தார்.

ஆனால் அவரது தாயாரோ ஒரு கணம்கூட யோசிக்காமல் "நீ விருப்பப்படும் உடைகளை அணிந்து கொள்ளலாம். நான் எந்தத் தடையும் சொல்ல மாட்டேன்" என்றார்.

அவ்வளவு எளிதாகத் தன்னுடைய நிபந்தனையைத் தாயார் ஏற்றுக் கொண்டுவிட்டதும் "பெண்ணைப் பார்க்காமலே திருமணத்திற்கு ஒப்புக் கொண்டு விட்டோமே" என்ற எண்ணம் எம்.ஜி.ஆருக்குத் தோன்றியது.

ஆனால் தான் மணக்கவிருந்த பெண்ணைப் பார்த்தபோது அவர் அடைந்த அதிர்ச்சி இருக்கிறதே அதை வார்த்தைகளால் விவரிக்க முடியாது.

தனது தாயின் காலில் விழுந்து வணங்கிவிட்டு மணமகளின் வீட்டுக்குப் புறப்பட்ட எம்.ஜி.ஆர் அங்கே இருந்த ஒரு நாற்காலியில் உட்கார்ந்ததும் அங்கே இருந்த ஒரு பெரியவர் "பெண்ணை அழைத்துக் கொண்டு வாருங்கள்" என்று உரத்த குரலில் உத்தரவிட்டார். அவர் அப்படி குரல் கொடுத்தவுடன் தன்னையும் அறியாமல் எம்.ஜி.ஆர் தலையைக் குனிந்துகொண்டார்.

சிறிது நேரத்தில் அங்கே ஏற்பட்ட சலசலப்பிலிருந்து மணப்பெண் வந்துகொண்டிருக்கிறாள் என்று அவருக்குப் புரிந்தது.

அந்தப் பெண்ணை நிமிர்ந்து பார்ப்பதா இல்லை பார்க்காமல் இருப்பதா என்று ராமச்சந்திரன் தனது மனதிற்குள்ளே விவாத மேடை ஒன்றை நடத்திக் கொண்டிருந்தபோது "இந்தத் துணியை அந்தப் பெண்ணிடம் கொடு" என்று சொல்லியபடி ஒரு சேலையை எம்.ஜி.ஆரின் கையில் கொடுத்தார் அவரது மாமா. புடவையைக் கொடுக்கும்போது எப்படி பெண்ணைப் பார்க்காமல் இருக்க முடியும்? ஆகவே தலையை நிமிர்த்தி லேசாக அந்தப் பெண்ணைப் பார்த்தார் ராமச்சந்திரன்.

அந்தப் பெண்ணைப் பார்த்த அடுத்த நிமிடம் அவரது கண்கள் அந்தப் பக்கம் இந்தப் பக்கம் அசையாமல் அப்படியே நிலை குத்தி நின்றுவிட்டன.

அந்தப் பெண் அந்தப் புடவையை வாங்கிக் கொண்டு திரும்பிப் போனதற்குப் பிறகுதான் தனது பார்வையை மற்றவர்கள் பக்கம் திருப்பினார் ராமச்சந்திரன்.

ஆனால் அப்போதும் அந்த ஆனந்த அதிர்ச்சியில் இருந்து அவர் முழுமையாக விடுபடவில்லை என்றுதான் சொல்லவேண்டும்.

ஒரு பெண் இவ்வளவு சிவப்பாகக்கூட இருக்க முடியுமா என்று தனது மனதுக்குள்ளாகவே கேள்வி கேட்டுக் கொண்டார் அவர். எம்.ஜி.ஆரே அப்போதுதான் மலர்ந்த ரோஜா மலரைப் போல செக்கச் சிவப்பாக இருக்கக் கூடியவர். அப்படியிருக்க அவரே அந்த மணப்பெண்ணின் நிறத்தைப் பார்த்து அந்த அளவிற்கு பிரமித்துப் போனார் என்றால், அந்த மணமகள் எப்படிப்பட்ட நிறத்தில் இருந்திருப்பார் என்பதை நாம் எளிதில் ஊகித்துக் கொள்ளலாம்

ஒல்லியாக இருந்தாலும் தனது உயரத்துக்கு ஏற்ற உருவம் பெற்றிருந்த அந்த மணமகளின் தலைமுடி முழங்கால் வரை நீண்டிருந்ததையும், அவரது கண்களுக்கு அபாரமான ஈர்க்கும் சக்தி இருந்ததையும் பார்த்த எம்.ஜி.ஆர். மிரண்டு போனார்.

அந்தத் திருமணத்திற்கு எம்.ஜி.ஆரை சம்மதிக்க வைக்க பல உத்திகளைக் கையாண்ட அவரது தாயார், ஒரு முறை அந்தப் பெண்ணை அவரது கண் முன்னே காட்டியிருந்தார் என்றால் அடுத்த நிமிடமே மறுவார்த்தையின்றி அந்தப் பெண்ணின் கழுத்திலே அவர் தாலியைக் கட்டியிருப்பார் என்பதுதான்

உண்மை. அந்த அளவிற்கு அந்த மணப்பெண்ணின் அழகு எம்.ஜி.ஆரை ஈர்த்திருந்தது.

திருமணம் முடிந்து அன்று இரவு தனியறையில் இருந்தபோது "என்னை உனக்குப் பிடித்திருக்கா?" என்று தனது மனைவி பார்கவியிடம் எம்.ஜி.ஆர். கேட்டபோது கடைக்கண்ணால் அவரை ஒரு முறை பார்த்துவிட்டு மீண்டும் தரையைப் பார்த்தார் பார்கவி.

"நல்லா இருக்கேனா இல்லையா என்று பார்க்கிறியா?" என்று அவரைப் பார்த்து எம்.ஜி.ஆர் மீண்டும் கேட்டபோது "என்ன இருந்தாலும் அவளோடு ஒப்பிடும்போது உன்னை அழகன் என்று சொல்ல முடியாது" என்று ராமச்சந்திரனின் உள் மனது அவருக்குக் கூறியது

"கற்பனையில் துவங்கி நினைவில் நிலைத்து விடுவதுதானே இல்லற வாழ்க்கை. ஆனால் எங்களைப் பொறுத்தவரை அந்த முதலிரவு கற்பனையோடு நின்றுவிட்டது என்றுதான் சொல்ல வேண்டியிருக்கிறது" என்று தன்னுடைய முதலிரவு அனுபவத்தைப் பற்றி ஒரு கட்டுரையில் வெளிப்படையாகக் குறிப்பிட்டிருக்கிறார் எம்.ஜி.ஆர்.

திருமணம் முடிந்ததும் எம்.ஜி.ஆர். தன்னுடைய மனைவி பார்கவியை மதராசுக்கு அழைத்துக் கொண்டு வந்தார். எம்.ஜி.சக்ரபாணி, அவரது மனைவி, எம்.ஜி.ஆர், அவரது மனைவி பார்கவி. அன்னை சத்யபாமா ஆகிய அனைவரும் கூட்டுக் குடும்பமாக வால்டாக்ஸ் சாலையில் தங்கி இருந்தனர்.

எம்.ஜி.ஆரைப் பொறுத்தவரையிலே அசைவம் இல்லாமல் அவருக்கு சாப்பாடு இறங்காது. ஆனால் அவரது மனைவியான பார்கவிக்கோ அசைவ வாடையே ஆகாது. வீட்டில் அசைவம் சமைக்கின்ற நாட்களில் ஏறக்குறைய பட்டினியாகவே இருந்து விடுவார்.

மனைவிக்கு அசைவம் ஆகாது என்பதால் பல நாட்கள் சைவ சாப்பாடே போதும் என்று சொல்லத் தொடங்கினார் எம்.ஜி.ஆர்.

அப்படி ஈருடல் ஒருயிர் என்று வாழ்ந்த அந்தத் தம்பதிகளை அவர்களுடைய திருமணம் முடிந்த சில மாதங்களுக்குள்ளாகவே நிரந்தரமாகப் பிரித்து வைத்து காலம் கண்ணாமூச்சி ஆடியது.

132

முதல் மனைவி இறந்ததும் எம்.ஜி.ஆர் எடுத்த விபரீத முடிவு

ஒரு நாள் எம்.ஜி.ஆர் வீட்டுக்குள் நுழைந்தபோது மீன் குழம்பின் அபாரமான வாசனை அவரை வரவேற்கவே வீட்டுக்குள் நுழைந்த அடுத்த பத்தாவது நிமிடம் சாப்பிட உட்கார்ந்தார். என்றைக்கும் இல்லாமல் அன்று கொஞ்சம் அதிகமாக அவர் சாப்பிட்டதும் "இன்னிக்குக் கொஞ்சம் அதிகம் சாப்பிட்டு விட்டாய் போலிருக்கிறது" என்று அன்னை சத்யபாமா கேட்க "ஆமாம்.அதற்குக் காரணம் அந்த மீன் குழம்புதான். என்ன ருசி என்ன ருசி" என்று எம்.ஜி.ஆர் பதில் சொன்னார். அவர் அப்படிச் சொன்னவுடன் "இத்தனை நாள் இந்த வீட்டில் நீயும் நானும் சமைத்து என்ன பலன்" என்று தனது மூத்த மருமகள் தங்கத்தைப் பார்த்துக் கிண்டலாகக் கேட்டார் சத்யபாமா அம்மையார்.

மீன் குழம்பு நன்றாக இருக்கிறது என்று சொன்னதற்கு தனது தாயாரும் அண்ணியும் ஏன் இப்படி அலுத்துக் கொள்கிறார்கள் என்று புரியாமல் குழம்பிய எம்.ஜி.ஆர் "நான் என்ன சொல்லிவிட்டேன் என்று நீங்கள் இப்படிப் பேசுகிறீர்கள்" என்று சற்று ஆத்திரத்துடன் தனது தாயாரைப் பார்த்துக் கேட்டபோது அவரது தாயாரும் அண்ணியும் சிரிக்கத் தொடங்கினார்கள்.

"என்ன ருசி, என்ன ருசின்னு பாராட்டிக்கிட்டே நீ சாப்பிட்டியே.

நெஞ்சம் மறப்பதில்லை – மூன்றாம் பாகம்

அது யார் வைத்த மீன் குழம்பு தெரியுமா? உன் மனைவி பார்கவி வைத்த குழம்பு" என்று அவர்கள் சொன்னதும் "ஏம்மா கிண்டல் செய்றீங்க? பார்கவி மீனைப் பார்த்த உடனே பின்கட்டுக்கு இல்லே ஓடிவிடுவாள். அவளாவது மீன் குழம்பு வைப்பதாவது. நீங்க ரெண்டு பெரும் சேர்ந்து என்னைக் கேலி செய்யாதீங்க" என்றார் எம்.ஜி.ஆர்.

"நாங்க விளையாட்டுக்குச் சொல்லலைடா. இது உண்மையிலேயே பார்கவி வைத்த மீன் குழம்புதான். இந்தப் பொண்ணை கல்யாணம் செய்து கொள்ள அவ்வளவு யோசனை செஞ்சியே. இப்போ அந்தப் பொண்ணைப் பார்த்தியா. தனக்குப் பிடிக்காதபோதும் தன்னுடைய கணவனுக்குப் பிடிக்கும் என்பதற்காக மீன் குழம்பு வைத்திருக்கிறார்" என்று பெருமிதத்தோடு சொன்னார் சத்யபாமா அம்மையார்.

அவர் சொன்னதைக் கேட்டதும் தாயார் அடைந்த பெருமிதத்தைக் காட்டிலும் அதிகமாக பெருமிதம் அடைந்தார் எம்.ஜி.ஆர்.

கணவனின் திருப்திக்காக தனக்குக் கொஞ்சமும் பிடிக்காத அசைவ உணவு வகைகளை சமைத்த தனது மனைவியைப் பற்றி நினைக்க நினைக்க பார்கவியை மனைவியாக அடைய தான் உண்மையிலேயே பாக்கியம் செய்திருக்க வேண்டும் என்ற எண்ணம் எம்.ஜி.ஆரிடம் மேலோங்கி நின்றது.

எம்.ஜி.ஆர். பார்கவி ஆகியோரின் இல்லற வாழ்க்கை இனிதாக இருந்த போதிலும் பொருளாதார ரீதியாக மிகப்பெரிய சிக்கலை எம்.ஜி.ஆர் அப்போது சந்தித்துக் கொண்டிருந்தார்.

முறையான வருமானம் இல்லாததால் மனைவியைச் சரியாக கவனித்துக் கொள்ள முடியவில்லையே என்று கவலைப்பட்டுக் கொண்டிருந்த எம்.ஜி.ஆர் அப்போது நடைபெற்றுக் கொண்டிருந்த உலகப் போரை காரணம் காட்டி "எப்போதும் சென்னையில் குண்டு மழை பொழிந்து கொண்டிருப்பதால் நீங்கள் அனைவரும் பாலக்காட்டிற்குச் சென்று விடுங்கள். போர் முடிந்த பிறகு சென்னைக்குத் திரும்பி வரலாம்" என்று தன்னுடைய குடும்பத்தினரிடம் கூறினார்.

"எனக்கு எந்த பயமும் இல்லை. அதனால் நான் இங்கேயே இருக்கிறேன். உங்களுடைய மனைவிகளை வேண்டுமானால்

ஊருக்கு அனுப்பி வையுங்கள் என்று ராமச்சந்திரனிடமும் அவரது அண்ணனான சக்ரபாணியிடமும் அன்னை சத்யபாமா சொல்ல "உங்க அம்மாவுக்கே பயம் இல்லேங்கிறாங்க. அப்படியிருக்க நாங்க மட்டும் எதற்குப் போகணும்" என்று கேட்ட தங்கத்தையும், பார்கவியையும் சமாதானப்படுத்தி ஊருக்குக் கிளம்ப அவர்களை சம்மதிக்க வைப்பதற்குள் சக்ரபாணிக்கும், எம்.ஜி.ஆருக்கும் போதும் போதும் என்று ஆகிவிட்டது.

தனித்தனி ரிக்ஷாவில் தங்களது மனைவிகளை அழைத்துக் கொண்டு அவர்கள் கிளம்பியபோது பார்கவி, எம்.ஜி.ஆரின் மடியில் சாய்ந்து அழுதபடியே வந்தார். எம்.ஜி.ஆரால் அவரை தேற்றவே முடியவில்லை. "போர் எப்படியும் இரண்டு மாதத்திற்குள் முடிந்துவிடும். அதற்குப் பிறகு உன்னைத் திரும்ப அழைத்துக் கொண்டு வர நானே வருகிறேன்" என்று ஆறுதல் கூறி எம்.ஜி.ஆர். அவரை ரயிலில் ஏற்றிவிட்டார்.

மனைவி ஊருக்குப் போன பிறகு பொருளாதார ரீதியாக நிலைமை இன்னும் மோசமாகவே பட்டாளத்தில் ஜமேதார் வேலையில் சேர்ந்துவிடுவது என்ற முடிவை எம்.ஜி.ஆர் எடுத்தார். அப்படி ஒரு முடிவை அவர் எடுத்ததற்கு இரண்டு முக்கிய காரணங்கள். முதல் காரணம் அந்த வேலைக்கு என்னென்ன தகுதிகள் வேண்டும் என்று அந்த விளம்பரத்தில் குறிப்பிடப் பட்டிருந்ததோ அவைகளில் பெரும்பாலான தகுதிகள் தன்னிடம் இருப்பதாக அவர் நினைத்தது.

இரண்டாவது காரணம் அந்த ஜமேதார் வேலைக்கான சம்பளம் *125ரூபாய் என்பது.* இன்றைக்கு வேண்டுமானால் 125 ரூபாய் மிகச் சாதாரணமாக இருக்கலாம். ஆனால் ஒரு அரிசி மூட்டையின் விலை ஏழரை ரூபாயாகவும், ஒரு சவரன் விலை பதிமூன்றரை ரூபாயாகவும் இருந்த அந்தக் காலகட்டத்தில் அது மிகப் பெரிய தொகை. ஆகவே அந்த *125 ரூபாய்* என்பது தனது மொத்த குடும்பத்துக்கும் போதுமானதாக இருக்கும் என்று எம்.ஜி.ஆர். கணக்குப் போட்டார்.

அப்படி பட்டாளத்துக்குப் போவதற்காக எம்.ஜி.ஆர் தன்னை முழு மூச்சாகத் தயார் செய்துகொண்டிருந்தபோதுதான் 'சாயா' என்ற படத்திலே முதன் முதலாக கதாநாயகனாக நடிக்கக்கூடிய வாய்ப்பு அவரைத் தேடி வந்தது.

இனி பணக்கஷ்டத்தில் இருந்து மீண்டு விடலாம் என்ற நம்பிக்கை பிறக்கவே "ஒரு மாதத்தில் ஊருக்கு வந்து உன்னைப் பார்க்கிறேன் என்று தனது மனைவிக்குக் கொடுத்திருந்த வாக்குறுதியை நிறைவேற்றுவதற்காக எம்.ஜி.ஆர் பாலக்காட்டிற்குப் புறப்பட்டார். காலையில் போத்தனூரில் இறங்கி தன்னுடைய அண்ணியாரைப் பார்த்துவிட்டு பாலக்காடு செல்லத் திட்டமிட்டிருந்த அவர், அண்ணியின் வீட்டுக்குள் நுழைந்தவுடன் அங்கே இருந்த சூழ்நிலையைக் கண்டு மிகப் பெரிய பதற்றத்துக்கு ஆளானார்.

அந்த வீட்டில் இருந்த பெரியவர்கள் அனைவரும் அழுதபடி இருக்க அவரது அண்ணி வாயிலும் வயிற்றிலும் அடித்துக் கொண்டு கதறியதைப் பார்த்தவுடன் பைத்தியமே பிடித்துவிடும் ஒரு நிலைக்கு எம்.ஜி.ஆர் ஆளானார்.

இதற்கிடையில் அங்கிருந்த ஒருவர் "நீங்க தந்தியைப் பார்த்து விட்டுத்தான் புறப்பட்டீர்களா" என்று அவரைப் பார்த்து கேள்வி கேட்க "எனக்கு எந்தத் தந்தியும் வரவில்லையே" என்று எம்ஜிஆர் சொல்லிக்கொண்டிருந்தபோதே "பார்கவிக்கு உடல்நலம் சரியில்லேன்னு சொன்னாங்க. எங்களுக்கும் சரியா எந்தத் தகவலும் வரலே. ஆனால் ஒவ்வொருத்தர் ஒவ்வொரு மாதிரி சொல்றாங்கப்பா" என்று எம்.ஜி.ஆரின் அண்ணி சொன்னபோது "உலக்கையால் அடித்தால்கூட அவளுக்கு ஒன்றும் ஆகாது. நான் நேராகப் போய் அவளைப் பார்த்துக் கொள்கிறேன்" என்று அவர்களிடம் சொல்லிவிட்டு எம்.ஜி.ஆர் ரயில்வே ஸ்டேஷன் நோக்கிப் புறப்பட்டார்.

தனது மனைவி பார்கவிக்கு நிச்சயமாக எதுவும் ஆகியிருக்காது என்று அசாத்திய நம்பிக்கையுடன் பாலக்காடு போய்ச் சேர்ந்த எம்.ஜி.ஆர். ஜட்கா வண்டியில் விட்டுக்குச் சென்றபோது அவரையும் அறியாமல் ஒருவிதமான மன பயத்துக்கு ஆளாகி வேகமாக வண்டியை ஓட்டும்படி குதிரை வண்டிக்காரனிடம் கூறினார்.

தனது அண்ணியின் தாய்மாமன் வீட்டிலே அவர் இறங்கிய போது "ராமச்சந்திரா, பார்கவி நம்மை ஏமாத்திட்டாடா" என்று கண்ணீர் மல்க கதறினார் அவரது தாய்மாமா.

அடுத்த ஒரு மணி நேரம் அங்கே என்ன நடந்தது என்று எம்.ஜி.ஆருக்குத் தெரியாது. அந்த அளவிற்கு அவர் தன்நிலை

சித்ரா லட்சுமணன்

இழந்தார்.

முதல் நாள் இரவு குளித்து முடித்து தன்னுடைய அன்புக் கணவனின் படத்தை வணங்கிவிட்டு எல்லோரிடமும் சிரித்துப் பேசிக் கொண்டிருந்த பார்கவி திடீரென நெஞ்சுவலி காரணமாக இறந்துவிட்டார் என்ற செய்தியை நம்ப முடியாமல் எம்.ஜி.ஆர் தவித்தார். கடைசியாக பார்கவியின் முகத்தைக்கூட பார்க்க முடியாமல் செய்து விட்டார்களே என்ற அவரது ஏக்கம் பார்கவியின் இறப்பினால் ஏற்பட்ட சோகத்தை இன்னும் அதிகப்படுத்தியது.

"நிச்சயமாக பார்கவி செத்திருக்கமாட்டா. யாரைக் கேட்டு நீங்க அவளை அடக்கம் செஞ்சீங்க. அவளைப் புதைத்த இடத்தை நான் தோண்டிப் பார்த்தே ஆகணும்" என்று அடக்க முடியாத ஆத்திரத்துடன் சத்தம் போட்ட எம்.ஜி.ஆரின் சோகத்தை அடக்க வழி தெரியாமல் அங்கிருந்த உறவினர்கள் தவித்தனர்.

மனம் சிறிது அமைதி அடைந்தவுடன் பார்கவியின் வீடு நோக்கிப் போனார் எம்.ஜி.ஆர். அங்கே தங்கமணியின் படுக்கை அறையில் ஒரு விளக்கு ஏற்றி வைக்கப்பட்டிருந்தது. அதைப் பார்த்தவுடன் அந்தப் படுக்கையில் உட்கார்ந்து தங்களது எதிர்கால வாழ்க்கையைப் பற்றி பார்கவியோடு பேசிக் கொண்டிருந்தது எல்லாம் அவரது நினைவிற்கு வந்தது.

இரவு சாப்பிட மனமின்றிப் படுத்த எம்.ஜி.ஆருக்கு தூக்கம் வரவில்லை.

காலையில் எழுந்தபோது இறந்துபோன மனைவியை எப்படிச் சந்திப்பது என்பதில் எம்.ஜி.ஆருக்கு எந்தக் குழப்பமும் ஏற்பட வில்லை. அவள் சாவைச் சந்தித்தது போல தானும் சாவை சந்தித்து விட்டால் அவளை சந்தித்து விடலாம் என்று முடிவெடுத்துக் கொண்டு போத்தனூருக்குப் புறப்பட்ட எம்ஜிஆர் அங்கே கதறி அழுதபடி இருந்த அண்ணன் சக்ரபாணியை "நாம் கொடுத்து வைத்தது அவ்வளவுதான்" என்று சொல்லி சமாதானம் செய்தபோது அங்கிருந்த எல்லோர் முகத்திலும் ஒரு நிம்மதி பிறந்தது. மனைவியை இழந்த துக்கத்திலிருந்து அவர் கொஞ்சம் கொஞ்சமாக மீண்டு வந்து கொண்டிருப்பதாக அவர்கள் எண்ணினார்கள். பகல் உணவை வேண்டாம் என்று சொல்லாமல் எம்.ஜி.ஆர் நன்றாக சாப்பிட்டது அவர்களது அந்த

நினைப்பை உறுதி செய்தது.

இருட்டத் தொடங்கியதும் தனது திட்டப்படி வீட்டைவிட்டு கிளம்பி ரயில் பெட்டிகள் ஷண்டிங் செல்லும் இடம் நோக்கி நடந்த எம்.ஜி.ஆருக்கு தனக்குப் பின்னாலே தன்னுடைய அண்ணன் நடந்து வந்து கொண்டிருந்தது தெரியாது. தன்னுடைய உள்ளுணர்வு ஏதோ சொல்லவே திடீரென்று திரும்பிப் பார்த்த அவர் திகைப்படைந்தார்.

“நீங்க எங்கே இந்தப் பக்கம்?” என்று எம்.ஜி.ஆர் கேட்டபோது “இந்த மாதிரி நேரத்தில யாராவது கூட இருந்தாத்தான் நம்ம மனசில இருப்பதை எல்லாம் அவங்ககிட்ட சொல்லி ஆறுதல் பெற முடியும். அதனாலதான் நான் உன் பின்னாலேயே வந்தேன்” என்றார் சக்ரபாணி

“நான்தான் என்னை திடப்படுத்திக்கிட்டேனே” என்று எம்.ஜி.ஆர் சொல்லி முடிப்பதற்குள் குறுக்கிட்ட அவர் ‘இந்த ராமச்சந்திரன் என்ன பேசுவான், எங்கே போவான் என்பதெல்லாம், உன்னைவிட எனக்கு நல்லா தெரியும். அதனால நீ என்ன சொன்னாலும் சரி நான் உன்கூடத்தான் இருப்பேன்” என்று அவர் தீர்மானமாகச் சொன்னார்.

சிறிது நேர மவுனத்திற்குப் பின்னர் “ஒருவரோட சாவிற்கு, பரிகாரம் இன்னொருவர் சாவு இல்லே. அதை முதலில் தெரிஞ்சிக்க” என்ற அவர் “பார்கவிக்கு தாய், தந்தை, உலகம் புரியாத வயசில ஒரு தம்பி எல்லோரும் இருக்காங்க. நீ நன்றாகச் சம்பாதிக்கத் தொடங்கி அவங்களுக்கெல்லாம் உதவி பண்ணு. அதுதான் நீ பார்கவிக்கு செய்யற கடமையாக இருக்க முடியும். அதை விட்டுட்டு உயிரை விட்டா எல்லாம் சரியாகப் போய்விடுமா? நம்ம அப்பாவும் அக்காவும் இறந்தபோது நம்ம அம்மா அப்படி ஒரு முடிவை எடுத்து இருந்தாங்க என்றால், நம்ம நிலைமை என்ன ஆகியிருக்கும்னு கொஞ்சம் யோசி” என்று சரியான நேரத்தில் மிகச் சரியான அறிவுரைகளைக் கூறி ஒரு விபரீத முடிவை எடுக்க விடாமல் எம்.ஜி.ஆரைத் தடுத்து நிறுத்தியவர் சக்ரபாணிதான்.

எம்.ஜி.ஆரின் வளர்ச்சியில் அவருடைய பங்கு அசாத்தியமானது. ஆனால் வெளி உலகம் அவ்வளவாக அறியாத உண்மை அது.

133

ஏழரை ரூபாய் மாதச் சம்பளத்திற்கு மாடர்ன் தியேட்டர்சில் நடிகராகச் சேர்ந்த சீர்காழி கோவிந்தராஜன்

தமிழ் வசனங்களைக் கம்பீரமாக உச்சரிக்கின்ற தனிப்பெரும் ஆற்றல் காரணமாக 'சிம்மக் குரலோன்' என்று சிவாஜி கணேசன் போற்றப்பட்டார் என்றால், தமிழ்ப் பாடல் வரிகளைக் கணீரென்று பாடுகின்ற ஆற்றல் காரணமாக 'வெண்கலக் குரலோன்' என்று பெயர் பாராட்டப்பட்டவர் சீர்காழி கோவிந்தராஜன். கர்நாடக இசை, திரை இசை, பக்தி இசை ஆகிய மூன்றிலும் சாதனை இசைச் சித்தரான சீர்காழி கோவிந்தராஜன், அட்சர சுத்தமாக தமிழ்ச் சொற்களை உச்சரிக்கின்ற ஆற்றல் பெற்ற பாடகர். 'இசைமணி' என்று இசை ரசிகர்களால் அழைக்கப்பட்ட சீர்காழி கோவிந்தராஜன் மிகவும் எளிமையான பழக்கத்துக்குச் சொந்தக்காரர். அவர் அதிர்ந்து பேசியோ, கடிந்து பேசியோ யாரும் பார்த்திருக்கவே முடியாது. அந்த அளவிற்குப் பழகுவதில் கண்ணியத்தைக் கடைப்பிடித்தவர் அவர்.

திருஞானசம்பந்தர் பிறந்த புண்ணிய பூமியான சீர்காழியில் பிறந்த கோவிந்தராஜன் சிறுவனாக இருந்தபோது அவர் நெஞ்சம் பூராவும் நிறைந்திருந்த பாடகர் கிட்டப்பா. சிறுவயதில் தன்னுடைய சித்தப்பாவின் வீட்டிலே இருந்த கிராமபோன் பெட்டியில் கிட்டப்பாவின் பாடல்களை ஓயாமல் அவர் கேட்டுக் கொண்டிருப்பாராம்.

பின்னணிப் பாடகராக மட்டுமின்றி நடிகராகவும் தமிழ்த் திரையுலகில் வலம் வந்த சீர்காழி கோவிந்தராஜன் 1942ஆம் ஆண்டிலே தன்னுடைய எட்டாவது வயதில் தேவி நாடக சபாவில் தன்னை இணைத்துக் கொண்டார். ஆனால் அங்கே நீண்ட காலம் அவரால் நீடித்திருக்க முடியவில்லை. அதற்குக் காரணம் அந்தக் காலகட்டத்தில் நடந்துகொண்டிருந்த இரண்டாம் உலகப் போர். அந்தப் போரின் காரணமாக ரேஷன் முறையில்தான் அப்போது உணவு விநியோக முறை நடைபெற்றுக் கொண்டிருந்தது. உணவுத்தட்டுப்பாடு காரணமாக சாப்பாடாகவும் இல்லாமல், கஞ்சியாகவும் இல்லாமல் ஒரு இடைப்பட்ட சாப்பாட்டை அந்த நாடக சபையினர் எல்லோருக்கும் வழங்கினார்கள். சீர்காழி கோவிந்தராஜனுக்கு அந்த உணவு ஒத்துக்கொள்ளவில்லை. அதனால் பலவீனம் அடைந்த அவரை நோய் தொற்றிக் கொண்ட காரணத்தினால் நாடக சபையில் இருந்து சீர்காழி கோவிந்தராஜன் வீடு திரும்பினார். ஓரளவு உடல்நலம் தேறியவுடன் வாழ்நாள் முழுவதும் சீர்காழி கோவிந்தராஜனுக்குத் துணையாக நிற்கக்கூடிய ஒருவரை அவருக்கு அறிமுகம் செய்து வைப்பதற்காக அவரது தந்தை சிவசிதம்பரம் அவரைப் பழனிக்கு அழைத்துச் சென்றார்.

அங்கே அவர் அறிமுகம் செய்து வைத்த அந்த நபர் பழனி மலையில் குடியிருக்கும் பழனி ஆண்டவர்.

பழனியில் இருந்து திரும்பிய உடனே சீர்காழி கோவிந்தராஜன் வாழ்க்கையிலே முக்கிய திருப்பம் ஒன்று ஏற்பட்டது. அந்தத் திருப்பம் ஏற்படக் காரணமாக இருந்தவர் அவரது நெருங்கிய உறவினரான பி.எஸ். செட்டியார். தமிழிலே முதல் முதலாக ஒரு சினிமா பத்திரிகையைத் தொடங்கிய பெருமை பி.எஸ். செட்டியாரையே சாரும். அரையணா விலையில் 'சினிமா உலகம்' என்ற பெயரிலே அப்போது வெளிவந்துகொண்டிருந்த அந்தப் பத்திரிகையில்தான் கவிஞர் கண்ணதாசனின் முதல் கவிதை வெளியானது.

உடல்நலம் தேறிய சீர்காழி கோவிந்தராஜனை மீண்டும் நாடக கம்பெனியில் சேர்ப்பதைப்பற்றி அவரது தந்தை சிதம்பரம் செட்டியார் தீவிரமாக யோசித்துக் கொண்டிருந்தபோது "இப்போது திரைத் துறையில் நல்ல வளர்ச்சி இருக்கிறது. ஆகவே சீர்காழி கோவிந்தராஜனை சினிமாவிலே சேர்க்கலாம்" என்று

ஆலோசனை கூறியவர் பி எஸ் செட்டியார்தான். அவரது அந்த யோசனையை ஏற்றுக்கொண்டு 1946ஆம் ஆண்டு ஏழரை ரூபாய் மாதச் சம்பளத்தில் சேலம் மாடர்ன் தியேட்டர்ஸ் நிறுவனத்தில் சீர்காழி கோவிந்தராஜன் நடிகராகச் சேர்ந்தார்.

சீர்காழி கோவிந்தராஜனின் மனம்கவர்ந்த பாடகரான கிட்டப்பா இறந்தவுடன் அவரது ரசிகர்கள் அனைவரும் டி.ஆர். மகாலிங்கத்தின் தீவிர ரசிகர்களாக மாறினார்கள். அதற்குக் காரணம் கிட்டப்பாவின் பாணியைப் புரிந்துகொண்டு அவரைப் பின்பற்றி ஏறக்குறைய அதே குரலில் டி..ஆர். மகாலிங்கம் பாடத் தொடங்கியதுதான். கிட்டப்பாவின் மற்ற ரசிகர்களைப் போலவே சீர்காழி கோவிந்தராஜனும் டி.ஆர். மகாலிங்கத்தின் தீவிர ரசிகராக மாறினார். டி.ஆர். மகாலிங்கம் பாடியிருந்த பாடல்களுக்காகவே அவர் கதாநாயகனாக நடித்த 'ஸ்ரீவள்ளி' படத்தை 16 முறை பார்த்தார் சீர்காழி கோவிந்தராஜன்.

மாடர்ன் தியேட்டர்ஸ் நிறுவனத்திலே மாதச் சம்பளத்துக்கு சீர்காழி கோவிந்தராஜன் நடிகராகப் பணியாற்றிக் கொண்டிருந்த காலகட்டத்தில் டி.ஆர். மகாலிங்கம் கதாநாயகனாக நடித்த 'ஆதித்தன் கனவு' என்று படத்தை மாடர்ன் தியேட்டர்ஸ் அதிபரான டி.ஆர்.சுந்தரம் இயக்கித் தயாரித்தார்.

அந்தப் படத்தில் ஆதித்தனுடைய வேடத்தில் நடித்த டி.ஆர். மகாலிங்கம் மீது கல் வீசுவதுபோல ஒரு காட்சி படமாக்கப்பட்டது. படத்தின் இயக்குனரான டி.ஆர். சுந்தரம் 'ஆக்ஷன்' என்று சொன்னவுடன் கூட்டத்தில் இருந்த அனைவரும் டி.ஆர் மகாலிங்கத்தின் மீது கல்லை எடுத்து வீச ஒருவர் மட்டும் கையைக் கட்டியபடி நின்றுகொண்டிருந்ததைப் பார்த்த டி.ஆர். சுந்தரம் ஆத்திரத்தில் அவரைக் கண்டபடி திட்டத் தொடங்கினார். அந்த ஒருவர் சீர்காழி கோவிந்தராஜன். அவருடன் நடித்த பல நடிகர்கள் "இது நடிப்புதானே" என்று அவரை சமாதானப்படுத்தியதைத் தொடர்ந்து டி.ஆர். மகாலிங்கத்தின் மீது பட்டும் படாமல் ஒரு கல்லை வீசினார் சீர்காழி கோவிந்தராஜன்.

"நான் டி.ஆர்.மகாலிங்கத்தின் தீவிர ரசிகன் மட்டுமல்ல, அவரை மனதளவில் குருவாக ஏற்றுக்கொண்டு பாடல்களைப் பயின்றவன். அப்படிப்பட்ட என்னிடம் என்னுடைய குருநாதர் மீது கல்வீசச் சொன்னால் என்னால் எப்படி அதைச் செய்ய முடியும்?"

என்று அந்தச் சம்பவம் பற்றி ஒரு பத்திரிகைப் பேட்டியில் குறிப்பிட்டிருக்கிறார் சீர்காழி கோவிந்தராஜன்.

சீர்காழி கோவிந்தராஜன் மாடர்ன் தியேட்டர்சில் பணியாற்றிக் கொண்டிருந்தபோது அங்கே உருவான பல படங்களுக்கு இசையமைத்துக் கொண்டிருந்தவர் பிரபல இசை மேதையான ஜி. ராமநாதன். சீர்காழி கோவிந்தராஜன் தன்னுடைய கணீர்க் குரலில் பாடுவதை பலநாள் கேட்கின்ற வாய்ப்பினைப் பெற்ற அவர், “உனக்கு அமைந்திருக்கும் இந்தக் குரல்வளம் இறைவன் கொடுத்த வரம். நீ மதராசுக்குச் சென்று முறைப்படி சங்கீதத்தை கற்றுக் கொண்டால் உன்னுடைய சாரீரம் இன்னும் மெருகேறும், உன்னுடைய எதிர்காலமும் நன்கு அமையும்” என்று சீர்காழி கோவிந்தராஜனுக்கு ஆசி வழங்க, அன்றோடு நடிப்புக்கு முழுக்குப் போட்டுவிட்டு இசைத்துறையில் முழுமூச்சாக இறங்குவது என்று முடிவெடுத்தார் சீர்காழி கோவிந்தராஜன்.

சென்னையிலே அப்போது அமைந்திருந்த தமிழ் இசைக் கல்லூரியில் சேர்வதற்கு சீர்காழி கோவிந்தராஜன் சென்றபோது அங்கே தேர்வுக் குழுவின் தலைவராக இருந்தவர் பிரபல புல்லாங்குழல் வித்வானான திருப்பரம்புரம் சுவாமிநாத பிள்ளை.

தமிழ் இசைக் கல்லூரியில் மிகச் சிறப்பாக இசை பயின்று ‘இசைமணி’ என்ற பட்டத்துடன் வெளியே வந்த சீர்காழி கோவிந்தராஜன் அடுத்து மத்திய கர்நாடக இசைக் கல்லூரியில் சேர்ந்து இசையிலே மேற்படிப்பு படிக்க ஆசைப்பட்டார். கர்நாடக இசைக் கல்லூரியில் அவர் காலடி எடுத்து வைத்தபோது, அங்கே ஒரு ஆச்சரியம் அவருக்காக காத்துக் கொண்டிருந்தது. தேர்வுக் குழுவின் தலைவராக அங்கும் திருப்பாம்புரம் சுவாமிநாத பிள்ளை இருந்ததை சீர்காழிக்கு கடவுள் அளித்த வரம் என்றுதான் சொல்ல வேண்டும். தன்னுடைய வாழ்க்கையின் முக்கியமான எல்லா கட்டங்களிலும் தனக்கு வழிகாட்டும் தெய்வமாக வந்த சுவாமிநாத பிள்ளையை மனதளவில் தனது குருவாக வரித்துக் கொண்டார் சீர்காழி கோவிந்தராஜன்

அதையடுத்து சீர்காழி கோவிந்தராஜன் கனவிலும் எதிர்பார்க்காத ஒரு சம்பவம் நடைபெற்றது.

“உன்னைப்போன்ற ஒரு சிறந்த மாணவனுக்கு இசையைக் கற்றுத் தர வேண்டும் என்பது எனது நீண்ட நாள் ஆசை. நீ என்னிடம் இசை பயில்கிறாயா?” என்று சீர்காழி கோவிந்தராஜனுக்கு அவரது

மானசீக குருவான சுவாமிநாதபிள்ளை அழைப்புவிடுத்தார். ஆம். நதியைத் தேடி வந்தது கடல்.

அவர் அப்படிச் சொன்ன அடுத்த நிமிடமே அவரது காலடியில் நெடுஞ்சாண்கிடையாக விழுந்து சீர்காழி கோவிந்தராஜன் வணங்கினார்.

தன்னுடைய வாழ்நாளில் பல நூறு இசைக் கச்சேரிகளில் பாடிய சீர்காழி கோவிந்தராஜனின் முதல் இசைக் கச்சேரி தஞ்சை மாவட்டத்தில் அமைந்துள்ள செம்பொன்னார் கோவிலில் நடைபெற்றது. அங்கே சீர்காழி கோவிந்தராஜன் பாடிய போது முதல் வரிசையில் அமர்ந்து கொண்டு அவரது குருவான சுவாமிநாதபிள்ளை வாழ்த்தினார்.

சீர்காழி கோவிந்தராஜனின் இருபதாவது வயதில் திரைப்படங்களில் பின்னணி பாடக்கூடிய வாய்ப்பு அவருக்குக் கிடைத்தது. அவர் பாடல் இடம்பெற்ற முதல் படம் எஸ்.எஸ். வாசனின் பிரம்மாண்டமான தயாரிப்பான 'அவ்வையார்'. அதில் ஆத்தி சூடியின் வரிகளை சீர்காழி கோவிந்தராஜன் பாடலாகப் பாடியிருந்தார். ஆனால் அவருடைய பெயர் அந்தப் படத்தின் டைட்டிலில் இடம் பெறவில்லை.

அவருடைய பெயர் இடம் பெற்ற முதல் தமிழ்த் திரைப்படமாக 'பொன்வயல்' என்ற படம் அமைந்தது. பிரபல நாவலாசிரியர் கல்கி எழுதிய 'பொய்மான் கரடு' என்ற நாவலைத் தழுவி எடுக்கப்பட்ட அந்தப் படத்தில் 'சிரிப்புத்தான் வருகுதையா' என்று தொடங்கிய பாடலை சீர்காழி கோவிந்தராஜன் பாடியிருந்தார்.

'பொன்மனச் செம்மல்' எம்.ஜி.ஆருக்காக சீர்காழி கோவிந்தராஜன் பாடிய முதல் பாடல் 'சக்கரவர்த்தி திருமகள்' படத்தில் இடம் பெற்றது. 'பொறக்கும்போது பொறந்த குணம் போகப் போக மாறுது' என்று தொடங்கும் பாடலை அந்தப் படத்தில் பாடியிருந்தார் சீர்காழி கோவிந்தராஜன். அந்தப் பாடல் மிகப்பெரிய வெற்றியை பெற்றது மட்டுமின்றி தொடர்ந்து எம்.ஜி.ஆர். படங்களில் பாடுகின்ற வாய்ப்பினையும் சீர்காழி கோவிந்தராஜனுக்குப் பெற்றுத்தந்தது.

நடிகர் திலகம் சிவாஜி நடித்த பல படங்களில் சீர்காழி கோவிந்தராஜன் பாடிய பாடல்கள் இடம்பெற்றிருக்கின்றன என்றாலும், 'பாகப் பிரிவினை' படத்திற்காக அவர் பாடிய

'ஒற்றுமையாய் வாழ்வதாலே உண்டு நன்மையே' என்ற பாடலும் 'படிக்காத மேதை' படத்திற்காக அவர் பாடிய 'எங்கிருந்தோ வந்தான்' என்ற பாடலும் சிவாஜி ரசிகர்கள் மனதில் இன்றும் நிலைத்து நிற்கின்ற பாடல்கள்.

சீர்காழி கோவிந்தராஜன் குரல்வளத்தை சிவாஜி கணேசன் பலமுறை மனம் திறந்து பாராட்டியிருக்கிறார்.

அதேபோன்று சிவாஜியின் நடிப்புத் திறன் மீது அளவற்ற மரியாதை கொண்டவர் சீர்காழி கோவிந்தராஜன். அப்படி அவர்கள் இருவரும் ஒருவர் மீது ஒருவர் மிகப்பெரிய மரியாதை வைத்திருந்தபோதிலும் அவர்களுக்கிடையே 'குங்குமம்' படத்தின் பாடல் பதிவின் போது ஒரு மிகப்பெரிய மோதல் வெடித்தது.

134

சீர்காழி கோவிந்தராஜனின் குரலை ஏற்க மறுத்த சிவாஜி

தனியார் தொலைக்காட்சிகளில் இப்போது நடைபெறுகின்ற குரல் தேர்வுப் போட்டிகளிலும், மேடைக் கச்சேரிகளிலும் தவறாமல் இடம்பெறுகின்ற ஒரு பாடல் 'குங்குமம்' திரைப்படத்திலே சிவாஜியும், சாரதாவும் பாடுவதாக அமைந்து இருந்த 'சின்னஞ் சிறிய வண்ணப் பறவை எண்ணத்தைச் சொல்லுதம்மா' என்ற பாடல். இப்போது டி.எம். சௌந்தரராஜன் குரலில் ஒலிக்கின்ற அந்தப் பாடலை 'குங்குமம்' படத்திற்காக முதலில் பாடியவர் சீர்காழி கோவிந்தராஜன்.

அந்தப் பாடல் ஹிந்துஸ்தானி இசையின் பாணியிலே அமைந்திருந்த ஓர் அற்புதமான பாடல். சங்கதிகள் நிறைந்த அந்தப் பாடலை சீர்காழி கோவிந்தராஜன் பாடினால் மிகவும் சிறப்பாக இருக்கும் என்று முடிவெடுத்த அந்தப் படத்தின் இசையமைப்பாளரான கே.வி.மகாதேவன், சீர்காழி கோவிந்தராஜனின் குரலில் அந்தப் பாடலைப் பதிவு செய்தார்.

அந்தக் காலகட்டத்தில் சிவாஜி நடித்த படங்களில் சிவாஜி பாடுவதாக இடம்பெற்ற எல்லா பாடல்களையும் டி.எம். சௌந்தரராஜன்தான் பாடிக்கொண்டிருந்தார். அப்படிப்பட்ட நிலையில் 'குங்குமம்' திரைப்படத்தில் தான் பாடி நடிக்க வேண்டிய ஒரு காட்சிக்காக சீர்காழி கோவிந்தராஜனின் குரலில் ஒரு பாடல்

பதிவு செய்யப்பட்டு இருக்கின்ற செய்தி சிவாஜிக்குத் தெரியவந்தது. உடனே அந்தப் படத்தின் தயாரிப்பாளரை அழைத்த சிவாஜி அந்தப் பாடலை டி.எம். சௌந்தரராஜன் குரலிலே மீண்டும் பதிவு செய்யும்படி வற்புறுத்தியபோது 'இந்தப் பாடல் இந்துஸ் தானி இசையின் பாணியில் அமைந்துள்ள ஒரு பாடல், ஆகவே சீர்காழி கோவிந்தராஜனின் குரல்தான் அதற்கு மிகச்சரியாக இருக்கும் என்று சொல்லித்தான் இசையமைப்பாளரான கே.வி. மகாதேவன் அந்தப் பாடலுக்கு சீர்காழியைப் பாடவைத்தார். ஆகவே நீங்கள் ஒருமுறை அந்தப் பாடலைக் கேட்டுவிட்டு அதற்குப் பிறகு பாடகரை மாற்றுவது பற்றி முடிவெடுங்கள்" என்று சிவாஜியிடம் அந்தத் தயாரிப்பாளர் சொன்னதை சிவாஜி காதிலேயே வாங்கிக் கொள்ளவில்லை. "அது எப்படிப்பட்ட பாடலானாலும் நான் பாடுகின்ற பாடலை டி.எம்.சௌந்தரராஜன்தான் பாடவேண்டும்" என்று அவர் பிடிவாதமாகச் சொல்லிவிடவே வேறு வழியின்றி சீர்காழி கோவிந்தராஜன் பாடி இருந்த அந்தப் பாடலை அப்படியே தூக்கிப் போட்டுவிட்டு டி.எம். சௌந்தரராஜன் குரலிலே மீண்டும் அந்தப் பாடலைப் பதிவு செய்தார் அந்தப் படத்தின் தயாரிப்பாளர். அந்தச் சம்பவம் சீர்காழி கோவிந்தராஜன் மனதைப் பெரிதும் பாதித்தது என்றாலும், அதைப்பற்றி மற்றவர்களிடமோ அல்லது பத்திரிகையாளர்களிடமோ அவர் ஒரு வார்த்தைகூட பேசவில்லை.

அந்த நிகழ்ச்சி நடந்து முடிந்த சில மாதங்களில் திருமண நிகழ்ச்சி ஒன்றில் சிவாஜியைச் சந்திக்கின்ற வாய்ப்பு அமைந்தபோது தன்னுடைய மனக் குமுறலை அடக்க முடியாத சீர்காழி கோவிந்தராஜன் "அண்ணே மத்தவங்களுக்கு சாப்பாடு போடுங்க. ஆனால் எச்சில் இலையில் போடாதீங்க" என்று தன்னுடைய மனக்குமுறலை வார்த்தைகளால் வெளிப்படுத்தினார்.

நடிகர் திலகம் சிவாஜி கணேசன் தமிழ் சினிமா உலகில் கோலோச்சிக் கொண்டிருந்த காலகட்டம் அது. அப்படி இருந்தபோதும் தமிழகத்திலே மிக உயர்ந்த இடத்தில் இருக்கிற தன்னைப் பார்த்து ஒரு பாடகர் அப்படிப் பேசிவிட்டாரே என்று சிவாஜி ஆத்திரப்படவில்லை. அதற்கு மாறாக கோவிந்தராஜன் பாடிய ஒரு பாடலை வேறு ஒருவரை வைத்துப் பதிவு செய்ததால் தனக்கேற்பட்ட உள்ளக் குமுறலை அடக்கிக்கொள்ள முடியாத சீர்காழி கோவிந்தராஜன் அதை வார்த்தைகளில் வெளிப்படுத்தி

இருக்கிறார். வார்த்தைகள் கடுமையாக இருந்தாலும் அவருடைய கோபம் நியாயமானதுதானே என்று சிவாஜி கணேசன் தன்னைத் தானே சமாதானப்படுத்திக் கொண்டார்.

அதுதான் சிவாஜி.

அந்தச் சம்பவம் சிவாஜிக்கும் இசைமணி சீர்காழி கோவிந்தராஜனுக்குமிடையே இருந்த உறவில் ஒரு இம்மி அளவு கூட விரிசலை ஏற்படுத்தாத காரணத்தினால்தான் காரைக்குடியில் ஒரு திருமண விழாவில் சீர்காழி கோவிந்தராஜன் கச்சேரி நடத்திய போது அந்த கச்சேரியில் உற்சாகமாக சிவாஜி கடம் வாசித்தார்.

அப்போதெல்லாம் சிவாஜி கணேசன் ஆண்டுதோறும் சபரிமலைக்கு செல்வதை வழக்கமாக வைத்துக் கொண்டிருந்தார். சபரிமலைக்குச் செல்வதற்கு முன்னால் அவர் வீட்டிலே ஐயப்ப பூஜை மிகச் சிறப்பாக நடைபெறும். அந்த ஐயப்ப பூஜையில் பலமுறை சீர்காழி கோவிந்தராஜன் கலந்துகொண்டு கச்சேரி நடத்தி இருக்கிறார்.

"தேன்குரலில் தித்திக்கப் பாடுகின்ற சீர்காழி கோவிந்தராஜனுக்கு தமிழ் இசை வரலாற்றில் தனி இடம் உண்டு. அவர் அழகு தமிழிலே பாடும்போது அவர் பாடுவதற்குத் தமிழ்மொழி தவம் செய்திருக்க வேண்டும் என்ற எண்ணமே எனக்குத் தோன்றும். தமிழ் உள்ளவரையில் அவருடைய புகழ் நிலைத்து நிற்கும்" என்று சிவாஜிகணேசன் பலமுறை சீர்காழி கோவிந்தராஜனின் குரல் வளத்தை மனமாரப் பாராட்டி இருக்கிறார்.

இசைக் கலைஞர்களுக்கு உரிய எந்த பலவீனமும் இல்லாமல் தன்னுடைய வாழ்க்கை முறையை அமைத்துக் கொண்ட சீர்காழி கோவிந்தராஜன் மற்றவர்களுடைய உணர்ச்சிகளுக்கு மதிப்பு கொடுப்பதில் முதல்வர். ஆனால் அதே நேரத்தில் தன்னுடைய சங்கீதக் கலை பெறவேண்டிய மரியாதையை விட்டுக்கொடுக்க அவர் எந்தக் காலத்திலும் சம்மதித்ததே இல்லை.

தமிழ் சினிமாவை ஆட்சி செய்துவிட்டு தமிழ்நாட்டை ஆளுகின்ற பொறுப்பை ஏற்றுக்கொண்ட எம்.ஜி.ஆர் தன்னுடைய பதவிக்காலத்தில் பல்வேறு துறை கலைஞர்களை அரசவை கலைஞர்களாக நியமித்து அவர்களை கௌரவப்படுத்தினார். அந்த நியமன அறிவிப்பை எம்.ஜி.ஆர் முதன்முதலில் வெளியிட்டபோது சீர்காழி கோவிந்தராஜனுக்கு எந்த நியமனமும் பெறவில்லை என்ற

போதிலும் நியமனம் பெற்ற மற்ற கலைஞர்களுக்கு மரியாதை செலுத்தும் வகையில் அந்த விழாவிற்கு சீர்காழி கோவிந்தராஜன் சென்றிருந்தார்.

முதல்வர் எம்.ஜி.ஆர் பங்கு கொண்ட அந்த விழாவிலே சில பாடல்களைப் பாடச் சொல்லி அரசு அதிகாரிகள் சீர்காழி கோவிந்தராஜனைக் கேட்டபோது திட்டவட்டமாகப் பாட மறுத்துவிட்ட அவர் “இந்த நிகழ்ச்சியில் அரசின் சார்பிலே யார் அரசவைக் கலைஞர்களாக நியமனம் செய்யப்பட்டிருக்கிறார்களோ அவர்கள் பாடுவதுதான் சரியாக இருக்கும், இந்த விழாவிற்கு கௌரவமும் அதுதான்” என்று அந்த அரசு அதிகாரிகளிடம் தெரிவித்தார்.

அந்த விழா நடந்து முடிந்தவுடன் சீர்காழி அந்த விழாவிலே பாட மறுத்துவிட்ட செய்தி முதல்வர் எம்ஜிஆரின் காதுகளுக்குச் சென்றது.

“சீர்காழி சொன்னது நியாயம்தானே” என்று சொல்லி சீர்காழி கோவிந்தராஜனின் கருத்தை ஆதரித்த எம்.ஜி.ஆர், அந்தச் சம்பவம் நடந்த அடுத்த ஆண்டு நடைபெற்ற பாரதியார் நூற்றாண்டு விழாவில் சீர்காழி கோவிந்தராஜனை அரசவைக் கவிஞராக்கி பெருமைப்படுத்தினார். அந்த விழாவில் எம்.ஜி.ஆர். கேட்டுக் கொண்டதிற்கிணங்க சீர்காழி மகாகவி பாரதியாரின் பாடல்களைப் பாடினார்.

நடிகனாக வேண்டும் என்ற ஆசையோடு மாடர்ன் தியேட்டர்சில் சேர்ந்த சீர்காழி கோவிந்தராஜனைத் தேடி திரைப்படங்களில் நடிக்கின்ற வாய்ப்பு 1973ஆம் ஆண்டிலே வந்தது. அவர் நடித்த முதல் படத்தின் பெயர் ‘நடராஜ தரிசனம்’. அந்தப் படத்தில் அவர் நந்தனாராக நடித்தார். அந்தப் படத்தினுடைய வளர்ச்சி பாதியிலேயே தடைபட்டதால் ஏ.பி.நாகராஜன் இயக்கத்தில் நக்கீரராக அவர் நடித்த ’கந்தன் கருணை’ திரைப்படம் அவரது முதல் படமாக அமைந்தது.

இப்போது நடிகர்களில் பலர் சொந்தமாகப் படங்களை எடுப்பதைப்போல அப்போதும் பல நடிகர்கள் சொந்தமாகப் படங்களைத் தயாரித்துக் கொண்டிருந்தனர். ஆகவே சீர்காழி கோவிந்தராஜனுக்கும் படத் தயாரிப்பாளராகும் எண்ணம் தோன்றியது. ‘இசைமணி பிலிம்ஸ்’ என்ற பெயரில் ஒரு பட

நிறுவனத்தைத் தொடங்கிய அவர் தன்னுடைய முதல் படத்திலே கதாநாயகனாக நடிக்க எஸ்.எஸ்.ராஜேந்திரனையும், கதாநாயகியாக நடிக்க ராஜசுலோசனாவையும் ஒப்பந்தம் செய்தார். அப்போது பிரபலமான ஒளிப்பதிவாளராக இருந்த ஆர்.ஆர்.சந்திரன் அந்தப் படத்துக்கு இயக்குனராக ஒப்பந்தம் செய்யப்பட்டார்

சீர்காழி கோவிந்தராஜனைப் பொறுத்தவரையிலே அவர் எந்தக் காரியத்தைச் செய்யத் தொடங்கினாலும் தனது குருநாதரான திருப்பாம்புரம் சுவாமிநாத பிள்ளை அவர்களின் ஆலோசனையைக் கேட்காமல் இருக்கமாட்டார். ஆனால் என்ன காரணத்தாலோ தயாரிப்பாளர் ஆவது என்று முடிவெடுத்த அவர் தன்னுடைய முடிவை குருநாதரிடம் சொல்லி அவருடைய ஆலோசனையைப் பெறத் தவறிவிட்டார்.

படம் எடுப்பதற்கான எல்லா ஏற்பாடுகளையும் செய்து முடித்த பிறகு தன்னுடைய குருநாதரைச் சந்தித்து தான் சொந்தமாக படம் எடுக்க முடிவு செய்திருப்பதைப் பற்றி அவரிடம் சீர்காழி கோவிந்தராஜன் கூறியபோது கோபத்திலே பொரிந்து தள்ளிவிட்டார் சுவாமிநாத பிள்ளை.

"சினிமாவிலே பாட ஆரம்பித்துவிட்டால் உடனே சினிமா எடுக்க வேண்டும் என்று அர்த்தமா? சினிமா எடுக்க முயற்சி பண்ணி தோற்றுப் போய் விலாசமே இல்லாமல் போன கலைஞர்கள் எத்தனை பேர் இருக்காங்க என்று உனக்குத் தெரியுமா? நான் சொல்வதைக் கேட்டு நீ நடப்பதாக இருந்தால் சினிமா எடுக்க வேண்டும் என்ற நினைப்பை எல்லாம் இந்தக் கணத்தோடு விட்டுவிடு. நான் சொல்வதை மீறி நீ சினிமா எடுப்பதாக இருந்தால் தாராளமா எடுத்துக் கொள். அது உன்னுடைய விருப்பம். ஆனால் அதுக்கு அப்புறம் ஒருநாளும் என் முகத்துல நீ முழிக்கக் கூடாது" என்று திட்டவட்டமாக சீர்காழி கோவிந்தராஜனிடம் தெரிவித்தார் அவரது குருநாதரான சுவாமிநாத பிள்ளை.

அவர் அப்படிச் சொன்னவுடன் சினிமா எடுக்கின்ற எண்ணத்தை உடனடியாகக் கைவிட்டது மட்டுமின்றி தன்னுடைய வாழ்நாளில் எப்போதும் திரைப்படம் எடுப்பது பற்றி சிந்தனைகூட செய்வதில்லை என்று சீர்காழி கோவிந்தராஜன் முடிவெடுத்தார்.

"சீர்காழி கோவிந்தராஜனுக்கு அவரது குருநாதரான சுவாமிநாதன் பிள்ளை செய்த மிகப்பெரிய உதவி என்றால் அது படம் எடுக்க

வேண்டாம் என்ற அந்த அறிவுரைதான். திரைப்படத் தயாரிப்பிலே ஈடுபட்டிருந்தார் என்றால் சீர்காழி கோவிந்தராஜனால் ஒரு பாடகராக நிம்மதியான வாழ்க்கையை நிச்சயமாக நடத்தி இருக்க முடியாது" என்று சீர்காழி கோவிந்தராஜன் அந்த நாளில் எடுத்த முடிவை விமர்சித்திருக்கிறார் ஒரு திரை விமர்சகர்.

தமிழ்க் கடவுள் முருகனைப் பற்றி எண்ணற்ற பாடல்களைப் பாடியிருக்கும் சீர்காழி கோவிந்தராஜன் மறைந்தபோது "அன்பர் கோவிந்தராஜன் நம்மை விட்டுப் பிரிந்துவிட்டார் என்று யாரும் கண்ணீர் சிந்த வேண்டாம். காலமெல்லாம் முருகன் புகழ் பாடிய அவர் கைலாயத்தில் இறைவன் புகழைப் பாடச் சென்றிருக்கிறார்" என்றார் திருமுருக கிருபானந்த வாரியார்.

தெய்வீகப் பாடல்கள் பாடுவதில் தனித் திறமை பெற்றிருந்த சீர்காழி கோவிந்தராஜன் இன்று நம்மிடையே இல்லாமல் இருக்கலாம். ஆனால் உலகமெங்கும் தமிழர்கள் வாழ்கின்ற எல்லா இல்லங்களிலும் இன்றும் அவரது பாடல் ஒலித்துக் கொண்டேதான் இருக்கிறது.

135

சிவாஜியின் வாழ்த்தும் எம்.ஜி.ஆரின் எதிர்ப்பும்

தமிழ்த் திரையுலகில் மிக அதிகமான திரைப்படங்களுக்கு வசனம் எழுதிய ஒரே கதாசிரியர் ஆரூர்தாஸ் மட்டுமே. கடந்த அறுபது ஆண்டுகளாக தமிழ்த் திரையுலகில் பணியாற்றிக் கொண்டிருக்கும் ஆரூர்தாஸ் எண்ணற்ற வெற்றிப் படங்களில் பணியாற்றியவர். ஒரு திரைப்பட நிறுவனத்தில் ஆரூர்தாஸ் கதாசிரியராகப் பணியாற்றிவிட்டார் என்றால் அடுத்து அந்தப் படநிறுவனத்தில் மற்ற கதாசிரியர்களுக்கு வாய்ப்புக் கிடைப்பது என்பது குதிரைக் கொம்புதான். அந்த அளவிற்கு அவருடைய வசனம் எழுதுகின்ற திறமை அமைந்திருந்தது.

தேவர் பிலிம்ஸ் தயாரித்த 20 படங்களுக்கும், நடிகர் பாலாஜி தயாரித்த 15 படங்களுக்கும், ஏ.வி.எம். நிறுவனம் தயாரித்த 7 படங்களுக்கும் வசனம் எழுதிய பெருமைக்குச் சொந்தக்காரர் ஆரூர்தாஸ். திருலோக்சந்தர் இயக்கிய முதல் படமான 'வீரத்திருமகன்' முதல் அவரது இயக்கத்தில் கடைசியாக வெளிவந்த 'அன்புள்ள அப்பா' வரை திருலோக்சந்தர் இயக்கிய 20க்கும் மேற்பட்ட படங்களுக்கு ஆரூர்தாஸ்தான் வசனம்.

எம்.ஏ.திருமுகம் இயக்கிய 20 படங்களுக்கும், கே.விஜயன் இயக்கிய 15 படங்களுக்கும் வசனம் எழுதிய பெருமையும் இவருக்குண்டு. தமிழ் சினிமா உலகின் முன்னணி நட்சத்திரங்களான எம்.ஜி.ஆர்., சிவாஜி, ஜெமினி ஆகிய மூன்று முன்னணி நடிகர்களின் எல்லா

படங்களுக்கும் ஒரு காலகட்டத்தில் வசனகர்த்தாவாக இருந்த இவரை அந்தத் துறையில் தனிக்காட்டு ராஜாவாக வலம் வந்தவர் என்று சொல்லலாம். அந்த அளவிற்கு வெற்றிகரமான கதாசிரியராக இருந்த இவரது இயக்கத்தில் உருவான ஒரே திரைப்படம் ‘பெண் என்றால் பெண்’ மட்டுமே. அந்தப் படத்தைத் தயாரித்தவர் கவிஞர் கண்ணதாசனின் அண்ணனான ஏ.எல். சீனிவாசன். கதாசிரியராக இருந்த கே.எஸ்.கோபாலகிருஷ்ணனை இயக்குனராக்கியவர் அவர்தான். ஸ்ரீதரிடம் உதவி இயக்குனராக இருந்த பி.மாதவனுக்கு தன்னுடைய முதல் படத்தை இயக்குகின்ற வாய்ப்பையும் அவர்தான் உருவாக்கித் தந்தார்.

‘மணி ஓசை’ படத்திற்கு முன்னதாக ‘புதிய பறவை’ படத்தை இயக்கிய தாதாமிராசியின் இயக்கத்திலே ஒரு படத்துக்கு வசனம் எழுதுவதற்காக ஆரூர்தாசை கவிஞர் கண்ணதாசன் ஏ.எல். சீனிவாசனின் அலுவலகத்துக்கு அழைத்துச் சென்றார். அப்போது எம்.ஜி.ஆர், சிவாஜி ஆகியோரின் பல படங்களுக்கு ஆரூர்தாஸ் வசனம் எழுதிக் கொண்டிருந்ததால் அந்த வாய்ப்பை அவரால் ஏற்க முடியவில்லை. ஆகவே அந்தப் படத்தைத் தயாரிக்கும் திட்டத்தை அப்படியே கைவிட்டு விட்டு ஏ.எல். சீனிவாசன் தயாரித்த படம்தான் ‘மணி ஓசை’.

அந்தச் சம்பவம் நடந்து நான்காண்டுகளுக்குப் பிறகு ஏ.எல். சீனிவாசனிடம் கதை சொல்வதற்காக ஆரூர்தாசை ஒரு நாள் அழைத்துச் சென்றார் நடிகர் அசோகன்.

ஏ.எல்.சீனிவாசனைப் பொறுத்தவரையில் வித்தியாசமான கதைகளைப் படமாக்குவதில் ஆர்வம் உள்ளவர் என்பதால் அப்படிப்பட்ட ஒரு கதையை அவரிடம் சொன்னார் ஆரூர்தாஸ். அந்தக் கதையைக் கேட்ட ஏ.எல். சீனிவாசனுக்கு அந்தக் கதை ரொம்பவும் பிடித்துவிடவே “கதை மிகவும் நன்றாக இருக்கிறது. இந்தக் கதையை நான் நிச்சயம் படமாகத் தயாரிக்கிறேன்” என்று சொன்ன அவர் அத்தோடு நிறுத்தாமல் “இந்தக் கதையை இயக்கும் பொறுப்பையும் நீங்களே ஏற்றுக்கொள்ளுங்கள்” என்று ஆரூர்தாசிடம் கூறினார்.

“நாலு வருஷங்களுக்கு முந்தி நீங்க என்னை வசனம் எழுத கூப்பிட்டபோது என்னால் எழுத முடியாமல் போயிடுச்சு. அதனால் இந்தத் தடவையாவது உங்களுடைய விருப்பத்தைப்

பூர்த்தி செய்யணும்னு நினைச்சு உங்க தயாரிப்பில் கதை, வசனம் எழுதுறதுக்காகத்தான் நான் வந்தேன். இப்பவும் எம்.ஜி.ஆர், சிவாஜி ஆகிய இரண்டு பேருடைய பல படங்களுக்கு நான்தான் வசனம் எழுதிக்கிட்டு இருக்கேன். அந்தப் படங்கள் தவிர மற்ற நடிகர்கள் நடிக்கின்ற பல படங்களுக்கு வசனம் எழுதவும் நான் ஒப்புக்கொண்டு இருக்கிறேன். அதுக்கே எனக்கு நேரம் போதலே. இந்த நிலைமையில் என்னால் நிச்சயமாக டைரக்ட் பண்ண முடியாது. அதுக்கு எனக்கு நேரமும் இல்லை" என்று ஆரூர்தாஸ் சொல்லி முடிப்பதற்கு முன்னாலேயே அவரை இடைமறித்த ஏ.எல். சீனிவாசன், "அதையெல்லாம் யோசிக்காதீங்க. உங்களுக்கு எப்போதெல்லாம் நேரம் கிடைக்கிறதோ அப்போது ஷூட்டிங்கை வைத்துக் கொள்ளலாம். கே.எஸ்.கோபாலகிருஷ்ணனைக் கூட அப்படித்தான் நான் டைரக்ட் பண்ணவச்சேன். நீங்க சொன்னது கொஞ்சம் வித்தியாசமான கதை. அதனாலே அதை நீங்களே டைரக்ட் பண்ணினாத்தான் நல்லா இருக்கும்" என்றார்.

அவர் அப்படிச் சொல்லியவுடன் ஆரூர்தாசை அழைத்துச் சென்றிருந்த அசோகன் சும்மாயில்லாமல் "தாசு! நீ எவ்வளவு காலத்துக்குத்தான் மத்தவங்களுக்காக எழுதிக்கிட்டிருக்கிறது? ஸ்ரீதர் கோபாலகிருஷ்ணன் மாதிரி ஒரு நல்ல டைரக்டரா உன்னை நிலைநிறுத்திக்கிறதுக்கு இது ஒரு நல்ல வாய்ப்பு. அதுவும் அண்ணனுடைய ராசியான 'பேனர்' மூலமா உனக்குக் கிடைச்சிருக்கு. இந்த ஆபீசுக்குள்ளே வரும்போது இப்படி ஒரு நல்ல விஷயம் நடக்கும்னு நான் கொஞ்சம்கூட எதிர்பார்க்க வில்லை. உன்னைத் தேடி அதிர்ஷ்டம் வருது. அதனாலே ஒண்ணும் யோசிக்காதே. எல்லாம் நல்லபடியாக நடக்கும். நீ வருஷத்துக்குப் பத்துப் படம் எழுதி ராப்பகலா கஷ்டப்படுறதைவிட, இரண்டு படத்துக்கு கதை வசனம் எழுதி டைரக்ட் பண்ணுனாலே போதும். நிம்மதியாக இருக்கலாம்" என்று ஆரூர்தாசுக்கு அறிவுரை சொன்னதோடு நிற்காமல் ஏ.எல். எஸ். அவர்களிடம் "அண்ணே! நீங்க அட்வான்சைக் கொடுங்க. மற்றதையெல்லாம் நான் பார்த்துக்குறேன்" என்றார்.

உடனே காசோலையை எடுத்து எழுதிய ஏ.எல்.எஸ், ஆரூர்தாசிடம் அதைக் கொடுக்க அவருடைய காலில் விழுந்து வணங்கிவிட்டு ஆரூர்தாஸ் அதைப் பெற்றுக் கொண்டார்.

“ஒரு சென்டிமெண்டாக இருக்கட்டும் என்று கதை, வசனம், டைரக்ஷனுக்கு கே.எஸ். கோபாலகிருஷ்ணனுக்கு எவ்வளவு முன்பணம் கொடுத்தேனோ அதையே உங்களுக்கும் கொடுத்திருக்கிறேன். மேற்கொண்டு பணம் வேண்டும் என்றால் கேளுங்க, கொடுக்கிறேன்” என்று ஆரூர்தாசிடம் சொன்ன ஏ.எல்.சீனிவாசன் “இந்தக் கதைக்கு என்ன டைட்டில் வச்சிருக்கீங்க?” என்று கேட்க “பெண் என்றால் பெண்!” என்றார் ஆரூர்தாஸ்.

ஆரூர்தாசுக்கு அது முதல் படம் என்பதால் ஒளிப்பதிவுக்கு எம்.கர்ணன்; படத்தொகுப்புக்கு தேவன், கலைக்கு அங்கமுத்து; இசைக்கு எம்.எஸ்.விஸ்வநாதன், பாடல்களுக்கு கவிஞர் கண்ணதாசன் என்று அப்போது தமிழ்த் திரையுலகில் யார் யார் அவர்களது துறையில் முன்னணியில் இருந்தார்களோ அவர்கள் எல்லோரையும் ஆரூர்தாசுடன் பணியாற்ற ஏ.எல்.எஸ் ஒப்பந்தம் செய்தார்.

இரண்டு நாயகர்கள் இரண்டு நாயகிகளைக் கொண்ட அந்தக் கதையில் நடிக்க வேண்டிய நடிகர், நடிகைகளைத் தேர்ந்தெடுக்கின்ற பொறுப்பு ஆரூர்தாசிடமே ஒப்படைக்கப்பட்டது.

அவரது விருப்பப்படி ஜெமினிகணேசன், அசோகன், விஜயகுமாரி மற்றும் நகைச்சுவைப் பகுதிக்கு கே.ஏ.தங்கவேலு, சோ, ஏ.கருணாநிதி, ஆகியோர் ஒப்பந்தம் செய்யப்பட்டனர். இன்னொரு கதாநாயகி வேடத்திற்கான நடிகை மட்டுமே முடிவு செய்யப்படாமல் இருந்தார்.

முதன் முதலாக தான் ஒரு படத்தை இயக்கப்போகும் செய்தியைத் தனது காட்பாதரான சாண்டோ சின்னப்பா தேவரிடம் ஆரூர்தாஸ் தெரிவித்தபோது அதைக்கேட்டு அளவில்லாத மகிழ்ச்சி அடைந்த அவர் “ஜுபிடர் பிக்சர்சுக்கு முதல்ல கதை வசனம் எழுதத்தான் ஏ.எஸ்.ஏ.சாமி வந்தார். அதுக்கு அப்புறம் அந்த கம்பெனியிலேயே அவர் டைரக்டர் ஆனாரு. அவர் டைரக்ட் பண்ண முதல் படமான ‘ராஜகுமாரி’யிலேதான் எம்.ஜி.ஆர். கதாநாயகன் ஆனார். அந்த மாதிரி உன்னையும் நானே நம்ம தேவர் பிலிம்ஸில் டைரக்டர் ஆக்கணும்னு நினைச்சிருந்தேன். இப்போ ஏ.எல்.எஸ். முந்திக்கிட்டாரு. பரவாயில்லை. அந்தப் படத்துக்கப்புறம் எனக்கும் நீ படம் டைரக்ட் பண்ணு. தம்பி திருமுகம் ஒரு யூனிட். நீ ஒரு யூனிட். இந்த இரண்டு யூனிட்டையும்

வச்சி நான் இன்னும் நிறைய படம் பண்ணுவேன். நல்லா டைரக்டு பண்ணு. நீ மிகப்பெரிய டைரக்டராக வரணும்" என்று ஆரூர்தாசை மனமார வாழ்த்தினார்.

தேவருக்கு அடுத்து சிவாஜியிடம் அந்த மகிழ்ச்சியான செய்தியை ஆரூர்தாஸ் பகிர்ந்து கொண்ட போது "முதல் முதலா டைரக்ட் பண்றே. பார்த்து கவனமா பண்ணு" என்று மிகுந்த அக்கறையோடு சொன்ன சிவாஜி "நீ உன்னுடைய முதல் படத்தை முடித்துவிட்டு வா. அடுத்தபடியா நானும் உனக்குப் படம் கொடுக்கிறேன். நீ கதைவசனம் எழுதி டைரக்ட் பண்ணு. ஏ.பி.நாகராஜன், ஸ்ரீதர், கே.எஸ். கோபாலகிருஷ்ணன் இனிமே நீயும் எனக்கு இன்னொரு எழுத்தாள டைரக்டர்" என்றார்.

ஆரூர்தாஸ் வசனகர்த்தாவாகப் பணியாற்றிய முன்னணி இயக்குனர்களான ஏ.பீம்சிங், ஏ.சி.திருலோக்சந்தர், எம்.ஏ.திருமுகம் போன்ற பிரபல இயக்குனர்களும், ஏவி.எம்.முருகன், குமரன், சரவணன் ஆகியோரும் இயக்குனராக புதிய பொறுப்பினை ஏற்கவிருந்த ஆரூர்தாசுக்கு உற்சாகமாக தங்களது வாழ்த்துக்களைத் தெரிவித்தார்கள்

யாரிடம் எல்லாம் கதாசிரியராகவும் வசனகர்த்தாவாகவும் ஆரூர்தாஸ் பணியாற்றினாரோ அவர்கள் எல்லோருமே அவர் இயக்குனர் ஆவதற்கு வாழ்த்து தெரிவித்த நிலையில் ஒருவர் மட்டும் ஆரூர்தாஸ் இயக்குனர் ஆவதற்குத் தன்னுடைய கடுமையான எதிர்ப்பைத் தெரிவித்தார்.

அவர் எம்.ஜி.ஆர்.

136

ஆரூர்தாஸ் இயக்குனராவதற்கு எதிர்ப்புத் தெரிவித்த எம்.ஜி.ஆர்

எம்.ஜி.ஆரின் பல படங்களுக்கு வசனம் எழுதிய ஆரூர்தாஸ் தான் முதல் முதலாக ஒரு படத்தை இயக்கப்போவதாக அவரிடம் கூறியதும் அதற்கு எதிர்ப்புத் தெரிவித்த எம்.ஜி.ஆர். அதற்கான காரணங்களையும் சொன்னார்.

"நான் சொல்றதை நல்லா யோசனை பண்ணுங்க. இப்போ என்னுடைய பெரும்பாலான படங்களுக்கு நீங்கதான் வசனம் எழுதுறீங்க. அதே மாதிரி தம்பி சிவாஜி படங்களுக்கும் நீங்கதான் எழுதுறீங்க. ஒரே சமயத்துல எங்க இரண்டு பேருடைய படங்களுக்கும் தொடர்ந்து எழுதற ஒரே எழுத்தாளர் நீங்க மட்டும்தான். நீங்க ஒரு நல்ல கதை வசனகர்த்தா. உங்க எழுத்துக்கள் எங்க இரண்டு பேருக்கும் மட்டுமில்லாமல் எல்லாருக்கும் பயன்பட்டு நீங்க மேலும் மேலும் புகழ் பெறணும்னுதான் விரும்புறேன்.

இப்போ நீங்க எழுதிக்கிட்டிருக்குற படங்கள், இன்னும் மேற்கொண்டு எழுதவேண்டிய படங்கள் என்று வசனம் எழுத ஏராளமான வாய்ப்புகள் இருக்கும் இந்தச் சூழ்நிலையில் நீங்க டைரக்ட் பண்ண வேண்டிய அவசியம் என்ன?

டைரக்ட் செய்வது என்பது அவ்வளவு சுலபமான வேலை இல்லை என்பது உங்களுக்கு நன்றாகத் தெரியும். ஒரு படத்தை

டைரக்ட் செய்வது என்றால் உங்களுடைய முழுக் கவனமும் அதில் இருக்க வேண்டும். அப்போதுதான் அதில் வெற்றிபெற முடியும். அப்படி ஒரு படத்துல நீங்க முடங்கிட்டீங்கன்னா உங்க எழுத்துத் தொழில் பாதிக்காதா? நானோ, சிவாஜியோ, தேவரண்ணனோ அடுத்தடுத்த படங்களுக்கு எழுத உங்களை எப்படிக் கூப்பிட முடியும்? அப்படியே நாங்க கூப்பிட்டாலும் உங்களால் எப்படி எழுத முடியும்? அதுக்கு உங்களுக்கு நேரம் இருக்குமா? அதையெல்லாம் மீறி ஒப்புக் கொண்டாலும் இப்போ மாதிரி முழுக் கவனமும் செலுத்தி எழுதுவீங்களா?" என்று கேள்விகளை அடுக்கிய எம்.ஜி.ஆர் அத்தோடு நிற்கவில்லை.

"நான் நினைச்சா ஒரே நாளில் ஒரு டைரக்டரை உருவாக்க முடியும். ஆனால், நல்ல கருத்துக்களோடும் கற்பனை வளத்தோடும் ஒரு வாரம் பத்து நாட்களுக்குள்ளே மொத்தப் படத்துக்கான வசனத்தையும் எழுதி முடிக்கக்கூடிய ஆற்றல் பெற்ற ஒரு ஆரூர்தாசை என்னாலேயோ சிவாஜியாலேயோ மட்டும் இல்லே, வேற யாராலேயுமே உருவாக்க முடியாது.

கொஞ்சம் டெக்னிக் தெரிஞ்சா போதும். ஒரு உதவி டைரக்டரை டைரக்டராக்கி விட முடியும். ஆனால் ரைட்டராக்க முடியாது.

அதே மாதிரி எழுத்தாளரை டைரக்டராக்க முடியும். ஆனால் எல்லா டைரக்டரையும் எழுத்தாளர்களாக்க முடியாது.

ஏ.எஸ்.ஏ.சாமி, ப.நீலகண்டன், ஏ.பி.நாகராஜன், ஸ்ரீதர், கே.எஸ் கோபாலகிருஷ்ணன் ஆகிய எல்லோரும் எழுத்தாளர்களாக இருந்துதான் டைரக்டர்களானாங்க. நான் இல்லேன்னு சொல்லலே. அவுங்க மாதிரி நீங்களும் ஒரு நல்ல டைரக்டராக வருவீங்கங்கிற நம்பிக்கை எனக்கு இருக்கு. ஆனால், அதுக்கான நேரம் இது இல்லை.

உங்களுக்கு நீங்களே ஒரு ராஜாவா இருக்கிற நேரம் இது. மேலே மேல போய்க்கிட்டே இருக்கீங்க. அனாவசியமாக அதை ஏன் கெடுத்துக்கிறீங்க?

எம்.ஜி.ஆர் தனது ஆணித்தரமான வாதங்களை எடுத்து வைத்த போது அந்த வாதங்களை மறுக்க வார்த்தைகள் இல்லாமல் தடுமாறிய கதாசிரியர் ஆரூர்தாஸ் "நீங்க சொல்றதை எல்லாம் மறுத்துப் பேச என்னிடம் எதுவுமே இல்லை. அறிஞர் அண்ணா

நெஞ்சம் மறப்பதில்லை – மூன்றாம் பாகம்

சொன்னதைப்போல, இப்போது நான் சூழ்நிலையின் கைதியாக உங்க முன்னால் நிக்கிறேன். நான் எவ்வளவோ மறுத்தும் ஏ.எல்.சீனிவாசன் கேட்கவில்லை. என்னைக் கட்டாயப்படுத்தி நீங்கதான் டைரக்ட் பண்ணணும்னு சொல்லி அட்வான்சை கொடுத்திட்டாரு. வேற வழி இல்லாமல் நானும் வாங்கி விட்டேன்" என்றார்.

அவர் அப்படிச் சொல்லி முடித்தவுடன் "அட்வான்ஸ் எவ்வளவு கொடுத்தாரு?" என்று எம்ஜிஆர் கேட்க "ஐந்தாயிரம் ரூபாய்" என்று பதிலளித்தார் ஆரூர்தாஸ்.

"அவ்வளவுதானே. நான் அதைப்போல நாலு மடங்கு பணத்தை அன்பளிப்பா உங்களுக்குக் கொடுக்கிறேன். அந்த அட்வான்சைத் திருப்பிக் கொடுத்துட்டு வந்துடுங்க" என்று எம்.ஜி.ஆர் சொன்னபோது அசோகன்தான் என்னை அழைச்சிக்கிட்டுப்போய் அட்வான்ஸ் வாங்கிக் கொடுத்தாரு. அதனால் அவர்கிட்டே ஒரு வார்த்தை சொல்லிட்டு..." என்று ஆரூர்தாஸ் தன்னுடைய பதிலைச் சொல்லி முடிப்பதற்கு முன்பாகவே குறுக்கிட்ட எம்.ஜி.ஆர் "அசோகன் உங்களை அங்கே அழைச்சிக்கிட்டுப் போயிருக்கக்கூடாது" என்றார்.

அந்த வார்த்தைகளைச் சொன்னபோது எம்.ஜி.ஆர் முகத்திலே கோபம் தாண்டவமாடியதைக் கண்ட ஆரூர்தாஸ் இனி தான் என்ன பேசினாலும் அதனால் பிரச்னைதான் வரும் என்பதை உணர்ந்து கொண்டு மவுனம் சாதிப்பதே சிறந்த வழி என்று முடிவெடுத்து மவுனமாக இருந்தார்.

ஆனால் அந்த மவுனம் எம்.ஜி.ஆரின் கோபத்தை இன்னும் அதிகமாக்கும் என்று அவர் எதிர்பார்க்கவில்லை.

"கடைசியாகச் சொல்றேன். இவ்வளவு தூரம் நான் எடுத்துச் சொன்னதுக்கு அப்புறமும் வாங்கின அட்வான்சைத் திருப்பிக் கொடுத்திட்டு அங்கேருந்து நீங்க விடுபடலேன்னா, என்னுடைய வருத்தத்துக்கு நீங்க ஆளாக வேண்டியிருக்கும். அதோட என்னை நீங்களும், உங்களை நானும் தொழிலைப் பொறுத்த வரைக்கும் இழக்கவேண்டிய நிலமையும் ஏற்படலாம். நான் சொல்லவேண்டியதை எல்லாம் சொல்லிட்டேன். அப்புறம் உங்க விருப்பம்" என்று ஆரூர்தாசிடம் சொன்னபோது எம்.ஜி.ஆரின் முகம் இறுக்கமாக இருந்ததை ஆரூர்தாஸ் கவனித்தார்.

எம்.ஜி.ஆரோடு மிகவும் நெருங்கிப் பழகியவர் என்பதால் அவருடைய ஒவ்வொரு அசைவுக்கும் என்ன அர்த்தம் என்று ஆரூர்தாசுக்கு நன்றாகத் தெரியும். அப்படிப்பட்ட நிலையில் தான் சொல்வதைக் கேட்காமல் படத்தை டைரக்ட் செய்யப்போனால் என்னென்ன விளைவுகள் ஏற்படும் என்பதைப் பற்றி அந்த அளவு கடுமையாக எம்.ஜி.ஆர் சொன்னதுக்குப் பிறகும் 'பெண் என்றால் பெண்' என்று பெயரிடப்பட்டிருந்த அந்தப் படத்தை டைரக்ட் செய்யும் பொறுப்பிலிருந்து ஆரூர்தாஸால் விலகவில்லை என்றால் அதைக் காலத்தின் முடிவு என்றுதான் சொல்லவேண்டும்.

இந்தக் குழப்பங்களுக்கு இடையே 'பெண் என்றால் பெண்' என்ற படத்தின் படப்பிடிப்பைத் தொடங்க நாள் குறிக்கப் பட்டது. ஆரூர்தாஸ் டைரக்டர் ஆவதற்கு எம்.ஜி.ஆர் அத்தனை எதிர்ப்பினைத் தெரிவித்திருந்தபோதிலும் அவருக்கு போன் செய்து அவருடைய ஆசியைப் பெற்ற பிறகே படப்பிடிப்புத் தளத்துக்குச் சென்றார் ஆரூர்தாஸ்.

படத்துக்கு துவக்கவிழா நடைபெற்றபோது படத்தில் நடிக்க வேண்டிய இன்னொரு கதாநாயகி யார் என்பது முடிவாகாமல் இருந்ததால் முதலில் ஜெமினிகணேசன், விஜயகுமாரி சம்பந்தப்பட்ட காட்சிகளை ஆரூர்தாஸ் படமாக்கத் தொடங்கினார்.

படப்பிடிப்பு தீவிரமாக நடைபெற்றுக் கொண்டிருந்தபோது, ஒரு நாள் ஏ.எல்.சீனிவாசனிடமிருந்து ஆரூர்தாசுக்கு அழைப்பு வந்தது. அதைத் தொடர்ந்து அவரைச் சந்திக்க ஆரூர்தாஸ் சென்றபோது "இன்னொரு கதாநாயகி பாத்திரத்திற்கு சரோஜாதேவியை ஒப்பந்தம் செய்திருக்கிறேன்" என்று ஆரூர்தாஸ் சற்றும் எதிர்பாராத ஒரு தகவலை அவர் கூறினார்.

சரோஜாதேவிக்கு அப்போதுதான் திருமணம் நடைபெற்றிருந்தது. அதனால் "மார்ச் மாதம் 1ந் தேதிதானே சரோஜாதேவிக்கு கல்யாணம் நடந்துது? அதுக்குள்ளே எப்படி அவர் படத்துல நடிக்க வருவார்?" என்று ஆரூர்தாஸ் கேட்டபோது "அவங்களேதான் எனக்குப் போன் பண்ணி நான் நடிக்கிறேன் என்று சொன்னாங்க" என்ற ஏ.எல். சீனிவாசன் "சரோஜாதேவி தொடர்ந்து படங்களில் நடிக்கிறதுக்கு அவரது கணவர் பர்மிஷன் கொடுத்திட்டாராம். தினத்தந்தி பேப்பர்ல வந்த நம்ம படத்தோட செய்தியைப் பார்த்திட்டு ஆரூர்தாஸ் கதை வசனம் எழுதின முதல் படமான

தேவர் பிலிம்ஸ் வாழவைத்த தெய்வத்துல நான்தான் ஹீரோயினா நடிச்சேன். அதே மாதிரி அவர் முதல் முதலா டைரக்ட் பண்ற உங்க படத்துலேயும் நான் நடிக்க விரும்புகிறேன்.. அதனால் நீங்களே அவர்கிட்டே சொல்லி என் கால்ஷீட் எப்போ வேணும்னு கேட்டு எனக்கு போன் பண்ணச் சொல்லுங்க. நான் அவர்கிட்டே பேசிக்குறேன்னு சொன்னாங்க” என்றார்.

அதோடு நிற்காமல் ஸ்ரீதர் முதல் முதலா டைரக்ட் பண்ணுன “கல்யாணப் பரிசு” படத்துல ஜெமினிகணேசன், சரோஜாதேவி, விஜயகுமாரி ‘காம்பினேஷன்’ நல்லா ஒர்க் அவுட் ஆச்சு. அதே மாதிரி நமக்கும் ஒர்க் அவுட்டாகும்னு நினைக்கிறேன்” என்றும் சொன்னார்

அவர் இப்படி சொன்னதைத் தொடர்ந்து சரோஜாதேவியிடம் ஆரூர்தாஸ் பேசினார், அவர் படத்தில் நடிப்பது உறுதியானது.

மறுநாள் காலை பத்திரிகையில் “ஆரூர்தாஸ் முதன் முதலாக டைரக்ட் செய்யும் ஏ.எல்.எஸ். ‘பெண் என்றால் பெண்’ படத்தில், பி.சரோஜாதேவி திருமணத்திற்குப் பிறகு முதன் முதலாக நடிக்கிறார்” என்ற செய்தி கொட்டை எழுத்துக்களில் வெளியானது .

அன்று படப்பிடிப்பை முடித்துவிட்டு இரவு 10 மணி வீட்டிற்கு வந்தார் ஆரூர்தாஸ். உள்ளே நுழைந்ததும் நுழையாததுமாக அவரது மனைவி அவரிடம், “எம்.ஜி.ஆர். போன் பண்ணி நீங்க இருக்கீங்களான்னு கேட்டாரு. சாரதா ஸ்டூடியோவுல ஷூட்டிங்குல இருக்கிறதா சொன்னேன். வீட்டுக்கு வந்ததும் போன் பண்ணச் சொல்லுங்கன்னாரு. முதல்லே அவருக்கு போன் பண்ணுங்க. ஏதாவது முக்கியமான விஷயமாக இருக்கப போகுது” என்றார்.

எதற்காக எம்.ஜி.ஆர். அழைத்திருக்கிறாரோ என்று ஒருவிதமான நடுக்கத்துடனே அவருக்கு போன் செய்தார் ஆரூர்தாஸ்.

எம்.ஜி.ஆருக்கும் அவருக்கும் இடையே இருந்த உறவை அந்த போன் கால் முறிக்கப் போகிறது என்று அப்போது அவருக்குத் தெரியாது.

137

எம்.ஜி.ஆருக்கும் ஆரூர்தாசுக்குமிடையே இரும்புத் திரை விழக் காரணமான படம்

"ஆரூர்தாஸ் முதன் முதலாக டைரக்ட் செய்யும் 'பெண் என்றால் பெண்' படத்தில், சரோஜாதேவி திருமணத்திற்குப் பிறகு முதன் முதலாக நடிக்கிறார்" என்ற செய்தி கொட்டை எழுத்துக்களில் பத்திரிகைகளில் வெளியான அன்று படப்பிடிப்பை முடித்துவிட்டு இரவு 10 மணிக்கு ஆரூர்தாஸ் வீடு திரும்பியபோது "எம்.ஜி.ஆர் போன் பண்ணி நீங்க வீட்டில் இருக்கீங்களான்னு கேட்டாரு. சாரதா ஸ்டூடியோவுல ஷூட்டிங்குல இருக்கிறதா நான் அவரிடம் சொன்னேன். வீட்டுக்கு வந்ததும் அவரை போன் பண்ணச் சொல்லுங்கன்னாரு. அதனால முதல்லே அவருக்கு போன் பண்ணுங்க. ஏதாவது முக்கியமான விஷயமாக இருக்கப்போகுது" என்று ஆரூர்தாசின் மனைவி சொல்ல, எம்.ஜி.ஆர் எதற்காக அழைத்திருக்கிறாரோ என்று ஒருவிதமான நடுக்கத்துடன் அவருக்கு போன் செய்யப்போனார் ஆரூர்தாஸ்.

எம்.ஜி.ஆருக்கும் அவருக்கும் இடையே இருந்த பல ஆண்டு கால உறவை அந்த போன் கால் முறிக்கப்போகிறது என்று அப்போது அவருக்குத் தெரியாது.

தனக்கென்று எம்.ஜி.ஆர் தனியாக வைத்திருந்த தொலைபேசி எண் ஆரூர்தாசிற்குத் தெரியும். ஆகவே என்ன சொல்லப்போகிறாரோ

என்ற பயத்துடன் நடுங்கும் விரலால் அவரது எண்களைச் சுழற்றினார்.

போனை எம்ஜிஆரே எடுத்தார்.

"அண்ணே! வணக்கம். நல்லாருக்கீங்களா? அப்பப்போ உங்களை நினைச்சுக்குவேன். இருந்தாலும் வேலை சரியா இருக்கு. அதனாலதான் வந்து உங்களைப் பார்க்க வர முடியலே. ஒரு நாளைக்கு போன் பண்ணிட்டு வர்றேன். அம்மா நல்லாருக்காங்க இல்லே? நான் கேட்டதா சொல்லுங்க. நான் வீட்டுக்கு வந்து ரொம்ப நாளாயிடுச்சேன்னு ஒண்ணும் நினைச்சிக்காதீங்க" என்று எப்போதும் பேசுவதைப் போல தன்னுடைய பேச்சைத் தொடங்கினார் ஆரூர்தாஸ்.

"ஷூட்டிங்கெல்லாம் நல்லா நடந்துகிட்டிருக்குதா? பார்த்து கவனமா பண்ணுங்க. நீங்க முதல் முதலா டைரக்ட் பண்ற இந்தப் படத்துலதான் இனி உங்க எதிர்காலமே அடங்கி இருக்கு..." என்ற எம்.ஜி.ஆர், "அப்புறம்... இன்னிக்கு 'மாலை முரசு' பத்திரிகை பார்த்தீங்களா?" என்று ஆரூர்தாஸைக் கேட்டார்.

"பார்த்தேனே. என்னண்ணே விஷயம்?" என்று ஆரூர்தாஸ் கேட்டபோது "உங்க படத்துல சரோஜா நடிக்கிறதா செய்தி வந்திருக்குதே. அது உண்மையா?" என்று எம்.ஜி.ஆர் கேட்டார்.

"ஆமாண்ணே" என்று ஆரூர்தாஸ் பதில் சொன்னவுடன் "சரோஜாதான் கல்யாணம் பண்ணிக்கிட்டு சினிமாவை விட்டே ஒதுங்கிடுச்சே. அதுக்குக் கல்யாணம் ஆகி ஒரு மாசந்தான் ஆகியிருக்கு. மறுபடியும் ஏன் அதை இழுக்குறீங்க? இடையில் கர்ப்பமாயிடுச்சின்னா, அப்போ உங்க ஷூட்டிங் பாதிக்காதா?" என்ற எம்.ஜி.ஆர் அடுத்து "அது உங்களை சான்ஸ் கேட்டுச்சா?" என்று கேட்டார்.

எம்.ஜி.ஆரும் சரோஜாதேவியும் இணைந்து நடித்த கடைசிப் படமாக 'அரச கட்டளை' அமைந்தது என்றாலும் அதற்கு முன்னர் வெளியான 'பெற்றால்தான் பிள்ளையா' படப்பிடிப்பின் போதே அவர்களுக்கு இடையே கருத்து வேறுபாடு வேர் விட்டிருந்தது. அந்தப் படத்தின் இறுதிக்கட்ட படப்பிடிப்பின்போது சரோஜாதேவியுடன் பேசுவதை எம்.ஜி.ஆர் அறவே நிறுத்தி விட்டார்.

அந்தப் படத்தில் இடம்பெற்ற ‘கண்ணன் பிறந்தான் எங்கள் மன்னன் பிறந்தான்’ என்ற பாடல் காட்சி படமாக்கப்பட்ட போது சரோஜாதேவிக்குச் சொல்லவேண்டிய எல்லாவற்றையும் அந்தப் படத்தின் இயக்குனரான கிருஷ்ணன் பஞ்சுவிடம்தான் எம்.ஜி.ஆர் சொல்வார். எம்.ஜி.ஆர் சொல்வதை சரோஜாதேவியிடமும் அவர் சொல்வதை எம்.ஜி.ஆரிடமும் மாறி மாறிச் சொல்லி அலுத்துப்போன இயக்குனர் பஞ்சு ஒரு நாள் “நீங்கள் இருவரும் ஒருவருக்கொருவர் புதியவர்கள் அல்ல. நான்தான் உங்கள் இருவருக்கும் புதுசு. அதனால் அவரிடம் என்ன சொல்லவேண்டுமோ அதை நீங்களே சொல்லிவிடுங்கள்” என்று எம்.ஜி.ஆரிடம் எவ்வளவோ சொல்லியும் சரோஜாதேவியோடு பேசுவதற்கு அவர் திட்டவட்டமாக மறுத்துவிட்டார். அந்தப் படத்தின் கதை வசனகர்த்தா என்ற முறையில் ஆரூர்தாசுக்கு அந்த விஷயங்கள் எல்லாம் நன்றாகத் தெரியும்.

ஆகவே எம்.ஜி.ஆர். எதற்காகத் தனக்கு போன் பண்ணியிருக்கிறார் என்பதை உணர்ந்துகொண்ட ஆரூர்தாஸ் சற்று எச்சரிக்கையோடு அவருக்குப் பதில் அளிக்கத் தொடங்கினார்.

“சரோஜா என்கிட்டே சான்ஸ் எல்லாம் கேட்கலே. படத்தோட தயாரிப்பாளரான ஏ.எல்.சீனிவாசன்கிட்டே ‘நான் இந்தப் படத்தில் நடிக்கிறேன்’னு சொல்லியிருக்கு. அவரும் சரி என்று சொல்லிவிட்டார். முதல் படத்திலேயே நான் ‘டாமினேட்’ பண்றேங்குற எண்ணம் அவருக்கு ஏற்படக்கூடாதுங்குறதினாலே எதிலுமே நான் தலையிடுவதில்லை. அவர் என்ன சொல்கிறாரோ அதை அப்படியே செய்கிறேன்” என்று ஆரூர்தாஸ் சொன்னபோது அவரைப் பேசவிடாமல் குறுக்கிட்ட எம்.ஜி.ஆர் “எது எப்படி ஆனாலும் டைரக்டர்ங்குற முறையில மத்தவங்க உங்களைத்தானே சொல்வாங்க. நீங்கதானே அதுக்கு எல்லாம் பதில் சொல்ல வேண்டியிருக்கும். இதெல்லாம் உங்களுக்குத் தேவையா?” என்றார்.

அத்துடன் நிற்காமல் ‘பெண் என்றால் பெண்’ படத்தை டைரக்ட் செய்யப் போனதால் ஆரூர்தாசிற்கு அதுவரை ஏறபட்டுள்ள இழப்புகளையும் எம்.ஜி.ஆர். பட்டியலிட ஆரம்பித்தார்.

“இப்போ தேவரண்ணன் என்னை வச்சி ‘விவசாயி’ படம் ஷூட்டிங் ஆரம்பிச்சிட்டாரு. அந்தப் படத்துக்கு மார்.ரா. வசனம் எழுதறார். நீங்க விடுபட்டுப் போயிட்டிங்க. உங்க படம் ரிலீஸ் ஆகுறதுக்கு

முந்தி இந்தப் படம் வந்திடும். உடனே அண்ணன் அடுத்த படம் ஆரம்பிப்பாரு. இதெல்லாம் உங்களுக்கு இழப்புதானே. அன்னிக்கு நான் அவ்வளவு சொன்னதுக்கப்புறமும் நீங்க கேக்கலேன்னா, என்னை மதிக்கலேன்னுதானே அர்த்தம்?"

எம்.ஜி.ஆர்.அப்படிச் சொன்னதைக் கேட்ட ஆரூர்தாசிற்கு அழுகை பொத்துக் கொண்டுவந்தது. அதை அடக்கிக்கொண்டு "ஐயோ அண்ணே! தயவு செஞ்சி அந்த வார்த்தையை மட்டும் இன்னொரு தடவை சொல்லாதீங்க. இப்போ நான் ரொம்ப குழப்பத்துல இருக்கேன். வேண்டியதை விடாதே வேண்டாததைத் தொடாதேன்னு எங்கப்பா சொல்லுவாங்க. நீங்களும் அதையேதான் சொன்னீங்க. என் கெட்ட நேரம் நான் கேக்கலே. தொட்டுட்டேன். விடமுடியலே. நான் எந்த லட்சியத்தோடவும் இந்தப் படத்தைப் பண்ணலே. ஏன்னா டைரக்டர் ஆகணுங்குறது என் லட்சியம் இல்லே. அதே சமயத்துல வேண்டா வெறுப்போட ஒரு ரெண்டுங்கட்டான் நிலையில நான் ஒப்புக்கொண்ட இந்தப் படத்தை அலட்சியம் பண்ணி, இடையில விட்டுட்டேன்னா, பட உலகத்துல பலர் பலவிதமா பேசுவாங்க.

நான் எப்பவும் என் தொழிலுக்குத் துரோகம் பண்றவன் இல்லே. அது உங்களுக்கும் நல்லா தெரியும். நடக்க வேண்டியதோ இல்லே நடக்கக் கூடாததோ, ஏதோ ஒண்ணு நடக்குறது. நடக்கட்டும்.

ஆனா அண்ணே! ஒண்ணு மட்டும் உறுதியா சொல்றேன். இந்தப் படம் வெற்றியடைஞ்சா, கையில் ரோஜாப்பூ மாலையோட நான் வந்து உங்கக் கழுத்துல போட்டுக் காலைத் தொட்டுக் கும்பிடுவேன்.

ஒருவேளை மோசம் பண்ணிடுச்சின்னா அதுக்கு அப்புறம் உங்க முகத்துலேயே விழிக்கமாட்டேன். இது நிச்சயம்" என்றார்

"உங்கமேல எனக்குள்ள அன்புனாலேயும், அக்கறையினாலேயும் நான் காட்டின சிகப்புக் கொடியையும் மீறி உங்க ரெயில் போகுது. ஜாக்கிரதை. அவ்வளவுதான் நான் சொல்வேன். உடம்பை பாத்துக்குங்க. வச்சிடுறேன்" என்று சொல்லிவிட்டு எம்.ஜி.ஆர் போனை வைத்து விட்டார்.

படத்தை இயக்குவது என்று தான் எடுத்த முடிவு சரியா தவறா என்ற குழப்பத்துடனேயே 'பெண் என்றால் பெண்' படத்தை

இயக்கி முடித்தார் ஆரூர்தாஸ்.

'பெண் என்றால் பெண்' படத்தைத் தயாரித்த ஏ.எல்.எஸ். பட நிறுவனம் பல வெற்றிப் படங்களைத் தந்த நிறுவனம் என்பதாலும், எம்.ஜி.ஆர்., சிவாஜி ஆகிய இருவரும் நடித்த பல வெற்றிப்படங்களுக்கு வசனம் எழுதிய பிரபல கதாசிரியரான ஆரூர்தாஸ் முதன் முதலாக இயக்கும் படம் என்பதாலும் அந்தப் படத்தின் எல்லா ஏரியாக்களும் படத் தொடக்கத்திலேயே விநியோகஸ்தர்களால் நல்ல விலைக்கு வாங்கப்பட்டுவிட்டன..

1967ஆம் ஆண்டு டிசம்பர் 7 அன்று பொங்கலுக்கு ஐந்து வாரங்கள் முன்னதாக 'பெண் என்றால் பெண்' வெளியானது.

ரசிகர்களின் எதிர்பார்ப்பைப் பூர்த்தி செய்யாததால் தோல்விப் படமாக அமைந்த அப்படம் எம்.ஜி.ஆருக்கும் அவருடன் மிகவும் நெருக்கமாக இருந்த ஆரூர்தாசுக்குமிடையே நிரந்தரமாக ஒரு இரும்புத் திரையைப் போட்டது.

138

அறிஞர் அண்ணாவிற்கு மேக்கப் போட்ட எஸ்.எஸ்.ராஜேந்திரன்

அமெரிக்க அதிபராக இருந்த ரொனால்ட் ரீகன், தமிழ்நாட்டை பதினொரு ஆண்டு காலம் மிகத் திறம்பட ஆண்ட 'புரட்சித் தலைவர்' எம்.ஜி.ஆர், ஆந்திர முதலமைச்சரான என்.டி.ராமராவ் ஆகிய எல்லோருக்கும் முன்னோடியாக இருந்தவர் 'இலட்சிய நடிகர்' எஸ். எஸ். ராஜேந்திரன்தான் என்பதை ஏற்றுக் கொள்ள பலர் தயங்கலாம். ஆனால் அதுதான் உண்மை. உலக அரசியல் வரலாற்றில் நடிகராக இருந்து கொண்டு பொதுத் தேர்தலிலே பங்கேற்று அதிலே வெற்றிவாகை சூடிய முதல் நடிகர் எஸ்.எஸ். ராஜேந்திரன் மட்டுமே.

அரசியல் சினிமா ஆகிய இரண்டு குதிரைகளிலும் ஒரே நேரத்தில் மிகத் திறம்பட சவாரி செய்த கலைஞரான எஸ்.எஸ். ராஜேந்திரன், திராவிட முன்னேற்றக் கழகத் தலைவர் அறிஞர் அண்ணாவின் மீது வைத்திருந்த பாசமும், நேசமும் அளவிட முடியாதது. திராவிட முன்னேற்றக் கழகத்தின் மீதும் அதனுடைய கொள்கைகள் மீதும் மிகுந்த நம்பிக்கை வைத்திருந்த எஸ்.எஸ். ராஜேந்திரன், அந்தக் கொள்கைகளைக் காப்பாற்றுவதற்காக தன்னுடைய சொந்த வாழ்க்கையில் சந்தித்த இழப்புகள் ஏராளம். ஆனால் அது குறித்து எஸ்.எஸ். ராஜேந்திரன் ஒருநாளும் கவலைப்பட்டதில்லை.

அரசியலில் மட்டுமின்றி நடிப்பிலும் மிக நீண்ட காலம் பயணித்தவர் எஸ்.எஸ். ராஜேந்திரன்

"நடிப்பிலே நான் பெரிய ஆளாக இருக்கலாம். ஆனால் தமிழ் வசனங்களை மிக அழகாக ஏற்ற இறக்கங்களோடு உச்சரிப்பதில் எஸ்.எஸ். ராஜேந்திரனோடு என்னால் போட்டி போட முடியாது" என்று 'நடிப்புலக வேந்தன்' சிவாஜி கணேசனே எஸ்.எஸ். ராஜேந்திரனுக்குச் சான்றிதழ் அளித்து இருக்கிறார் என்றால் அவருடைய நடிப்புத் திறமைக்கு அதற்கு மேல் வேறு என்ன அத்தாட்சி வேண்டும்?

சிவாஜி அறிமுகமான 'பராசக்தி' படத்தில் அவருடன் இணைந்து நடிக்கும் வாய்ப்பினைப் பெற்ற எஸ்.எஸ். ராஜேந்திரன் டி.கே. சண்முகத்தின் நாடகக் குழுவில் நடித்துக் கொண்டிருந்தபோதுதான் சிவாஜியை முதன் முதலாகச் சந்தித்தார்.

இப்போதெல்லாம் திரைப்படங்களின் சிறப்புக் காட்சியில் ஒரு நடிகர் நடித்த படத்தைப் பார்க்க மற்ற நடிகர்கள் வருவது போன்று அப்போதெல்லாம் ஒரு நாடகக் குழு நடத்தும் நாடகத்தை பார்க்க மற்ற நாடகக் குழுவினர் அனைவரும் வருவது வழக்கம். அப்படி ஒருமுறை டி.கே. சண்முகம் குழுவினரின் நாடகத்தைப் பார்க்க வந்த 'நடிகவேள்' எம். ஆர். ராதா தன்னுடன் கணேசன் என்ற பையனையும் அழைத்துக் கொண்டு வந்தார். நாடகம் முடிந்தவுடன் கணேசனை டி.கே. சண்முகத்திடம் ஒப்படைத்த எம்.ஆர். ராதா "இன்று மட்டும் இந்தப் பையன் இங்கே தங்கி இருக்கட்டும். நாளை காலையிலே வந்து நான் கூட்டிச் செல்கிறேன்" என்று சொல்லிவிட்டுச் சென்றார். எம்.ஆர். ராதா புறப்பட்டுச் சென்றவுடன் கணேசனை எஸ்.எஸ். ராஜேந்திரனிடம் ஒப்படைத்த டி.கே. சண்முகம், அவரை பத்திரமாகப் பார்த்துக் கொள்ளும்படி ராஜேந்திரனிடம் கூறினார். அன்று இரவு முழுவதும் எஸ்.எஸ். ராஜேந்திரனும் கணேசனும் பேசியபடியே இருந்ததில் அவர்கள் இருவருக்கும் இடையே நல்ல நெருக்கம் ஏற்பட்டது. ராஜேந்திரனை விட மூத்தவரான கணேசன், அப்போது நாடகங்களில் பெண் வேடத்தில் நடித்துக் கொண்டிருந்தார். அந்த கணேசனோடு எஸ்.எஸ். ராஜேந்திரனுக்கு நாடகக் குழுவில் ஏற்பட்ட அந்த உறவு ஆகி தமிழ்த் திரையுலகில் சிவாஜி கணேசனாக கொடி கட்டிப் பறந்த காலத்திலும் தொடர்ந்து நீடித்தது.

தன்னுடைய அரசியல் ஆசானான அறிஞர் அண்ணாவையும் டி.கே. சண்முகத்தின் நாடகக் குழுவில் பணியாற்றும் போதுதான் எஸ்.எஸ். ராஜேந்திரன் முதன்முதலாகச் சந்தித்தார்.

டி.கே. சண்முகத்தின் நாடகக் குழுவில் எல்லா பத்திரிகைகளும் கிடைக்கும். அதனால் பத்திரிகை படிப்பதை வழக்கமாகக் கொண்ட எஸ்.எஸ். ராஜேந்திரன், அந்தப் பத்திரிகைகளில் வெளியான தந்தை பெரியார், அறிஞர் அண்ணா ஆகியோரின் பேச்சுக்களைத் தொடர்ந்து படிக்கத் தொடங்கினார். அறிஞர் அண்ணா தன்னுடைய பேச்சின்போது தெரிவித்த பல கருத்துக்கள், எஸ்.எஸ். ராஜேந்திரனுக்கு மிகப் பெரிய ஈர்ப்பை ஏற்படுத்தியது. அதைத் தொடர்ந்து அறிஞர் அண்ணாவை எப்படியாவது சந்தித்துவிட வேண்டும் என்ற ஆசை அவர் மனதுக்குள்ளே எழுந்தது.

இப்போது உள்ளதைப் போல தொலைக்காட்சி ஊடகங்கள் அப்போது இல்லை என்பதால் அண்ணாவின் பெயர் தெரிந்த அளவிற்கு அவருடைய முகம், தோற்றம் ஆகியவை அப்போது பலருக்குத் தெரியாது. எஸ்.எஸ். ராஜேந்திரன் அப்படிப்பட்டவர்களில் ஒருவராகவே இருந்தார்.

அப்படிப்பட்ட சூழ்நிலையில்தான் ஈரோட்டில் டி.கே. சண்முகம் குழுவினர் நாடகம் நடத்திக் கொண்டிருந்த அரங்கிலே 'திராவிட நாடு' பத்திரிகையின் வளர்ச்சி நிதிக்காக 'சந்திரோதயம்' என்ற நாடகத்தை நடத்த அறிஞர் அண்ணா வரவிருக்கிறார் என்ற செய்தி எஸ்.எஸ். ராஜேந்திரனை எட்டியது. அந்த நாடகத்தில் முக்கிய வேடத்தில் அறிஞர் அண்ணா நடிக்கிறார் என்பது ராஜேந்திரனுக்குத் தெரியும் என்பதால், அண்ணா ஈரோடு வரப்போகிறார் என்ற செய்தியைக் கேள்விப்பட்ட உடன் அவர் மிகுந்த மகிழ்ச்சிக்கு உள்ளானார்.

ஈரோடு வந்து சேர்ந்த அறிஞர் அண்ணாவின் நாடகக் குழுவில் ஒப்பனைக் கலைஞர்கள் இல்லாததால் 'சந்திரோதயம்' நாடகத்தில் நடிக்க வந்த அனைவருக்கும் ஒப்பனை செய்துவிடும்படி தன்னுடைய குழுவில் இருந்த நடிகர்கள் அனைவருக்கும் டி.கே. சண்முகம் உத்தரவிட்டார்.

எஸ்.எஸ். ராஜேந்திரனிடம் மேக்கப் போட்டுக்கொள்ள வந்தவருக்கு மீசை தாடி எல்லாம் வேறு ஒட்டி தயார் செய்ய வேண்டியிருந்தது.

ஆகவே மிகுந்த சலிப்போடு எஸ்.எஸ். ராஜேந்திரன் அவருக்கு ஒப்பனை செய்து கொண்டிருந்தார். அவருடைய ஒப்பனையை சீக்கிரம் முடித்துவிட்டு அறிஞர் அண்ணாவைப் பார்க்கப் போக வேண்டும் என்ற பரபரப்பில் அவர் இருந்தபோது அவரிடம் மேக்கப் போட உட்கார்ந்திருந்தவர் முகத்தை இந்தப் பக்கமும் அந்தப் பக்கமும் திருப்பியபடி இருந்தார். "உங்களால் அசையாமல் உட்கார்ந்து இருக்க முடியாதா?" என்று சலிப்புடன் அவரிடம் கேட்டுவிட்டுத் திரும்பிய எஸ்.எஸ்.ராஜேந்திரன் தனக்குப் பக்கத்திலே மேக்கப் போட்டுக் கொண்டு இருந்த ஒருவரைப் பார்த்தார்.

அவரது கம்பீரமான தோற்றம் அவர்தான் அறிஞர் அண்ணாவாக இருப்பாரோ என்ற சந்தேகத்தை எஸ்.எஸ்.ராஜேந்திரனின் மனதுக்குள்ளே ஏற்படுத்தியது. அறிஞர் அண்ணாவை அதுவரை அவர் பார்த்ததில்லை என்பதால் தன்னுடைய சந்தேகத்தைத் தன்னிடம் மேக்கப் போட்டுக் கொண்டு இருந்தவரிடம் கேட்டுத் தெரிந்து கொள்ளலாம் என்று முடிவெடுத்த எஸ். எஸ். ராஜேந்திரன் "பக்கத்துல மேக்கப் போட்டுக் கொண்டு இருக்கிறாரே, அவர்தான் அறிஞர் அண்ணாவா" என்று அவரிடம் கேட்டார்.

அவர் அப்படிக் கேட்டவுடன் எஸ்.எஸ். ராஜேந்திரனிடம் மேக்கப் போட்டுக் கொண்டிருந்த அந்த நபர் உடனடியாக எந்தப் பதிலும் சொல்லவில்லை. அதற்குப் பதிலாக லேசாக சிரித்தார். "முகத்தை அப்படியும்,இப்படியும் திருப்பாமல் உங்களால் உட்கார முடியாதா?" என்று கேட்டதில் அவருக்குக் கோபம் போலிருக்கிறது. அதனால்தான் பதில் சொல்லாமல் சிரிக்கிறார் என்று எஸ்.எஸ். ராஜேந்திரன் நினைத்துக் கொண்டிருந்தபோது "நான்தான் அண்ணா" என்றார் அவர்.

அப்படி அவர் சொன்ன அடுத்த நிமிடம் எஸ்.எஸ். ராஜேந்திரனுக்கு கையும் ஓடவில்லை, காலும் ஓடவில்லை. யாரைப் பார்க்க வேண்டும் என்று அந்த நிமிடம் வரை துடித்துக் கொண்டிருந்தாரோ யாரைத் தன்னுடைய மனதிலே வைத்து தினமும் போற்றிக் கொண்டிருந்தாரோ அந்த அறிஞர் அண்ணாவைத்தான் அந்தளவு தான் படாதபாடு படுத்தி இருக்கிறோம் என்பது தெரிந்தவுடன் அண்ணாவின் முகத்தை நேருக்கு நேர் பார்க்கின்ற துணிச்சல் இல்லாமல் ராஜேந்திரன் மிகுந்த வெட்கத்தோடு தலைகுனிந்தார்.

மேக்கப் போடும்போது எஸ்.எஸ். ராஜேந்திரன் தன்னைப் படுத்திய பாட்டை அறிஞர் அண்ணா பெரிதாக எடுத்துக்கொள்ளவில்லை என்றாலும் நாடகம் முடிந்து எல்லோரும் உட்கார்ந்து பேசிக் கொண்டிருந்தபோது நகைச்சுவையாக அந்தச் சம்பவத்தை எல்லோரிடமும் சொல்ல அவர் தவறவில்லை.

அறிஞர் அண்ணாவைச் சந்தித்ததைப் போல வித்யாசமான ஒரு சூழ்நிலையில்தான் புரட்சித்தலைவர் எம்.ஜி.ஆரையும் எஸ்.எஸ். ராஜேந்திரன் சந்தித்தார்.

139

எம்.ஜி.ஆரிடம் முதலமைச்சர் பதவியைக் கேட்ட எஸ்.எஸ்.ராஜேந்திரன்

'வாயுள்ள பிள்ளைதான் பிழைக்கும்' என்ற பழமொழிக்கு எஸ்.எஸ். ராஜேந்திரன் வாழ்க்கையில் நடந்த ஒரு சம்பவம் மிகச் சரியான உதாரணமாக அமைந்தது. டி.கே. சண்முகத்தின் நாடகக் குழுவில் சேர்ந்த நாளிலிருந்து பல நாட்கள் அந்த நாடகக் குழுவில் எஸ்.எஸ்.ராஜேந்திரன் ஏற்றது ஒரு காவலாளியின் வேடம்தான்.

மதுரையிலே நாடகங்களை நடத்திக் கொண்டிருந்த அந்த நாடகக்குழு கும்பகோணத்திற்கு இடம் பெயர்ந்தபோது இனியும் காவலாளியாகவே நாடகங்களில் நின்று கொண்டிருந்தால் நமக்கு எதிர்காலம் என்ற ஒன்று இருக்காது என்று முடிவு செய்த எஸ்.எஸ். ராஜேந்திரன், அந்த நாடகக் குழுவின் முதலாளியான டி.கே.சண்முகத்தைச் சந்தித்து "எவ்வளவு நாட்கள்தான் நான் காவலாளியாக இப்படி நிற்பது? எனக்குப் பெரிய வேடம் ஏதாவது கொடுங்கள்" என்று கேட்டார். அப்போது அந்த நாடகக் குழுவினர் "சிவலீலை" என்ற நாடகத்தை நடத்திக் கொண்டிருந்தனர்.

"எனக்குப் பெரிய வேடம் வேண்டும்" என்று கேட்ட எஸ்.எஸ். ராஜேந்திரனிடம் "எந்த இடத்தில் நீ நடிக்க விரும்புகிறாய்?" என்று கேட்ட டி. கே.சண்முகம் அப்படி ஒரு பதிலை எஸ்.எஸ். ராஜேந்திரனிடம் இருந்து எதிர்பார்க்கவில்லை.

"சிவலீலா நாடகத்தில் நீங்கள் நடித்துக் கொண்டிருக்கின்ற அந்த செண்பகப்பாண்டியன் பாத்திரத்தில் நடிக்க விரும்புகிறேன்" என்று எஸ்.எஸ். ராஜேந்திரன் அவருக்கு பதில் சொன்னபோது அங்கே கூடியிருந்த நாடகக் குழுவினர் அனைவரும் திகைப்போடு ஒருவர் முகத்தை ஒருவர் பார்த்தனர்.

வேறு எந்த நாடக கம்பெனி முதலாளியாக இருந்தாலும் எஸ். எஸ். ராஜேந்திரன் சொன்னதைக் கேட்டவுடன் ஆத்திரமடைந்து உடனடியாக அவரது கணக்கைத் தீர்த்து அந்த நாடகக் குழுவை விட்டு வெளியே அனுப்பி இருப்பார். ஆனால் டி.கே. சண்முகம், எஸ்.எஸ்.ராஜேந்திரன் சொன்னதைக் கேட்டு சிறிதும் ஆத்திரப்படாமல் செண்பகப்பாண்டியனின் மனைவி பூங்கொடியாக நடித்த எம்.எஸ். திரவுபதியை அங்கே வரச் சொன்னார். அவரோடு இணைந்து அந்த நாடக வசனங்களை அதற்குத் தேவையான ஏற்ற இறக்கங்களோடும், தெளிவான தமிழ் உச்சரிப்போடும் எஸ்.எஸ். ராஜேந்திரன் பேசிய விதம் அந்தப் பாத்திரத்திலே அவர் மிகச் சிறப்பாக நடிப்பார் என்ற நம்பிக்கையை டி.கே.சண்முகத்திற்கு ஏற்படுத்தியது. உடனே சிறிதும் யோசிக்காமல் "இன்று முதல் நீ செண்பகப்பாண்டியன் வேடத்தில் நடிக்கலாம்" என்று அவரிடம் கூறினார். அந்தப் பாத்திரத்தில் நடிக்க ஆரம்பித்தவுடன் அதுவரை மூன்றே முக்கால் ரூபாய் சம்பளம் வாங்கிக் கொண்டிருந்த எஸ்.எஸ். ராஜேந்திரனின் சம்பளம் 25 ரூபாயாக உயர்ந்தது.

அந்த நாடகத்தைத் தொடர்ந்து 'வீரசிவாஜி, அந்தமான் கைதி' ஆகிய நாடகங்களில் கதாநாயகனாக நடிக்க எஸ்.எஸ். ராஜேந்திரனுக்கு வாய்ப்பு வழங்கினார் நாடகக் காவலரான டி.கே. சண்முகம்.

டி.கே.எஸ்.குழுவினருக்கு மிகப்பெரிய பெயரைப் பெற்றுத் தந்த இன்னொரு நாடகம் 'பார்த்தஹரி'. அந்த நாடகத்தின் முடிவில் கவிதை மழையாக வசனங்களைப் பேசிவிட்டு தம்பி விக்கிரமனுக்கு முடிசூட்டி நாட்டை ஆளுகின்ற பொறுப்பை அவரிடம் ஒப்படைக்கும் மாமன்னர் பார்த்தஹரி, அதற்குப் பின்னர் அந்த நாட்டை விட்டே வெளியேறி விடுவார். அந்த நாடகத்தில் பார்த்தஹரியாக டிகே.சண்முகத்தின் தம்பியான டி.கே.பகவதி நடிக்க அவரது தம்பி விக்கிரமனாக எஸ்.எஸ். ராஜேந்திரன் நடித்து வந்தார். ஞாயிற்றுக்கிழமை தோறும் மாலை 6 மணிக்கு அந்த நாடகம் நடைபெறுவது வழக்கம்.

ஒரு ஞாயிற்றுக்கிழமை அன்று பகல் ஒரு மணி அளவில் பார்த்தஹரி வேடத்தில் நடிக்கக்கூடிய டி.கே. பகவதி நெஞ்சு வலியால் துடிக்கவே உடனடியாக மருத்துவர் வரவழைக்கப்பட்டார். பகவதியைப் பரிசோதித்த அந்த மருத்துவர் குறைந்தது ஒரு வாரத்திற்கு எந்த நாடகத்திலும் அவர் பங்கேற்கக் கூடாது என்று சொல்லிவிட்டுச் சென்று விட்டார்.

மற்ற நாடகம் என்றால் கூட பகவதி இல்லாமல் ஓரளவுக்கு சமாளித்து விடலாம். ஆனால் ‘பார்த்தஹரி’ நாடகத்தின் வசனங்கள் கவிதை நடையில் அமைந்த வசனங்கள் என்பதால் அவரில்லாமல் அந்த நாடகத்தை நடத்த முடியாதே என்று அந்த நாடகக் குழுவில் இருந்த எல்லோரும் கலங்கியபோது எஸ். எஸ். ராஜேந்திரனை அழைத்த டி.கே. சண்முகம், “மன்னர் பார்த்தஹரியின் வேடத்தில் இன்று நீ நடிக்கிறாயா? நீ சரி என்று சொன்னால் நாடகத்தை ரத்து செய்யாமல் இன்று நடத்தி விடலாம். நீ நடித்துக்கொண்டிருக்கிற விக்ரமன் வேடத்திற்கு வேறு ஒருவரை நான் தயார் செய்து விடுகிறேன்” என்றார்.

மாலை ஆறு மணிக்கு நாடகம் நடக்க வேண்டும். டி.கே. சண்முகம், எஸ்.எஸ். ராஜேந்திரனை அழைத்துப் பேசியபோது மணி இரண்டு. அடுத்த நான்கு மணி நேரத்தில் அந்த பார்த்தஹரி பாத்திரம் பேசக்கூடிய கவிதை நயம் மிக்க வசனங்களைப் பேசி நடித்து வெற்றி பெற முடியுமா என்ற கேள்வி எஸ்.எஸ். ராஜேந்திரன் முன்னாலே பெரும் சவாலாக நின்றது. அப்படிப்பட்ட சூழ்நிலையில் நிச்சயமாகத் தன்னால் அந்த வசனங்களைப் பேசி நடித்து விட முடியும் என்ற முடிவுக்கு எஸ்.எஸ். ராஜேந்திரன் வந்தார் என்றால் அதற்குக் காரணம் அவ்ரது தன்னம்பிக்கை மட்டுமல்ல - டி.கே. சண்முகம் எஸ்.எஸ்.ஆர். மீது வைத்திருந்த நம்பிக்கைக்கு அதிலே முக்கிய பங்கு உண்டு.

அன்று மாலை நடைபெற்ற ‘பார்த்தஹரி’ நாடகத்தில் கவிதை நடையில் அமைந்த அந்த வசனங்களை தங்கு தடையில்லாமல் மிகவும் அழகாகப் பேசி ரசிகர்களிடமிருந்து பலத்த கை தட்டல்களைப் பரிசாகப் பெற்றார் எஸ்.எஸ். ராஜேந்திரன். ஒரு இக்கட்டான தருணத்தில் அந்த நாடகத்தில் நடித்து வெற்றி கண்ட எஸ்.எஸ். ராஜேந்திரனுடைய திறமையைப் பலமுறை மனம் திறந்து டி.கே. சண்முகம் பாராட்டியிருக்கிறார்.

கும்பகோணத்திலிருந்து டி.கே. சண்முகத்தின் நாடகக் குழுவினர் கோயம்புத்தூர் இடம் பெயர்ந்தபோது ஜுபிடர் பிக்சர்ஸ் அதிபர்களான சோமுவும்,மோகதீனும் கோயம்புத்தூரில் இருந்த சென்ட்ரல் ஸ்டூடியோவை குத்தகைக்கு எடுத்து அங்கே திரைப்படங்களைத் தயாரித்துக் கொண்டிருந்தனர்.

எம்.ஜி.ஆர், எம்.என். நம்பியார், முஸ்தபா, நரசிம்ம பாரதி போன்ற பலரும் அப்போது மாதச் சம்பளத்திற்கு அந்த ஸ்டூடியோவிலே பணியாற்றிக் கொண்டிருந்தனர். அவர்களில் நரசிம்ம பாரதி எஸ். எஸ் ராஜேந்திரனுடன் நாடகங்களில் நடித்தவர். ஒரு நாள் அவரைச் சந்திப்பதற்காகப் புறப்பட்ட எஸ்.எஸ். ராஜேந்திரன் பஸ்ஸில் ஏறி உட்கார்ந்தபோது அவருக்கு அங்கே ஆச்சரியம் ஒன்று காத்திருந்தது.

அதே பஸ்ஸில் கதர் வேட்டி, காவி நிறத்திலான கதர்ச் சட்டை அணிந்து, கழுத்திலே ருத்திராட்ச மாலையுடனும், நெற்றியில் பட்டை பட்டையாக விபூதியுடனும், நீண்ட தலைமுடியோடு எம்.ஜி.ஆர் அந்த பஸ்ஸில் உட்கார்ந்து கொண்டிருந்தார். அப்போது அவரது பெயர் எம்.ஜி.ராம்சந்தர்.

பல சினிமாக்களில் சின்னச் சின்ன பாத்திரங்களில் அப்போது எம்ஜிஆர் நடித்து இருந்ததால் அவரைப் பார்த்த உடனே அடையாளம் கண்டுகொண்ட எஸ்.எஸ். ராஜேந்திரன் "வணக்கம் அண்ணே" என்று எம். ஜி. ஆருக்கு வணக்கம் தெரிவித்தபோது, "நீங்கள் நடித்த நாடகங்கள் பலவற்றை மேடையிலே பார்த்து நான் ரசித்திருக்கிறேன்.உங்களிடம் நல்ல தோற்றமும், திறமையும் இருக்கிறது. நீங்கள் நிச்சயமாக கலையுலகிலே ஒரு நல்ல இடத்தைப் பெற்று பிரகாசிப்பீர்கள்" என்று எஸ்.எஸ். ராஜேந்திரனைப் பாராட்டிய எம்.ஜி.ஆர் "நாடகக் கம்பெனி வாழ்க்கை எப்படி இருக்கிறது?" என்று அவரிடம் கேட்டார்.

"அதை ஏன் கேக்கறீங்க, எக்கச்சக்கமான கட்டுப்பாடுகள். இப்போதுகூட என்னுடன் பல நாடகங்களில் நடித்த நரசிம்ம பாரதியைப் பார்க்கப்போகிறேன் என்ற காரணத்தைச் சொல்லி அனுமதி பெற்றுத்தான் வெளியே வந்து இருக்கிறேன். மாலை 5 மணிக்குள் அவரைப் பார்த்துவிட்டுத் திரும்ப போய் சேர்ந்துவிட வேண்டும். அவ்வளவு கண்டிப்பு" என்றார் எஸ்.எஸ். ராஜேந்திரன்.

"இந்தச் சின்ன வயதிலே உங்களைப் போன்றவர்களுக்கு நாடகக்

குழுவில் இத்தகைய கண்டிப்பும், கட்டுப்பாடும் மிகவும் அவசியம். இப்போது உங்களுக்கு அது கஷ்டமாகத் தெரியலாம். ஆனால் பிற்காலத்தில் மிகவும் பயன்படும். நான்கூட சிறுவயதிலே உங்களைப்போல நாடகக் குழுக்களில் பயிற்சி பெற்று வந்த நடிகன்தான்" என்று எம்.ஜி.ஆர் அவரிடம் கூறினார்.

"அவரைவிட வயதில் மிகச் சிறியவனாக என்னை ஒருமையிலே அழைக்காமல் வாங்க, போங்க என்று எம்.ஜி.ஆர் அழைத்தது அவர் எவ்வளவு பெரிய பண்பாளர் என்பதை எனக்கு உணர்த்தியது. நாங்கள் சென்று கொண்டிருந்த பஸ் ஜுபிடர் பிக்சர்ஸ் அலுவலகம் அருகே நின்றவுடன் என்னை நரசிம்மபாரதி இருந்த இடத்துக்கு அழைத்துச் சென்று அவரிடம் ஒப்படைத்து விட்டு அதன் பிறகே தனது இருப்பிடத்திற்கு எம்.ஜி.ஆர் சென்றார்" என்று ஒரு கட்டுரையில் எஸ்.எஸ்.ராஜேந்திரன் குறிப்பிட்டிருக்கிறார்.

எம்.ஜி.ஆருக்கும் எஸ்.எஸ். ராஜேந்திரனுக்கும் அன்று அந்தப் பேருந்தில் ஏற்பட்ட பழக்கம் எம்.ஜி.ஆர் மிக நீண்ட காலம் கலை உலகத்தை ஆண்டு விட்டு தமிழக முதல்வர் ஆன பிறகும் நீடித்தது.

1980ஆம் ஆண்டு நடைபெற்ற பொதுத் தேர்தலில் மிக அதிகமான ஓட்டு வித்தியாசத்தில் ஆண்டிப்பட்டியில் ஜெயித்த எஸ்.எஸ். ராஜேந்திரனை ஒருநாள் கோட்டைக்கு அழைத்த எம்.ஜி.ஆர் "என்னுடைய மந்திரிசபையில் நீங்களும் ஒரு அமைச்சராக இருக்க வேண்டும் என்று விரும்புகிறேன். உங்களுக்கு விருப்பமான அமைச்சர் பொறுப்பை நீங்களே தேர்ந்தெடுத்துக் கொள்ளலாம்" என்று அவரிடம் சொன்னபோது "அப்படியானால் நான் முதலமைச்சராக இருக்கிறேன்" என்று எஸ்.எஸ். ராஜேந்திரன் சொல்ல எம்.ஜி.ஆர் வாய்விட்டுச் சிரித்து விட்டாராம்.

எம்.ஜி.ஆரின் மந்திரிசபையில் எஸ்.எஸ்.ராஜேந்திரன் இடம் பெறவில்லை என்றாலும் ஒரு அமைச்சருக்குரிய தகுதியுடன் கூடிய சிறுசேமிப்புத் துறை துணைத் தலைவர் பதவியை அவருக்கு அளித்து அழகு பார்த்தார் எம்.ஜி.ஆர்.

நட்பைப் போற்றுவதிலும் நட்பிற்கு உரிய மரியாதையைத் தருவதிலும் எம்.ஜி.ஆருக்கு நிகர் எம்.ஜி.ஆர்தான் என்று பல கட்டுரைகளில் குறிப்பிட்டிருக்கிறார் எஸ்.எஸ். ராஜேந்திரன்.

140

தருமிக்கு அழைப்பில்லாத 'திருவிளையாடல்' படத்தின் நூறாவது நாள் விழா

1959ஆம் ஆண்டு முக்தா சீனிவாசனின் இயக்கத்தில் உருவான 'தாமரைக்குளம்' என்ற படத்தில் அறிமுகமான நாகேஷ் முப்பது ஆண்டுகளுக்கு மேலாக தனிக்காட்டு ராஜாவாக தமிழ் சினிமா உலகில் வலம் வந்தவர். நகைச்சுவைப் பாத்திரங்களில் மட்டுமின்றி குணச்சித்திரப் பாத்திரங்களிலும் ஜொலித்த நாகேஷ், சிவாஜி கணேசனுடன் இணைந்து "கலாட்டா கல்யாணம், தில்லானா மோகனாம்பாள், சவாலே சமாளி, சுமதி என் சுந்தரி" ஆகிய பல திரைப்படங்களில் ரசிகர்களால் என்றும் மறக்க முடியாத பாத்திரங்களை ஏற்று நடித்திருக்கிறார் என்றாலும், அவர்கள் இருவரும் இணைந்து நடித்த படங்களில் 'மாஸ்டர் பீஸாக' அமைந்த படம் ஏ.பி. நாகராஜனுடைய இயக்கத்தில் உருவான 'திருவிளையாடல்'.

அந்தப்படம் உருவான காலகட்டத்தில் நாகேஷ் மிகவும் பிசியான ஒரு நடிகராக இருந்தார். அப்போது முன்னணியில் இருந்த எம்.ஜி.ஆர், சிவாஜி, ஜெமினி கணேசன், எஸ்.எஸ். ராஜேந்திரன், ஜெய்சங்கர், ரவிச்சந்திரன், முத்துராமன் ஆகிய எல்லா கதாநாயகர்களும் தங்கள் படத்தில் நாகேஷ் இருக்க வேண்டும் என்று விரும்பினார்கள். ஆகவே தன்னுடைய சக்திக்கு மீறி எல்லா படங்களையும் ஒப்புக்கொள்ள வேண்டிய ஒரு சூழ்நிலை நாகேஷுக்கு ஏற்பட்டது. அதனால்

எந்தப் படத்திற்கும் முழு நாள் கால்ஷீட் தராமல் ஒவ்வொரு படத்திற்கும் இரண்டு அல்லது மூன்று மணி நேரம் என்று பிரித்துத் தரத் தொடங்கினார் நாகேஷ்.

தமிழ்த் திரையுலகின் முடிசூடா மன்னர்களாக இருந்த எம்.ஜி.ஆர்., சிவாஜி ஆகிய இருவருமே நாகேஷின் வருகைக்காக படப்பிடிப்பில் பல நாட்கள் காத்திருந்த சம்பவம் எல்லாம் சர்வ சாதாரணமாக அப்போது நடைபெற்றிருக்கிறது. அப்படிப்பட்ட ஒரு பிஸியான சூழ்நிலையில்தான் 'திருவிளையாடல்' படத்தில் தருமி வேடத்தில் நடிக்க வேண்டும் என்று நாகேஷிடம், ஏ.பி. நாகராஜன் கேட்டார். தலைசிறந்த இயக்குனரான அவரிடம் முடியாது என்று நாகேஷால் எப்படி மறுக்க முடியும்?

'திருவிளையாடல்' படத்தில் பரமசிவனாக சிவாஜியும் ஏழைப் புலவர் தருமியாக நாகேஷும் நடித்த அந்தக் காட்சிக்காக மிகப் பெரிய செட் ஒன்று வாசு ஸ்டூடியோவிலேயே போடப்பட்டிருந்தது. அந்தப் படப்பிடிப்பில் நான்கு மணி நேரம் நடித்துவிட்டு அடுத்த படப்பிடிப்புக்குச் செல்ல வேண்டியிருந்ததால் சற்று முன்னதாகவே ஸ்டூடியோவுக்கு வந்துவிட்ட நாகேஷ், மேக்கப் போட்டுக்கொண்டு 8 மணிக்கெல்லாம் தயாராகிவிட்டார். சிவபெருமான் வேடத்தை ஏற்றிருந்த சிவாஜி அப்போது மேக்கப் போட்டுக் கொண்டிருந்தார்.

நாகேஷ் நடிக்க வேண்டிய அந்தக் காட்சியை அவருக்கு விளக்கமாக படித்துக் காட்டிய இயக்குனர் ஏ.பி. நாகராஜன், காட்சியைப் படித்து முடித்துவிட்டு, "நான் என்ன எழுதி இருக்கிறேனோ அதை மட்டும் நீ பேசமாட்டே என்று எனக்கு நல்லா தெரியும். இந்தக் காட்சியை உன் இஷ்டப்படி எப்படி வேண்டுமானாலும் நீ இம்புரூவ் பண்ணிக்கோ. ஆனால் நான் எழுதி இருக்கிறதை மட்டும் குறைத்துவிடாதே" என்று அவரிடம் கூறினார்.

ஏ.பி.நாகராஜன் அந்தக் காட்சியைப் படிக்கும்போதே அந்தக் காட்சியை எப்படியெல்லாம் மெருகேற்றலாம் என்ற சிந்தனை நாகேஷின் மனதுக்குள்ளே ஓடத் தொடங்கிவிட்டது. அந்த சிந்தனைக்கு நடுவே இந்தப் படப்பிடிப்பை சீக்கிரம் முடித்துவிட்டு அடுத்த படப்பிடிப்புக்குச் செல்ல வேண்டுமே என்ற தவிப்பும் நாகேஷுக்குள்ளே எழுந்தது.

நாகேஷ் தயார் ஆன பிறகும் சிவாஜிக்கு மேக்கப் தொடர்ந்து நடந்து கொண்டிருந்ததால், "சிவாஜி மேக்கப்பை முடித்துக்கொண்டு

வருவதற்குள் நான் தனியாக நடந்து வருகின்ற காட்சியை எடுத்து விடலாமா" என்று ஏ. பி. நாகராஜனிடம் நாகேஷ் கேட்க அவரும் நாகேஷின் யோசனையை ஏற்றுக் கொண்டார்.

நாகேஷ் தருமியாக உருமாறிக் கொண்டிருந்தபோது அந்த செட்டில் இருந்த தொழில்நுட்பக் கலைஞர்கள் இருவருக்குள்ளே சிவாஜி இப்போது வந்து விடுவார் என்றும், இல்லை வரமாட்டார் இன்னும் நேரமாகும் என்றும் வாக்குவாதம் தொடர்ந்து நடந்து கொண்டிருந்தது. அதைக் கேட்டுக் கொண்டிருந்த நாகேஷ், அந்த வாக்குவாதத்தையே தன்னுடைய முதல் வசனமாக்கிக் கொண்டார். "வரமாட்டான், வரமாட்டான். நிச்சயமா வரமாட்டான். எனக்கு நல்லா தெரியும், வரமாட்டான்" என்ற வசனத்தைப் பேசியபடி நாகேஷ் அந்த முதல் காட்சியிலேயே நடித்தபோது அந்த படப்பிடிப்பில் இருந்த கலைஞர்கள் எல்லோரும் குபீரென்று சிரிக்கத் தொடங்கி விட்டார்கள். அந்த நீண்ட மண்டபத்தினுடைய ஒரு கோடியில் இருந்து மறுகோடி வரை அப்படிப் புலம்பிக் கொண்டே போய் அங்கிருந்த படிக்கட்டில் அமர்ந்து கொண்டு நாகேஷ் புலம்பிய அந்த மொத்தக் காட்சியையும் ஒரே ஷாட்டில் எடுத்து முடித்த ஏ.பி. நாகராஜன், "பிரமாதம் நாகேஷ்" என்று அவரைப் பாராட்டினார்.

அப்போது சிவாஜி படப்பிடிப்புத் தளத்துக்கு உள்ளே நுழைய படமாக்கப்பட இருந்த காட்சியை அவருக்கு விளக்கினார் ஏ.பி. நாகராஜன்.

பரமசிவன் வேடத்தில் நடித்த சிவாஜி முன்னால் நடக்க தருமியாக நடித்த நாகேஷ் அவருக்குப் பின்னாலே பவ்வியமாக நடந்து போவதைப் போல அந்தக் காட்சி படமாக்கப்பட்டபோது நாகேஷ் செய்யாத சேட்டைகள் இல்லை.

'திருவிளையாடல்' படத்தினுடைய படப்பிடிப்பு முடிவடைந்து டப்பிங் பேசுவதற்காக நாகேஷ் வந்தபோது அந்த டப்பிங் தியேட்டரில் நாகேஷைப் பாராட்டாதவர்களே இல்லை என்று சொல்லலாம். "இந்த தருமி வேடம் உங்களை எங்கேயோ கொண்டு போகப் போகிறது" என்று அவர்கள் பாராட்டியது நிச்சயமாக நடக்கும் என்று படத்தைப் பார்த்தபோது நாகேஷுக்கும் தெரிந்தது.

உற்சாகமாக டப்பிங்கை முடித்துவிட்டு நாகேஷ் அங்கே பேசிக் கொண்டு இருந்தபோது தன்னுடைய காட்சிக்கான வசனங்களைப்

பேசுவதற்காக சிவாஜி அங்கே வந்தார். சிவபெருமானாக நாகேஷ் முன்னே நடந்து செல்ல தருமியின் வேடத்தில் நடித்த நாகேஷ் அவருக்குப் பின்னாலே செய்த சேட்டைகளை எல்லாம் அப்போதுதான் சிவாஜி முதல்முறையாகப் பார்த்தார்.

அந்தக் காட்சியை ஒருமுறை பார்த்து முடித்தவுடன் "இயக்குனரே, இன்னொருமுறை அந்தக் காட்சியை போடச் சொல்லுங்கள்" என்றார் சிவாஜி. அவர் அப்படிச் சொன்னபோது அந்த தியேட்டரில் கடைசி வரிசையில் நாகேஷ் அமர்ந்து கொண்டிருந்தார்.

மீண்டும் ஒருமுறை அந்த காட்சியை போடச் சொல்லி சிவாஜி கேட்டபோது நாகேஷை இனம் தெரியாத பயம்தொற்றிக்கொண்டது. இந்தக் காட்சியில் நாம் செய்திருக்கும் அதிகப்பிரசங்கித்தனம் சிவாஜிக்கு பிடிக்கவில்லை போலிருக்கிறது. அதனால்தான் அந்தக் காட்சியை மீண்டும் ஒரு முறை பார்க்க வேண்டும் என்று அவர் சொல்கிறார், என்று நாகேஷ் பயந்து கொண்டிருந்தபோது திரையில் அந்தக் காட்சி மீண்டும் ஓட ஆரம்பித்தது. அந்தக் காட்சியைத் திரும்பப் பார்த்து முடித்தவுடன் ஏ.பி. நாகராஜனைத் தன் அருகே வரும்படி சிவாஜி அழைக்க, அவர் என்ன சொல்லப் போகிறார் என்பதைத் தெளிவாகக் கேட்பதற்காக நாகேஷ் தனது காதுகளை தீட்டிக் கொண்டார்

"இந்தக் காட்சியில் நாகேஷ் நடிப்பு ரொம்பப் பிரமாதமாக அமைஞ்சிருக்கு. இந்த மாதிரி ஒரு நடிப்பை நான் பார்த்ததே இல்லை. தயவுசெய்து இந்தக் காட்சியில் ஒரு அடிகூட கட் பண்ணிடாதீங்க. இந்த சீனைப் பார்க்கின்ற எல்லாரும் நிச்சயமா பாராட்டுவாங்க. அப்புறம் இன்னொரு முக்கியமான விஷயம். அவன் பொறுப்பு இல்லாத பயல். ஒழுங்கா டப்பிங் பேச மாட்டான். அதனாலே அவனை கரெக்டா டப்பிங் பேச வைங்க. டப்பிங் முடிகிறவரைக்கும் அவனை வெளியே விடாதீர்கள்" என்று சிவாஜி சொன்னதைக் கேட்டவுடன் அவரது பெருந்தன்மையை நினைத்து நாகேஷ் கண்கலங்கினார்.

'திருவிளையாடல்' படக் குழுவினரும், நாகேஷும் எதிர்பார்த்தபடியே தருமியாக நாகேஷ் தோன்றிய காட்சிகள் தியேட்டரைக் குலுங்க வைத்தன. மிகப்பெரிய வெற்றிப்படமாக அமைந்த 'திருவிளையாடல்' படத்தினுடைய நூறாவது நாள் விழாவிலே சிவாஜிக்கு வைரவாள் தரப் போகிறார்கள் என்றும் சாவித்திரிக்கு

வைர மோதிரம் பரிசளிக்கப் போகிறார்கள் என்றும் பத்திரிகைகளில் செய்தி வெளியானது.

அந்த நிகழ்ச்சி நடைபெறுவதற்குச் சில நாட்களுக்கு முன்னால் 'திருவிளையாடல்' படத்தினுடைய இணை இயக்குனர், நாகேஷை சந்திக்க வந்தார். "சிவாஜிக்கும், சாவித்திரிக்கும், வைரத்தினாலான பரிசுகளைத் தரப் போவதாகக் கேள்விப்பட்டேன். அந்த விழாவில் திருவிளையாடலில் தருமிக்கு ஆயிரம் பொற்காசுகள் கிடைக்காமல் போயிருக்கலாம், ஆனால் இந்த விழாவில் நாங்கள் நாகேஷுக்கு பொற்கிழி தருகிறோம் என்று சொல்லி ஒரு சுருக்குப் பையை என்கிட்ட கொடுங்க. அந்த பையின் உள்ளே நீங்க தங்கக் காசு போட வேண்டும் என்று அவசியமில்லை. சில்லறைக் காசுகளை போட்டா கூட போதும். நான் படத்தில் நடிச்ச காட்சியை ரசித்தது மாதிரி அந்த விழாவில் எல்லோரும் இதை ரசிப்பார்கள்" என்று அவரிடம் கூறிய நாகேஷ், அந்தக் காட்சியைத் தன்னுடைய மனதுக்குள் கற்பனை செய்து பார்த்தார். அந்தக் கற்பனையே ரசிக்கும்படி இருந்தது. ஆகவே 'திருவிளையாடல்' படத்தின் நூறாவது நாள் விழாவை நாகேஷ் ஆவலோடு எதிர்பார்த்துக் கொண்டிருந்தார்.

ஆனால் மிகப்பெரிய சோகம் என்னவென்றால் 'திருவிளையாடல்' படத்தின் நூறாவது நாள் விழாவிற்கு நாகேஷுக்கு அழைப்பே வரவில்லை.

அதற்குக் காரணம் நாகேஷைச் சந்தித்த அந்த இணை இயக்குனர்தான் என்பது பின்னால்தான் தெரியவந்தது. நாகேஷ் சொன்னதைக் கொஞ்சம் திரித்து "நூறாவது நாள் விழாவில் சிவாஜி, பத்மினி எல்லோருக்கும் வைர மோதிரம் எல்லாம் தரப்போகிறீர்களாமே, எனக்கு ஒரு பை நிறைய தங்கக் காசு கொடுக்கக் கூடாதா" என்று நாகேஷ் கேட்கிறார், என்று அந்த இணை இயக்குனர் திரித்துக் கூறியதால்தான் நாகேஷுக்கு அழைப்பு அனுப்பப்படவில்லை என்பது பின்னர்தான் தெரியவந்தது.

141

சிவாஜியை இயக்க ஆசைப்பட்ட பாலு மகேந்திரா

'ஒளி ஓவியர்' என்று தமிழ் சினிமா ரசிகர்களால் கொண்டாடப்பட்ட பாலு மகேந்திரா ஆரம்பத்தில் மலையாளப் படங்களில்தான் அதிகமாகப் பணியாற்றிக்கொண்டிருந்தார். அப்போது தெலுங்குப் படவாய்ப்பு ஒன்று அவரைத் தேடி வந்தது. அந்தப் படத்தின் இயக்குனர் சிங்கீதம் சீனிவாசராவ். மூதறிஞர் ராஜாஜியின் கதையான 'திக்கற்ற பார்வதி'யை தமிழில் படமாக எடுத்து தேசிய விருது பெற்ற அவர்தான் கமல்ஹாசன் நடித்த ஊமைப்படமான 'பேசும் படத்தையும்' மூன்று வேடங்களில் கமல்ஹாசன் நடித்த 'மைக்கேல் மதன காமராஜன்' படத்தையும் இயக்கியவர்.

'திக்கற்ற பார்வதி'யைத் தொடர்ந்து 'தரம் மாறிந்தி' என்ற தெலுங்குப் படத்தை இயக்க ஒப்பந்தமாகியிருந்த அவர் அந்தப் படத்திற்கு பாலு மகேந்திரா ஒளிப்பதிவு செய்யவேண்டும் என்று விரும்பினார்.

'தரம் மாறிந்தி' திரைப்படம் பாலு மகேந்திராவின் வாழ்க்கையில் அவரோடு பயணித்த இரண்டு முக்கியமான நபர்களை அவருக்கு அறிமுகப்படுத்தி வைத்தது.

அந்த இருவரில் ஒருவர் ஷோபா.

இன்னொருவர் இளையராஜா.

'தரம் மாறிந்தி' படத்திலே ஷோபாதான் கதாநாயகி. அவர் கதாநாயகியாக நடித்த அந்தத் தெலுங்குப் படத்திற்கு இசை அமைத்தவர் அந்தக் காலத்தில் பிரபலமாக இருந்த ஜி.கே. வெங்கடேஷ் என்ற இசையமைப்பாளர்.

ஜி.கே. வெங்கடேஷ் பல படங்களில் 'மெல்லிசை மன்னர்' எம்.எஸ். விஸ்வநாதனுடன் இணைந்து பணியாற்றியவர். அபாரமான இசைஞானம் பெற்றிருந்தவர். அப்போது அவருடைய பிரதான உதவியாளராக ராஜா என்ற இளைஞர் பணியாற்றிக் கொண்டிருந்தார். 'இசைக் கடவுள்' என்று இசை ரசிகர்கள் எல்லோரும் இன்று கொண்டாடும் இளையராஜாதான் அந்த ராஜா.

பாலுமகேந்திராவைப் பொறுத்தவரையில் ஒரு படத்தை ஒளிப்பதிவு செய்யும் பொறுப்பை ஏற்றுக் கொண்டுவிட்டால் அந்தப் படத்தின் மியூசிக் கம்போசிங், டான்ஸ் ரிகர்ஸல், மற்றும் எடிட்டிங் போன்ற எல்லாவற்றிலும் கலந்துகொள்வது அவருடைய வழக்கம். அப்படி அந்தத் தெலுங்குப் படத்தின் மியூசிக் கம்போசிங்கிற்குச் சென்றபோதுதான் ராஜா என்ற அந்த இளைஞனை பாலு மகேந்திரா முதல் முதலாகப் பார்த்தார்.

பாலு மகேந்திரா பூனா திரைப்படப் பள்ளியில் பயின்று தங்கப் பதக்கம் வென்றவர் என்பதாலும் அவரது ஒளிப்பதிவின் நேர்த்தி ராஜாவுக்குப் பிடித்திருந்ததாலும் சினிமாவைப் பற்றியும், ஒளிப்பதிவின் நுட்பங்கள் பற்றியும் பாலுமகேந்திராவிடம் நிறையப் பேசத் தொடங்கினார் ராஜா.

அந்தப் பழக்கம் ஒரு கால கட்டத்தில் நெருக்கமான நட்பாக மாறியது

இசையமைப்பாளராக வேண்டும் என்று அப்போது முழு மூச்சோடு முயற்சி செய்து கொண்டிருந்த ராஜா, தான் தயார் செய்து வைத்திருந்த சில மெட்டுக்களை பாலு மகேந்திராவிற்கு ஒரு நாள் பாடிக் காண்பித்தார். இளையராஜா இசையமைத்த முதல் படமான 'அன்னக்கிளி'யில் இடம்பெற்ற மெட்டுக்களில் பல மெட்டுக்களை இளையராஜா அன்றே பாலு மகேந்திராவிற்கு வாசித்துக் காண்பித்தார். அந்தக் கிராமத்து இளைஞரின் அசாத்தியமான திறன் அப்போதே பாலு மகேந்திராவை அசர வைத்தது.

தான் இயக்குகின்ற முதல் படத்தில் ராஜாவைத்தான் இசையமைப்பாளராக வைத்துக்கொள்ள வேண்டும் என்று அன்றே முடிவு செய்த பாலு மகேந்திரா, அதை ராஜாவின் குருநாதரான ஜி.கே.வெங்கடேஷிடம் சொன்னபோது "பாலு, இந்தப் பயலுக்கு மட்டும் நீங்க ஒரு சான்ஸ் கொடுத்தீங்க... அவ்வளவுதான். அதுக்கு அப்புறம் இப்போ இருக்கிற எல்லாரையும் இவன் தூக்கி ஓரங்கட்டிடுவான்" என்று கிண்டலோடு ராஜாவின் திறமையைப் பாராட்டினார் ஜி.கே.வெங்கடேஷ்.

இளையராஜா இசையமைப்பாளராக அறிமுகமான பிறகு ஜி.கே. வெங்கடேஷ் சொன்னது அப்படியே நடந்தது. 'அன்னக்கிளி' படத்தின் மூலம் ராஜா என்ற இசை மேதையை தமிழர்களுக்கு அறிமுகப்படுத்திய பஞ்சு அருணாசலம், இளையராஜா என்று ஒரு அழகான பெயரை அவருக்குச் சூட்டினார். ஆர்.செல்வராஜின் கதைக்கு பஞ்சு அருணாசலம் திரைக்கதை வசனம் எழுதிய 'அன்னக்கிளி' படமும், அந்தப் படத்திலே இளையராஜாவின் இசையில் இடம் பெற்றிருந்த பாடல்களும் மிகப் பெரிய வெற்றியை அடைந்தன.

"தங்களுடைய மண்ணின் இசையை, தமிழர்கள் இளையராஜா என்ற அந்தக் கிராமத்து இளைஞன் மூலம் தெரிந்து கொண்டார்கள். ராஜாவின் இசை, தமிழர்களின் இசை, தமிழ் மண்ணின் இசை. தமிழ் கிராமங்களின் மண்வாசனையோடும், அந்த மக்களின் வியர்வை வாசனையோடும் கலந்து வந்த இசை" என்று இளையராஜாவின் இசையைப் பாராட்டியுள்ள பாலு மகேந்திரா 1978ஆம் ஆண்டு அவர் இயக்கிய மூன்றாவது படமான 'மூடுபனி' படத்திலேதான் இளையராஜாவோடு முதல் முறையாக இணைந்தார்.

'மூடுபனி' பாலுமகேந்திரா இயக்கிய மூன்றாவது படம். ஆனால் இளையராஜாவுக்கு அது நூறாவது படம்.

தன்னுடைய முதல் படத்திலே இளையராஜாவின் இசையைப் பயன்படுத்திக் கொள்ள வேண்டும் என்ற பாலுமகேந்திராவின் ஆசை நிறைவேறாததைப்போல அவருடைய இன்னொரு முக்கியமான ஆசையும் நிறைவேறாமலே போய்விட்டது. அந்த அவரது ஆசை நிறைவேறி இருந்தால் தமிழ் சினிமா உலகத்துக்கு ஒரு வித்தியாசமான படைப்பு கிடைத்திருக்கும்.

இளம் வயதில் மிகத் தீவிரமான சிவாஜி ரசிகராக இருந்தவர் பாலு மகேந்திரா. அப்போதெல்லாம் சிவாஜி நடித்த படங்களை முதல்நாள், முதல் காட்சி பார்க்கவில்லை என்றால் அன்றிரவு அவருக்குத் தூக்கம் வராது.

சிவாஜி நடித்த படங்களைப் பார்த்துவிட்டு வந்து, அந்தப் படத்தின் கதைகளைத் தன் நண்பர்களிடம் அப்படியே சொல்வார். அவருக்கு பதிநான்கு வயது இருக்கும்போது சிவாஜி கொழும்பு வந்திருந்தார்.

அப்போது பாலுமகேந்திராவின் குடும்பம் கிழக்கு இலங்கையில் உள்ள ஒரு குக்கிராமத்தில் இருந்தது. “சிவாஜியைப் பார்க்க கொழும்புவிற்குப் போகவேண்டும். காசு தாருங்கள்” என்று தன்னுடைய பெற்றோர்களிடம் அவர் எவ்வளவோ கேட்டுப் பார்த்தார். ஆனால் அவர்கள் அதற்கு அனுமதி தரவில்லை.

அவர்கள் அனுமதிதரவில்லை என்பதற்காக சிவாஜியைப் பார்க்காமல் இருக்க முடியுமா? தன்னுடைய கிராமத்தில் இருந்து 250 மைல் தூரத்தில் இருந்த கொழும்புவிற்கு ஓட்டமும் நடையுமாக அவர் போய்ச் சேர்ந்தார்.

அந்த நிகழ்ச்சியிலே கலந்துகொண்ட சிவாஜி ஸ்டைலாக மேடை ஏறினார். அந்த மேடையில் இருந்து இரண்டு கிலோமீட்டர் தள்ளித்தான் பாலு மகேந்திராவிற்கு உட்கார இடம் கிடைத்தது. சிம்மக் குரலில் தன்னுடைய பேச்சைத் தொடங்கிய சிவாஜி தன்னுடைய பேச்சை முடிக்கும் வரை இரண்டு கைகளையும் மேலே தூக்கிக் கும்பிட்டபடியே அமர்ந்திருந்தாராம் பாலு.

“இன்றைய நடிகர்களுக்கெல்லாம் நடிப்பில் வழிகாட்டி சிவாஜிதான். அவர் சாகவில்லை. நம்முடன் வாழ்ந்துகொண்டிருக்கிறார். சிவாஜி போன்ற மேதைகள் வாழ்ந்த சினிமாவை பள்ளிகளிலும், கல்லூரிகளிலும் பாடமாக வைக்க வேண்டும். ஒருமுறை நான் பிரபுவைப் பார்ப்பதற்காக, அவர்கள் வீட்டுக்குச் சென்றேன். அப்போது சிவாஜி மாடியில் இருந்து இறங்கி வந்தார். பிரபுவைப் பார்க்க வந்திருப்பதாக அவரிடம் நான் கூறியபோது, அவருக்கே உரிய தோரணையில் “ஏனப்பா, என்னைப் பார்த்தால் நடிகனாகத் தெரியவில்லையா?” என்று அவர் என்னிடம் கேட்டார்.

“சிவாஜியை வைத்து ஒரு படம் ஒரு டைரக்ட் செய்ய

முடியவில்லையே என்பதுதான் என் வாழ்க்கையில் எனக்கு மிச்சமிருக்கும் ஒரே வருத்தம்" என்று சிவாஜியைப் பற்றி தியோடர் பாஸ்கரன் எழுதிய நூல் வெளியீட்டு விழாவில் குறிப்பிட்டிருக்கிறார் பாலுமகேந்திரா.

சிவாஜியும், பாலு மகேந்திராவும் இணைந்து பணியாற்றக்கூடிய ஒரு இனிய சூழ்நிலை ஒரு காலகட்டத்தில் உருவானது. அது உருவாகக் காரணமாக இருந்தவர் ஒய்.ஜி. மகேந்திரன்.

பாலு மகேந்திரா இயக்கத்தில், 'மூன்றாம் பிறை', 'நீங்கள் கேட்டவை', 'உன் கண்ணில் நீர் வழிந்தால்' போன்ற படங்களில், நடித்துள்ள ஒய்.ஜி.மகேந்திரன் ஒருநாள் பாலு மகேந்திராவுடன் பேசிக்கொண்டிருந்த போது, தான் சிவாஜியின் தீவிர ரசிகன் என்பதை மகேந்திரனிடம் சொன்ன பாலு மகேந்திரா, சிவாஜியை ஒரு படத்திலாவது இயக்க வேண்டும் என்பது தன்னுடைய நீண்ட நாள் கனவு என்று அவரிடம் கூறினார்.

அப்போது, சிவாஜியுடன் பல படங்களில் நடித்துக் கொண்டிருந்த ஒய்.ஜி. மகேந்திரன், சிவாஜியிடம் பாலு மகேந்திராவின் ஆசையைப் பற்றி சொன்னபோது "அவரை ஒருநாள் தொட்டத்துக்கு வரச் சொல்லுடா. லஞ்ச் சாப்பிட்டபடியே, பேசலாம்..." என்றார் சிவாஜி. அவர் சொன்ன அடுத்தநாளே பாலு மகேந்திராவை, சிவாஜியின் தோட்டத்திற்கு ஒய்.ஜி. மகேந்திரன் அழைத்துச் செல்ல "உங்க படங்களை எல்லாம் பார்த்திருக்கிறேன். பிரமாதமா செய்றீங்க..." என்று பாலு மகேந்திராவைப் பாராட்டினார் சிவாஜி.

சிவாஜியிடமிருந்து அப்படி ஒரு பாராட்டை எதிர்பார்க்காத பாலு மகேந்திரா ஆனந்த அதிர்ச்சியில் உறைந்து போனார்.

சாப்பிட்டுவிட்டு பேசிக்கொண்டிருந்தபோது, சிவாஜிக்காக தான் தயார் செய்து வைத்திருந்த கதையைச் சில வரிகளில் அவரிடம் சொன்னார் பாலுமகேந்திரா.

காணாமல் போன தன்னுடைய மகளை ஒரு விபசார விடுதியில் சந்திக்கின்ற தந்தையின் மனப்போராட்டத்தை மையமாக வைத்து அவர் சொன்ன அந்தக் கதை சிவாஜிக்கு மிகவும் பிடித்திருந்தது.

ஆனால் அந்தக் கதையைத் திரையிலே வடிக்கின்ற வாய்ப்புதான் கடைசி வரையில் பாலு மகேந்திராவிற்குக் கிடைக்கவேயில்லை.

142

எம்.ஜி.ஆர் முன்னாலேயே அவரது படங்களை காரசாரமாக விமர்சித்த மகேந்திரன்

தமிழ் சினிமா எத்தனையோ இயக்குனர்களைச் சந்தித்திருக்கிறது என்றாலும் சினிமாவின் மொழியை மிகச்சரியாக கையாண்ட இயக்குனர் என்ற தனிப்பெருமை பெற்ற ஒரே இயக்குனர் மகேந்திரன் மட்டுமே. ஆரம்பக்கட்டத்திலே பாட்டுக்களாலும் அதையடுத்து வசனங்களாலும் நிரப்பப்பட்ட தமிழ் சினிமாவை அதிகமான வசனங்கள் இன்றி காட்சியமைப்புகளின் துணையோடு நகர்த்திச் சென்ற தனித்தன்மை வாய்ந்த ஒரு கலைச் சிற்பிதான் இயக்குனர் மகேந்திரன்.

“முள்ளும் மலரும், உதிரிப் பூக்கள், பூட்டாத பூட்டுக்கள்” போன்ற வித்தியாசமான படைப்புகள் மூலம் தமிழ்த் திரையுலகத்துக்குப் பெருமை சேர்த்த மகேந்திரன், தமிழ் சினிமாவை விரும்பி ஏற்றுக் கொண்டவர் இல்லை. தமிழ் சினிமாவின் முரண்பாடுகளை அக்குவேறு ஆணிவேராக மிக நுணுக்கமாக விமர்சித்த அவரை தமிழ் சினிமா கட்டியணைத்துக் கொண்டது.

‘பராசக்தி’ படத்தைப் பார்த்துவிட்டு சிவாஜியின் நடிப்பிலே தன்னுடைய மனதை பறிகொடுத்த மகேந்திரனை சினிமாவில் உள்ளே அழைத்து வந்தவர் எம்.ஜி.ஆர்.

பள்ளியில் படித்த காலத்திலே புதுமைப்பித்தன், தி.ஜானகிராமன்

ஆகியோரின் புத்தகங்களை விரும்பிப் படித்த மகேந்திரனுக்கு ஆங்கில சினிமாக்களை அறிமுகம் செய்து வைத்தவர் அவரது தாய்மாமன். அவரது அறிவுரையின்பபடி ரீகல் தியேட்டரில் ஆங்கிலப் படங்களைப் பார்க்கத் தொடங்கிய மகேந்திரன் தமிழ் சினிமா யதார்த்தத்திலிருந்து மிகவும் அன்னியப்பட்டு இருப்பதை உணர்ந்தார்.

அப்போது வெளியாகிக்கொண்டிருந்த தமிழ்த் திரைப்படங்களைப் பார்த்துவிட்டு ஒட்டுமொத்த தமிழ் சினிமாவின்மீதும் இனம் புரியாத ஒரு கோபத்தில் மகேந்திரன் இருந்த அந்தக் கால கட்டத்தில் எம்.ஜி.ஆர் இயக்கித் தயாரித்த 'நாடோடி மன்னன்' திரைப்படம் மிகப் பெரிய வெற்றிப்படமாக அமைந்தது. அந்தப் படத்தின் நூறாவது நாள் விழாவில் பங்கேற்க மதுரை மாநகருக்கு வந்த எம்.ஜி.ஆர், அப்போது மகேந்திரன் படித்துக்கொண்டிருந்த காரைக்குடி அழகப்பா அரசாங்கக் கலைக்கல்லூரியின் கவின்கலை கழகத்தைத் திறந்து வைப்பதற்காக காரைக்குடி வந்தார். அந்த விழாவிலே எம்.ஜி.ஆர் முன்னாலே பேசக்கூடிய வாய்ப்பு மூன்று மாணவர்களுக்குத் தரப்பட்டிருந்தது. அதில் ஒருவர் மகேந்திரன்

எதார்த்தத்திலிருந்து விலகி பயணப்பட்டுக் கொண்டிருந்த தமிழ் திரைப்படங்களைப் பார்த்து மிகுந்த பாதிப்பிற்கு உள்ளாகியிருந்த மகேந்திரன் அந்தக் குமுறலை அப்படியே வார்த்தைகளால் அன்று கொட்டித் தீர்த்தார்.

"நம் கல்லூரியிலே படிப்பவர்கள் காதலித்துவிட்டு என்ன பாடுபடுகி றார்கள், எவ்வளவு அவமானப்படுத்தப்படுகிறார்கள் என்பது நம் எல்லோருக்கும் தெரியும். ஆனால் இவரோ சினிமாவில் டூயட் பாடிக்கொண்டு ஊரே வேடிக்கை பார்க்கிற மாதிரி தன்னுடைய காதலியை ஆடிப்பாடி காதலிக்கிறார். இவர் காதலிப்பதை, சினிமாவிலே வரும் எந்தக் கல்லூரி பிரின்சிபாலும் கண்டுகொள்வதுமில்லை, கண்டிப்பதுமில்லை. ஊர்க்காரர்களும் அப்படித்தான். இவர் காதலிப்பதை அவர்கள் பொருட்படுத்துவதே இல்லை" என்று எம்.ஜி.ஆரை மேடையில் வைத்துக் கொண்டே மகேந்திரன் பேசத் தொடங்கியபோது அங்கே கூடியிருந்த மொத்தக் கூட்டமும் பலமாகக் கைதட்டி அவரது பேச்சை வரவேற்றது. அதுவரையில் மகேந்திரனுடைய பேச்சிலே கவனத்தைச் செலுத்தாமல், தன்னுடைய ரசிகர்களுக்காக ஆட்டோகிராப் போடுவதில் மிக தீவிரமாக ஈடுபட்டிருந்த எம்.ஜி.ஆர், அதற்குப்

பிறகு மகேந்திரன் பேசி முடிக்கின்றவரை அவரது பேச்சை உன்னிப்பாக கவனித்தது மட்டுமின்றி, பல இடங்களில் கைதட்டி ரசிக்கவும் செய்தார். அவர் அப்படி ரசித்தபோது அங்கே கூடியிருந்த கூட்டத்தை பல மடங்கு உற்சாகம் தொற்றிக் கொண்டது.

தமிழ் சினிமாவைப் பற்றிய ஒரு முழுமையான விமர்சனமாக அமைந்த அந்தப் பேச்சிலே மகேந்திரன் குறிப்பாக விமர்சித்தது எம்.ஜி.ஆர் பாணி படங்களைத்தான் என்றபோதிலும், அந்த விழாவில் நடுநாயகமாக வீற்றிருந்த எம்ஜிஆரை அந்த விமர்சனம் மிகவும் கவர்ந்தது. அதனால்தான் மூன்று நிமிடம் மட்டுமே பேசுவதற்காக மைக் முன்னே வந்த மகேந்திரனால் அன்று நாற்பத்தைந்து நிமிடம் பேச முடிந்தது.

அடுத்தடுத்து பல நிகழ்ச்சிகளில் எம்.ஜி.ஆர் பங்கேற்க வேண்டி யிருந்ததால் அந்தக் கல்லூரிக்கு வர ஒப்புக் கொண்டபோதே கல்லூரி நிகழ்ச்சியில் நான் பேசமாட்டேன் என்று அந்தக் கல்லூரி முதல்வரிடம் தெரிவித்திருந்து எம்.ஜி.ஆர், மகேந்திரன் பேசி முடித்தவுடன் புறப்படத் தயாரானார். ஆனால் அந்த அவசரத்திலும் “எழுத ஒரு பேப்பர் கிடைக்குமா?” என்று மகேந்திரனிடம் கேட்டு ஒரு பேப்பரை வாங்கிக் கொண்ட அவர் நல்ல பேச்சு, நல்ல கருத்து, நகைச்சுவையுடன் கூடிய வன்மையான உணர்ச்சியுடன் கூடிய விளக்கம். சிறந்த விமர்சகராக இருக்கத்தகுந்தவர். வாழ்க, அன்பன் எம்.ஜி. ராமச்சந்திரன், 30.11.58 என்று எழுதி, அதை மகேந்திரன் கையிலே திணித்துவிட்டுத்தான் கிளம்பினார்.

எம்ஜிஆரை மிகப்பெரிய சித்தர் என்றுதான் சொல்ல வேண்டும் ஏனென்றால் அந்தக் கல்லூரியில் படித்துக் கொண்டிருந்த காலகட்டத்தில் ஒரு விமர்சகராக ஆகவேண்டுமென்று மகேந்திரன் கனவிலும் எண்ணியது இல்லை. ஆனால் எம்.ஜி.ஆர் வாக்கு அப்படியே பலித்தது. அந்தக் கலைக் கல்லூரி விழாவில் எம்.ஜி. ஆர் முன்னாலே மகேந்திரன் விமர்சித்தாரோ, அதே சினிமாவை விமர்சிக்கின்ற ஒரு பணியைத்தான் படித்து முடித்தவுடன் மகேந்திரன் ஏற்றார்.

மதுரையில் கல்லூரிப் படிப்பை முடித்துக்கொண்டு சட்டப்படிப்பு படிப்பதற்காக சென்னை வந்த மகேந்திரன், பொருளாதாரச் சிக்கல் காரணமாக பாதியிலேயே தன்னுடைய சட்டப்படிப்பை

சித்ரா லட்சுமணன்

முடித்துக்கொண்டு மதுரைக்குக் கிளம்பத் தயாரானபோது திராவிட முன்னேற்றக் கழகத்தினுடைய பத்திரிகையான 'இன முழக்கம்' பத்திரிகையிலே பணியாற்றக்கூடிய வாய்ப்பு அவருக்குக் கிடைத்தது. எம்.ஜி.ஆரை மீண்டும் மகேந்திரன் சந்திக்க அந்த வாய்ப்புதான் காரணமாக அமைந்தது.

'இனமுழக்கம்' பத்திரிகையிலே உதவி இயக்குனராக வேலைக்குச் சேர்ந்த மகேந்திரன், அந்தப் பத்திரிகை சினிமா விமர்சனங்களை எழுதத் தொடங்கினார். எதார்த்த சினிமாவை காதலிப்பவராக அவர் இருந்த காரணத்தினால் அப்போது வெளியாகிக் கொண்டிருந்த கமர்சியல் படங்களுக்கு எதிராக அவர் எழுதிய விமர்சனங்கள் அமைந்தன. அப்படி அவர் காரசாரமாக விமர்சித்த படங்களில் திராவிட முன்னேற்றக் கழகத்தைச் சேர்ந்த சிலர் தயாரித்த படங்களும் அடக்கம். அவருடைய விமர்சனங்கள் தங்களுடைய படங்களின் வசூலைப் பாதிப்பதாக பல தயாரிப்பாளர்கள் 'இன முழக்கம்' பத்திரிகை அதிபரிடம் முறையிட்டனர். அப்போது அந்தப் பத்திரிகையின் ஆசிரியராக இருந்த சி.பி. சிற்றரசுவிற்கு அந்த விமர்சனங்கள் மிகவும் பிடித்திருந்ததால் அந்த பதிப்பாளரால் மகேந்திரனை ஒன்றும் செய்ய முடியவில்லை.

இதற்கிடையே 'இன்பக் கனவு' நாடகத்தில் நடித்தபோது எதிர்பாராத ஒரு விபத்தைச் சந்திக்க நேர்ந்த எம்.ஜி.ஆர், பூரணமாகத் தன்னுடைய உடல்நலம் தேறியவுடன் அதை பத்திரிகையாளர்களுக்கு அறிவிப்பதற்காக ராமாவரம் தோட்டத்தில் பத்திரிகையாளர் சந்திப்புக்கு ஏற்பாடு செய்திருந்தார். அந்தச் சந்திப்பிற்கான அழைப்பு 'இன முழக்கம்' பத்திரிகைக்கும் வந்திருந்தது. அந்தப் பத்திரிகையாளர் சந்திப்பிலே கலந்துகொள்ள மகேந்திரன் ராமாவரம் தோட்டத்துக்குப் போனார்.

சிரித்தபடி எல்லா பத்திரிகையாளர்களுடனும் பேசிக்கொண்டிருந்த எம்.ஜி.ஆர் சற்று தூரத்தில் நின்று கொண்டிருந்த மகேந்திரனை உற்றுப் பார்த்தார். பின்னர் தன்னருகே வரும்படி அவரை அழைத்தார்.

"நீங்கள் எந்தப் பத்திரிகையில் இருந்து வருகிறீர்கள்?" என்று அவர் கேட்பார் என்று மகேந்திரன் எதிர்பார்த்துக் கொண்டிருந்தபோது அவர் சற்றும் எதிர்பாராத விதமாக "நீங்க காரைக்குடி அழகப்பா கல்லூரி மாணவர்தானே?" என்று எம்.ஜி.ஆர் அவரிடம் கேட்டார்.

என்றோ கல்லூரி விழாவில் சந்தித்த தன்னை அவர் மறக்காமல் நினைவில் வைத்திருந்தது மகேந்திரனுக்கு மிகுந்த ஆச்சரியத்தைத் தந்தது. அந்த பிரமிப்பு அகலாமல் ஆமாம் என்பதற்கு அடையாளமாக மகேந்திரன் தலையாட்டியபோது "அந்த விழாவிலே சினிமாவை மிகவும் அழகாக விமர்சித்தீர்கள்" என்று மகேந்திரனைப் பாராட்டிய எம்.ஜி.ஆர், "இப்போது பத்திரிகையில் பணியாற்றுகிறீர்களா?" என்று அவரைப் பார்த்துக் கேட்டார்.

"ஆமாம், 'இன முழக்கம்' பத்திரிகையில் உதவி ஆசிரியராக பணியாற்றிக் கொண்டிருக்கிறேன்" என்று மகேந்திரன் சொன்னவுடன் "அந்தப் பத்திரிகையில் சினிமா விமர்சனம் எழுதுவது நீங்கள்தானா?" என்று எம்.ஜி.ஆரிடமிருந்து அடுத்த கேள்வி பிறந்தது.

அவர் அப்படிக் குறிப்பிட்டு விமர்சனத்தைப் பற்றிக் கேட்டவுடன் தன்னுடைய விமர்சனங்கள் எம்.ஜி.ஆரின் கவனத்தை ஈர்க்கின்ற அளவுக்கு அமைந்து இருப்பது குறித்து மிகுந்த மகிழ்ச்சி அடைந்த மகேந்திரன் "ஆமாம்" என்பதற்கு அடையாளமாகத் தலையை ஆட்டினார்.

அப்படி தலையாட்டிய மகேந்திரனிடம் "நீங்க இருக்க வேண்டிய இடம் பத்திரிகை இல்லை" என்ற எம்.ஜி.ஆர், "நாளைக்கு காலையில பத்து மணிக்கு மறக்காமல் என்னுடைய லாயிட்ஸ் ரோடு வீட்டுக்கு வாங்க" என்று சொன்னபோது, தன்னைச் சுற்றி என்ன நடக்கிறது என்பது புரியாமல் ஆனந்த வெள்ளத்தில் மூழ்கினார் மகேந்திரன். அப்போது அவரது தோளைத் தட்டிய எம்.ஜி.ஆர் "மறந்துவிடாதீர்கள் நான் உங்களுக்காகக் காத்துக் கொண்டிருப்பேன்" என்றார்.

மறுநாள் காலையிலே எம்.ஜி.ஆர் குடியிருந்த லாயிட்ஸ் ரோடு வீட்டில் காலடி எடுத்து வைத்த மகேந்திரனுக்கு இனி சினிமா தான் தன்னுடைய வாழ்க்கையாக அமையப்போகிறது என்று அப்போது தெரியாது.

143

இயக்குனர் மகேந்திரன் பார்த்த முதல் படப்பிடிப்பு

"நீங்கள் இருக்கவேண்டிய இடம் பத்திரிகைத்துறை இல்லை. நாளை காலையில் லாயிட்ஸ் ரோடு வீட்டுக்கு வந்து என்னைப் பாருங்கள்" என்று எம்.ஜி.ஆர் தன்னிடம் சொன்னதை தான் பணியாற்றிக்கொண்டிருந்த 'இன முழக்கம்' பத்திரிகையின் பதிப்பாளரிடம் மகேந்திரன் சொன்னபோது, அவர் அடைந்த மகிழ்ச்சிக்கு அளவே இல்லை. அவருடைய பத்திரிகையிலே மகேந்திரன் எழுதிக்கொண்டிருந்த கடுமையான திரை விமர்சனங்களால் பல தயாரிப்பாளர்களின் கண்டனங்களைச் சந்தித்துக் கொண்டிருந்த அந்தப் பத்திரிகை அதிபர் "அவ்வளவு பெரிய மனிதரே உங்களை விரும்பி அழைக்கிறார் என்றால், உங்களுக்கு மிகப் பெரிய எதிர்காலம் சினிமா உலகில் காத்துக் கொண்டிருக்கிறது என்று அர்த்தம். இப்படி ஒரு வாய்ப்பு அவ்வளவு எளிதில் அமையாது. அதனால் உடனடியாகக் கிளம்புங்கள்" என்று சொல்லி மகேந்திரனை வழியனுப்பி வைத்தார்.

எம்.ஜி.ஆர் எதற்காகத் தன்னை வரச் சொல்லி இருக்கிறார் என்ற குழப்பத்துடன் லாயிட்ஸ் சாலையில் அமைந்திருந்த அவரது வீட்டில் காலடி எடுத்து வைத்த மகேந்திரன் அங்கே இருந்த காவலாளியிடம் தன்னுடைய பெயரைச் சொன்னபோது அவர் உற்சாகமாக மகேந்திரனை வரவேற்றார்.

"வாங்க, வாங்க, நீங்க வந்தவுடனே உங்களை சின்னவர் மாடிக்கு அழைத்து வரச் சொன்னார்" என்றபடி மகேந்திரனை மாடிக்கு அழைத்துச் சென்று கூரை வேயப்பட்டு இருந்த அந்த மாடியின் மூலையில் இருந்த ஒரு அறையைக் காட்டிய அந்தக் காவலாளி

“சின்னவர் அங்கிருந்து இப்போது வந்து விடுவார். நீங்கள் இங்கேயே இருங்க” என்று அவரிடம் சொன்னார். திரையுலகில் எல்லோரும் எம்.ஜி.ஆரை சின்னவர் என்றும் அவரது அண்ணனான எம்.ஜி. சக்ரபாணியைப் பெரியவர் என்றும்தான் அழைப்பார்கள் என்பதைப் பற்றி ‘இன முழக்கம்’ பத்திரிகையில் பணியாற்றிய காலத்திலேயே அறிந்திருந்த மகேந்திரன், சின்னவர் எம்.ஜி.ஆரின் வருகையை எதிர்நோக்கி அங்கே காத்துக் கொண்டிருந்தார்.

அப்போது அந்த அறையிலிருந்து வெளியே வந்த எம்.ஜி.ஆர் “வாங்க மகேந்திரன், இப்படி உட்காருங்க” என்று தன் அருகே அவரை அழைத்தார். அவர்கள் உட்கார்ந்த அந்த இடத்திற்குப் பக்கத்திலே பைண்ட் செய்யப்பட்ட ‘பொன்னியின் செல்வன்’ கதையின் பல வால்யூம்கள் இருந்தன.

“இந்தப் ‘பொன்னியின் செல்வன்’ கதையை ‘நாடோடி மன்னன்’ படத்தைவிட பல மடங்கு பிரம்மாண்டமாக படமா எடுக்கணும்னு திட்டம் போட்டு இருக்கேன். இப்போது இந்தத் திரை உலகில் பிரபலமாக உள்ள பல கதாசிரியர்களை ‘பொன்னியின் செல்வன்’ கதைக்கு திரைக்கதை எழுதச் சொல்லி இருக்கேன். அவர்கள் எல்லோருமே இந்தத் துறையில் பல ஆண்டுகால அனுபவம் வாய்ந்தவர்கள். உங்களைப் பொறுத்தவரைக்கும் நீங்கள் இந்தத் துறைக்குப் புதியவர். இந்தப் ‘பொன்னியின் செல்வன்’ கதைக்கு உங்களையும் ஒரு திரைக்கதை எழுதச் சொல்லணும்னு நான் முடிவு எடுத்ததற்குக் காரணம் அன்னிக்கு காரைக்குடியில நான் கலந்து கொண்ட கூட்டத்தில் நீங்க பேசின பேச்சுதான். சினிமாவை அந்த அளவிற்கு நுணுக்கமா விமர்சித்த உங்களால இந்தக் கதைக்கு வித்தியாசமான ஒரு திரைக்கதை எழுத முடியும்னு நான் நம்பறேன். இந்த நாவலை திரைப்படமாக நீங்க எப்படிப் பார்க்க விரும்புகிறீர்களோ அதை அப்படியே பதிவு பண்ணுங்க. இதை நீங்க எழுதி முடிக்கிற வரைக்கும் என் பக்கத்திலிருந்து உங்களுக்கு எந்தக் குறுக்கீடும் இருக்காது” என்று தான் மகேந்திரனை அழைத்ததற்கான காரணத்தை எம்.ஜி.ஆர் சொல்லி முடித்தபோது மகேந்திரன் அடைந்த ஆச்சரியத்திற்கு அளவே இல்லை.

காரைக்குடியிலே நடைபெற்ற கல்லூரி விழாவில் எம்.ஜி.ஆரின் முன்னாலே தான் 45 நிமிடம் பேசிய பேச்சைக் கேட்டுவிட்டு இப்படிப்பட்ட மிகப்பெரிய பொறுப்பை எம்ஜிஆர் தன்னிடம்

ஒப்படைத்திருக்கிறார் என்றால், அந்தப் பேச்சை அவர் எவ்வளவு உன்னிப்பாகக் கேட்டிருக்க வேண்டும் என்று எண்ணி வியந்த மகேந்திரன் தன்னை நம்பி எம்.ஜி.ஆர் கொடுத்துள்ள அந்தப் பொறுப்பை தன்னால் முடிந்த அளவிற்குச் சிறப்பாக முடித்துத் தரவேண்டும் என்று அப்போதே அவருடைய மனதுக்குள்ளே உறுதி எடுத்துக்கொண்டார்.

மகேந்திரனிடம் தான் ஒப்படைத்துள்ள பொறுப்பு அவருக்கு முற்றிலும் புதிதானது என்பதை நன்கு அறிந்திருந்த எம்.ஜி.ஆர் 'பொன்னியின் செல்வன்' திரைக்கதையை எழுதுவதற்கு முன்னாலே இந்தத் திரை உலகம் பற்றியும் அது செயல்படுகின்ற விதத்தைப் பற்றியும் மகேந்திரன் அறிந்து கொண்டால் அது அவரது பணிக்கு உதவியாக இருக்கும் என்று எண்ணி தான் அப்போது நடித்துக்கொண்டிருந்த 'ராஜா தேசிங்கு' படத்தின் படப்பிடிப்பிற்குத் தன்னுடன் அவரை அழைத்துச் சென்றார்.

"ராஜா தேசிங்கு படத்தின் பெரும் பகுதி படப்பிடிப்பு முடிவடைந்துவிட்டது. இன்னும் சில காட்சிகளே படமாக்கப்பட இருக்கின்றன. அது முடிகின்றவரையில் அந்தப் படப்பிடிப்பில் நீங்கள் கலந்து கொள்ளுங்கள். இந்தத் திரையுலகம் பற்றி நீங்கள் அறிந்துகொள்ள அது உதவியாக இருக்கும். அந்தப் படத்தினுடைய படப்பிடிப்பு முடிவடைந்த உடன் 'பொன்னியின் செல்வன்' கதையை ஒருமுறை முழுவதுமாகப் படித்துவிட்டு திரைக்கதை எழுதுகின்ற வேலையை நீங்கள் தொடங்கலாம்" என்று மகேந்திரனிடம் கூறினார் எம்.ஜி.ஆர்.

இப்போதுள்ள திரைப்படக் கல்லூரிகள் அதிலே சேருகின்ற மாணவர்களுக்கு எழுத்துப் பாடம், அனுபவப் பாடம் ஆகிய இரண்டையுமே ஒருசேர சொல்லித் தருகின்றன. 59 ஆண்டுகளுக்கு முன்னாலே அப்படி ஒரு பயிற்சியைத்தான் எம்.ஜி.ஆர் மகேந்திரனுக்கு அளித்தார்.

மகேந்திரன் பார்த்த முதல் திரைப்படப் படப்பிடிப்பாக 'ராஜா தேசிங்கு' படத்தின் படப்பிடிப்பு அமைந்தது. அந்தப் படத்தின் இயக்குனரான டி.ஆர். ரகுநாத், ஒளிப்பதிவாளர் ரகுமான் ஆகியோருக்கு மகேந்திரனை எம்.ஜி.ஆர் அறிமுகப்படுத்தி வைத்தார். அவர் சொன்னதைப் போல அந்தப் படத்தின் படப்பிடிப்பு ஏறக்குறைய முடிவடைந்துவிட்ட காரணத்தினால் எம்.ஜி.ஆர்

சம்பந்தப்பட்ட சில தந்திரக் காட்சிகள் மட்டுமே அப்போது படமாக்கப்பட்டுக் கொண்டிருந்தன. அந்தப் படப்பிடிப்பிலே எம்.ஜி.ஆர் கலந்துகொள்ளாத நாட்களிலும் மகேந்திரன் அந்த படப்பிடிப்புக்குச் செல்வது வழக்கம். ஒருநாள் அவரை அழைத்த எம்.ஜி.ஆர், "நான் படப்பிடிப்பில் இல்லாத நாட்களிலும் இங்கே உள்ளவர்கள் உங்களை நன்றாகக் கவனித்துக் கொள்கிறார்களா?" என்று மகேந்திரனைக் கேட்டார்.

அந்தப் படக்குழுவினருக்குத் தன்னை அறிமுகப்படுத்தியதோடு கடமை முடிந்துவிட்டது என்று எண்ணாமல் தன் மீது மிகுந்த அக்கறை கொண்டு எம்.ஜி.ஆர் அப்படிக் கேட்டது மகேந்திரனுக்கு அவர் மீதிருந்த மரியாதையையும் அன்பையும் பல மடங்கு அதிகப்படுத்தியது.

எம்.ஜி.ஆர், எஸ்.எஸ். ராஜேந்திரன், டி.எஸ். பாலையா, பானுமதி, பத்மினி ஆகியோர் நடித்த 'ராஜா தேசிங்கு' படம் 1960ஆம் ஆண்டு செப்டம்பர் மாதம் இரண்டாம் தேதி அன்று வெளியானது. அந்தப் படத்தின் வெளியீட்டிற்குப் பிறகுதான் பொன்னியின் செல்வன் படத்திற்கு திரைக்கதை எழுதுகின்ற வேலையிலே மகேந்திரன் முழுமூச்சாக ஈடுபட்டார்.

மகேந்திரனைப் பொறுத்தவரையிலே அதற்கு முன்னாலே திரைக்கதை எழுதிய அனுபவமோ, பயிற்சியோ அவருக்கு இல்லை என்றாலும் அவரால் 'பொன்னியின் செல்வன்' கதைக்கு முழுமையாக திரைக்கதை எழுத முடிந்தது என்றால், அதற்கு முக்கியமான காரணம் அந்தத் திரைக்கதையை எழுத அவர் தேர்ந்தெடுத்த அணுகுமுறைதான்.

'பொன்னியின் செல்வன்' திரைப்படமானால் அதனுடைய முதல் காட்சி எப்படி அமைய வேண்டும் என்று தன் மனதுக்குள்ளே மகேந்திரன் கேட்டுக்கொண்ட கேள்விதான் அந்தத் திரைக்கதையை அவர் எழுதி முடிக்க அவருக்கு உதவியது. முதல் காட்சியை தீர்மானித்தவுடன் அதற்கு அடுத்த காட்சி, அதற்கு அடுத்த காட்சி என்று முத்து முத்தாக காட்சிகளைக் கோத்து முழு திரைக்கதையை அவர் எழுதி முடித்தார்.

இரவும் பகலும் தவம் போல் ஒரே சிந்தனையாக இருந்த மகேந்திரன் இரண்டு மாதத்திலே 'பொன்னியின் செல்வன்' திரைக்கதையை எழுதி முடித்து விட்டார்.

பரீட்சை எழுதியாகிவிட்டது. விடைத்தாளை 'வாத்தியாரிடம்' கொடுத்தால்தானே மதிப்பெண்கள் என்ன என்று தெரிந்துகொள்ள முடியும்? அதற்காக 'வாத்தியார்' எங்கே இருக்கிறார் என்று மகேந்திரன் தேடியபோது அவர் 'திருடாதே' படத்தினுடைய படப்பிடிப்பில் இருக்கிறார் என்ற செய்தியும், அந்தப் படப்பிடிப்பு அன்று இரவு வரை நீடிக்கும் என்ற தகவலும் அவருக்குத் தெரியவந்தது. உடனடியாக எம்.ஜி.ஆரைச் சந்தித்து, நான் எழுதிய திரைக்கதையை அவரிடம் ஒப்படைக்க முடிவு செய்த மகேந்திரன் தன்னுடைய நண்பரான சங்கரநாராயணனிடம் அவருடைய சைக்கிளை இரவலாக வாங்கிக் கொண்டார். இரண்டு பைல்களில் சீராக அடுக்கப்பட்டிருந்த 'பொன்னியின் செல்வன்' திரைக்கதையை சைக்கிளின் பின்னாலிருந்த காரியரில் வைத்துக் கட்டிக்கொண்டு ஸ்டூடியோ நோக்கி புறப்பட்டார்.

மெஜஸ்டிக் ஸ்டூடியோவின் உள்ளே மகேந்திரன் நுழைந்தபோது மாலை ஆறரை மணி. அது மாலை சிற்றுண்டிக்கான இடைவெளி நேரம் என்பதால் எம்.ஜி.ஆர், சரோஜாதேவி உட்பட எல்லோரும் படப்பிடிப்புத் தளத்திற்கு வழியே ஒரு மரத்தடியில் அமர்ந்து பேசிக்கொண்டிருந்தார்கள். சைக்கிளில் இருந்து இறங்கிய மகேந்திரனைப் பார்த்த எம்.ஜி.ஆர், தன்னருகே அவர் வருகின்ற வரையில் காத்துக் கொண்டிருக்காமல் அவரை நோக்கி நடந்து சென்றார்.

"என்ன விஷயம் மகேந்திரன்?" என்று அவர் கேட்ட அடுத்த வினாடி "பொன்னியின் செல்வன் திரைக்கதையை எழுதி முடிச்சிட்டேன். அதை உங்க கிட்ட குடுக்கத்தான் வந்தேன்" என்றார் மகேந்திரன்.

"மொத்த திரைக்கதையையும் எழுதி முடிச்சிட்டீங்களா? இவ்வளவு சீக்கிரமாகவா?" என்று மிகுந்த ஆச்சரியத்துடன் கேட்ட எம்.ஜி.ஆர் ஒரு கைக்குழந்தையைக் கையிலே வாங்குவதைப்போல மிகுந்த பாசத்துடனும் பரிவுடனும் அந்த பைல்களை மகேந்திரனிடமிருந்து பெற்றுக்கொண்டார். பின்னர் மறுநாள் காலையிலே தன்னை சந்திக்கும்படி சொல்லிவிட்டு அவர் படப்பிடிப்பில் கலந்துகொள்ள சென்று விட்டார்

மறுநாள் காலையிலே எம்.ஜி.ஆரை, மகேந்திரன் சந்தித்தபோது "நேற்றிரவு படுக்கறதுக்கு முன்னாடி நீங்க எழுதி இருந்த திரைக்

கதையின் முதல் பதினைந்து காட்சிகளைப் படித்துப் பார்த்தேன். ரொம்ப நல்லா எழுதி இருக்கீங்க. வழக்கமான பாணியில் இல்லாமல் எல்லா காட்சிகளுமே ரொம்ப வித்தியாசமா இருந்தது" என்று மகேந்திரனை எம்.ஜி.ஆர் பாராட்ட, அவருடைய பாராட்டுதல்களைக் கேட்டு மிகுந்த மகிழ்ச்சி அடைந்த மகேந்திரன் "என்னால் அந்தத் திரைக்கதை முழுவதுமாக எழுதி முடிக்க முடிந்ததென்றால் அதற்கு முக்கியமான காரணம் நீங்க என் மேல வைத்திருந்த நம்பிக்கையும், நீங்க குடுத்த உற்சாகமும்தான்" என்று எம்.ஜி.ஆரிடம் நன்றி பொங்க சொல்லிவிட்டு, அடுத்தபடியாக "நான் இன்னைக்கு ஊருக்குக் கிளம்புகிறேன்" என்றார்.

"என்ன அப்பா, அம்மா எல்லாரையும் பாக்கணும்னு ஆசை வந்துருச்சா?" என்று சிரித்தபடியே அவரைப் பார்த்து எம். ஜி.ஆர் கேட்க, "ஆமாம்" என்று அவருக்குப் பதில் சொன்ன மகேந்திரன் அதோடு நிறுத்திக் கொள்ளாமல் "ஊருக்குப் போய் அங்கே எனக்கென்று ஒரு வேலை தேடிக் கொள்ளலாம் என்று இருக்கிறேன்" என்றார்.

"ஊருக்குப் போய் வேலை தேடப் போறீங்களா? இனிமே உங்க வேலை இங்கேதான். அதனால ஊருக்குப் போய் அப்பா அம்மாவை எல்லாம் பாத்துட்டு அவங்களோட கொஞ்ச நாட்கள் தங்கிவிட்டு இங்கே புறப்பட்டு வந்துடுங்க. இங்கே வந்து நம்முடைய நாடக மன்றத்திற்கு ஒரு நாடகம் எழுதிக் கொடுங்கள். நீங்க எழுதப்போற புது நாடகத்தை அடுத்த மாசம் திருச்சியில் அரங்கேற்றம் பண்ணலாம்னு நான் முடிவு பண்ணி இருக்கேன்" என்றார் எம்ஜிஆர்.

"ஊருக்குப் போகிறேன்" என்று மகேந்திரன் சொன்னபோது "சரி" என்று ஒற்றை வார்த்தையில் எம்.ஜி.ஆர் அன்று பதில் சொல்லியிருந்தால் மொத்தத் தமிழ்ப் பட உலகமும் கொண்டாடு கின்ற மிகச்சிறந்த படைப்பாளியான மகேந்திரனை இந்த திரையுலகம் சந்திக்காமலேகூட இருந்திருக்க வாய்ப்பிருந்திருக்கிறது.

எம்.ஜி.ஆருக்காக மகேந்திரன் எழுதிய 'பொன்னியின் செல்வன்' திரைக்கதை இந்தநாள் வரை படம் ஆக்கப்படவில்லை. ஆனால் அதற்குப் பின்னாலே வெள்ளித் திரையில் பல காவியங்களை மகேந்திரன் படைக்க ஆரம்ப சுருதியாக இருந்தது எம்.ஜி.ஆர் மகேந்திரனுக்கு அளித்த அந்த வாய்ப்புதான் என்பதை மறுப்பதற்கில்லை.

144

நடிகர் சங்கத்தின் முதல் பெண் தலைவியான அஞ்சலிதேவி

அஞ்சலி பிக்சர்ஸ் என்ற பெயரில் பட நிறுவனத்தைத் தொடங்கிய அஞ்சலிதேவி இந்தியில் வெளிவந்து மிகப்பெரிய வெற்றி பெற்றிருந்த 'ராஜா ராணி' என்ற திரைப்படத்தை தமிழ், தெலுங்கு ஆகிய இரு மொழிகளில் தயாரிக்க முடிவு செய்தார். தனக்கு முதல் முதலாக திரைப்படத்தில் நடிக்கும் வாய்ப்பினை வழங்கிய எல்.வி. பிரசாத்தை அந்தப் படத்துக்கு இயக்குனராக ஒப்பந்தம் செய்த அவர் அதிலே கதாநாயகனாக நடிக்க ஏ. நாகேஸ்வரராவை ஒப்பந்தம் செய்தார்.

'பரதேசி' என்ற பெயரில் தெலுங்கிலும், 'பூங்கோதை' என்ற பெயரிலே தமிழிலும் உருவான அந்தப் படத்தில் இரண்டாவது கதாநாயகனாக நடிக்க ஒரு நடிகரை அஞ்சலிதேவி தேடிக் கொண்டிருந்தபோது 'பராசக்தி' படத் தயாரிப்பாளரான பெருமாள் முதலியார் விழுப்புரம் சின்னையாப்பிள்ளை கணேசன் என்ற இயற்பெயரைக் கொண்ட சிவாஜி கணேசனை அஞ்சலி தேவிக்கு அறிமுகம் செய்து வைத்தார். அப்போதெல்லாம் பெரும்பாலும் எல்லா தெலுங்கு படங்களும் தமிழில் மொழிமாற்றம் செய்யப்படும். அஞ்சலிதேவி இணை தயாரிப்பாளராக இருந்த பல படங்களைத் தமிழிலே வெளியிட்டவர் பெருமாள் முதலியார் என்பதால் அவரோடு அஞ்சலி தேவிக்கும் அவரது கணவரான ஆதிநாராயணராவுக்கும்

நல்ல பழக்கம் இருந்தது. அந்தப் பழக்கத்தின் அடிப்படையில் அஞ்சலிதேவி அப்போது எடுத்துக்கொண்டிருந்த திரைப்படத்தில் இரண்டாவது கதாநாயகனாக நடிக்கின்ற வாய்ப்பை சிவாஜிக்கு வழங்குமாறு அஞ்சலிதேவியிடம் அவர் கேட்டுக் கொண்டார். அவர் அப்படிக் கேட்டபோது சிவாஜி ஒரு புதுமுகம் என்ற போதிலும் எந்த மறுப்பும் சொல்லாமல் அந்தப் படத்திலே சிவாஜிக்கு வாய்ப்புத் தர அஞ்சலிதேவி ஒப்புக்கொண்டார்.

அப்போது 'பராசக்தி' படத்தில் கதாநாயகனாக நடிக்க ஒப்பந்தம் ஆகி இருந்த சிவாஜி, அந்தப் படத்தின் படப்பிடிப்பின்போது தினமும் ஒரு பிரச்னையை சந்தித்துக் கொண்டிருந்தார். 'பராசக்தி' படத்தின் தயாரிப்பில் பெருமாள் முதலியாரின் பங்குதாரராக இருந்த ஏ.வி.எம். அதிபரான மெய்யப்பச் செட்டியார் உட்பட அந்தப் படத்தில் பணியாற்றிய பலரும் சிவாஜிக்கு எதிராக இருந்தனர் அப்படிப்பட்ட சூழ்நிலையில் சிவாஜி தொடர்ந்து திரைப்பட வாய்ப்புகளைப் பெற்றுத் தருவதில் பெருமாள் முதலியார் முனைப்பாக இருந்தார்

அஞ்சலி தேவி அப்போது தயாரித்துக் கொண்டிருந்த படத்தின் தமிழ்ப் பதிப்புக்குதான் சிவாஜி முதலில் தேர்ந்தெடுக்கப்பட்டார். பின்னர் அந்தப் பாத்திரத்தை தெலுங்கில் ஏற்று நடிப்பதற்காக ஒரு நடிகரைத் தேடி அலைந்த அஞ்சலிதேவி அந்தப் பாத்திரத்துக்கு பொருத்தமான நடிகர் எவரும் கிடைக்காததால் ஒரு கட்டத்தில் தெலுங்கிலும் சிவாஜியையே நடிக்க வைக்க முடிவெடுத்தார்.

'பராசக்தி' படத்தில் சிவாஜி நடிப்பதற்கு பலதரப்புகளிலிருந்து தொடர்ந்து எதிர்ப்புகள் வந்த வண்ணம் இருந்ததால் அந்தப் படம் அவ்வளவு வேகமாக வளரவில்லை. அதன் காரணமாகத்தான் 'பராசக்தி' படம் தயாரிப்பில் இருந்தபோதே எம்.ஆர். ராதா நாயகனாக நடித்த 'ரத்தக்கண்ணீர்' படத்தை பெருமாள் முதலியார் தொடங்கினார்.

தட்டுத்தடுமாறி 'பராசக்தி' படம் வளர்ந்து கொண்டிருந்த காலகட்டத்தில் சிவாஜியின் இரண்டாவது படமான 'பூங்கோதை' படத்தின் படப்பிடிப்பு மிகவும் வேகமாக நடைபெற்றது.

'பூங்கோதை' படம் வெளியீட்டுக்குத் தயாராக இருந்த காலகட்டத்தில்தான் சிவாஜியின் முதல் படமான 'பராசக்தி' படத்தின் படப்பிடிப்பு முடிவடைகின்ற கட்டத்தை நெருங்கியது

'பூங்கோதை' படத்திலே நடிக்க சிவாஜிக்கு வாய்ப்பு வாங்கித் தந்த பெருமாள் முதலியார் அந்தப் படம் வெளியீட்டுக்குத் தயாராகி விட்டது என்று தெரிந்ததும் பதறிப்போனார். சிவாஜியின் வளர்ச்சியிலே அவருக்கிருந்த அக்கறைதான் அதற்குக் காரணம்

'பராசக்தி' திரைப்படம் சிவாஜியின் முதல் படமாக வெளியானால் தமிழ் சினிமா உலகின் முன்னணி கதாநாயகர்கள் பட்டியலில் சிவாஜி நிச்சயமாக இடம் பிடிப்பார் என்ற நம்பிக்கை பெருமாள் முதலியாருக்கு பூரணமாக இருந்தது. அதே நேரத்தில் சிவாஜி இரண்டாவது கதாநாயகனாக நடித்த 'பூங்கோதை' திரைப்படம் சிவாஜியின் முதல் படமாக வெளிவந்தால் அவருடைய திரையுலக வாழ்க்கை அவ்வளவு பிரகாசமாக அமையாது என்று அவர் நினைத்தார். அதனால் அஞ்சலி தேவியைச் சந்தித்த அவர் 'பராசக்தி' படத்தின் வெளியீட்டுக்குப் பிறகு 'பூங்கோதை' படத்தை வெளியிடுமாறு அவரிடம் கேட்டுக் கொண்டார். பெருமாள் முதலியார் மீது இருந்த மரியாதை காரணமாக 'பூங்கோதை' படத்தின் வெளியீட்டைத் தள்ளிவைக்க அஞ்சலிதேவி ஒப்புக்கொண்டார்

1952ஆம் ஆண்டு அக்டோபர் மாதம் 17 ஆம் தேதி அன்று தீபாவளி விருந்தாக திரைக்கு வந்த 'பராசக்தி' தமிழ்த் திரையுலகத்தையே திரும்பிப் பார்க்க வைத்தது.

முதல் படத்திலேயே முழு நிலவு போல சிவாஜி கணேசன் ஜொலித்தார். அடுத்து பல பல ஆண்டுகள் தமிழ்த் திரை உலகைத் தன்னுடைய நடிப்பால் ஆளப்போகிற மன்னவன் அவர்தான் என்பதை அடையாளம் கண்டு கொண்ட மகிழ்ச்சியில் 'பராசக்தி' படத்துக்கும், அந்தப் படத்தினுடைய நாயகனான சிவாஜிக்கும் தமிழக ரசிகர்கள் உற்சாக வரவேற்பு அளித்தனர்.

'பராசக்தி' படம் வெளியாகி நான்கு வாரங்களுக்குப் பிறகு 1953ஆம் ஆண்டு பிப்ரவரி மாதம் 7 ஆம் தேதி எவ்வளவு பெரிய தீர்க்கதரிசி என்பதை அப்போதுதான் திரையுலகினர் பலரும் உணர்ந்து கொண்டனர். தமிழ், தெலுங்கு ஆகிய இரு மொழிகளிலும் 'பூங்கோதை' திரைப்படம் தோல்விப்படமாக அமைந்தது.

'பூங்கோதை' திரைப்படத்தைப் பொறுத்தவரையிலே அது தன்னுடைய அஞ்சலி பிக்சர்ஸ் பட நிறுவனத்தின் சார்பில் அஞ்சலிதேவி எடுத்த முதல் திரைப்படம். அப்படியிருந்தும்

அந்தப் படத்தின் வெளியீட்டை நிறுத்தி வைத்துவிட்டு 'பராசக்தி' படத்தைத் தன்னுடைய முதல் படமாக வெளியிட அனுமதித்த அஞ்சலிதேவிக்கு எப்படி நன்றி தெரிவிப்பது என்று தெரியாமல் சிவாஜி திணறினார். அஞ்சலிதேவி செய்த உதவியை மறக்காமல் தன் நினைவில் வைத்திருந்த சிவாஜி சரியான நேரத்தில் சரியான முறையில் தன்னுடைய நன்றியை அஞ்சலி தேவிக்குத் தெரிவித்தார்.

1952ஆம் ஆண்டிலே அஞ்சலி தேவி செய்த உதவிக்கு உரிய முறையிலே தன்னுடைய நன்றியைத் தெரிவிக்கக்கூடிய வாய்ப்பு 1972ஆம் ஆண்டிலேதான் சிவாஜிக்குக் கிடைத்தது. அந்த ஆண்டிலே அஞ்சலி பிக்சர்ஸ் நிறுவனத்தின் சார்பில் 'பக்த துக்காராம்' என்ற படத்தைத் தயாரிக்க அஞ்சலி தேவி முடிவு செய்தார். மதுசூதன ராவ் இயக்கத்தில் உருவான அந்தப் படத்தில் சத்ரபதி சிவாஜியின் வேடத்தில் நடிகர் திலகம் சிவாஜி கணேசன் நடித்தால் நன்றாக இருக்கும் என்று படக்குழுவினர் அனைவரும் எண்ணினர். சிவாஜி பரபரப்பாக ஒவ்வொரு நாளும் இரண்டு ஷிப்ட் நடித்துக்கொண்டிருந்த காலகட்டம் அது. ஆகவே தங்களது குழுவினரின் ஆசையை சிவாஜியிடம் தெரிவிக்கவே அஞ்சலிதேவி தயங்கினார். சிவாஜி தவிர வேறு யார் அந்தப் பாத்திரத்தில் நடித்தாலும் சரியாக இருக்காது என்று அந்தப் படக் குழுவில் இருந்த அனைவரும் திரும்பத் திரும்ப வற்புறுத்தவே சிவாஜியைச் சந்தித்து தான் தயாரிக்கின்ற 'பக்த துக்காராம்' படத்திலே நடிக்க வேண்டும் என்று அஞ்சலிதேவி கேட்டுக்கொண்டார். அவர் அப்படி கேட்டவுடன் "படப்பிடிப்பு எப்போது என்று சொல்லுங்கள். நான் நிச்சயமாக நடிக்கிறேன்" என்றார் சிவாஜி.

அந்தப் படத்தில் நடிக்க ஒப்புக் கொண்டதுதான் அஞ்சலிதேவிக்கு சிவாஜி காட்டிய நன்றியா என்று இந்தக் கட்டுரையைப் படித்துக் கொண்டிருக்கும் உங்கள் மனதில் எழுகின்ற கேள்வியை என்னால் புரிந்துகொள்ள முடிகிறது.

'பக்த துக்காராம்' படத்திலே நடிக்க என்று ஒப்புக் கொண்ட சிவாஜி அந்தப் படத்திலே நடிப்பதற்காக அஞ்சலிதேவியிடமிருந்து ஒரு ரூபாய் கூட பெற்றுக் கொள்ளவில்லை. அது மட்டுமின்றி அந்தப் படப்பிடிப்பின்போது அவர் தங்கி இருந்த ஓட்டலுக்கான வாடகை, பயணச் செலவுகள் ஆகிய எல்லாவற்றையும்கூட அவரே

ஏற்றுக் கொண்டார்.

“சினிமாவிற்கு அந்த ஆண்டவன் தந்த பரிசு என்றுதான் சிவாஜியைச் சொல்ல வேண்டும். இனி அப்படிப்பட்ட நடிகர் எங்கே கிடைப்பார்?” என்று பல பத்திரிகைப் பேட்டிகளில் சிவாஜியைப் பற்றிப் பெருமையாக குறிப்பிட்டு இருக்கிறார் அஞ்சலி தேவி.

சிவாஜியோடு ‘முதல் தேதி, நான் சொல்லும் ரகசியம்’ ஆகிய படங்களில் நடித்துள்ள அஞ்சலிதேவி, எம்ஜிஆருடன் இணைந்து ‘சக்கரவர்த்தி திருமகள்’ படத்திலே நடித்தபோது அவரை தென்னிந்திய நடிகர் சங்கத்தலைவியாக ஆக்க எல்லா நடிகர் நடிகைகளும் முடிவெடுத்துள்ளார்கள் என்ற செய்தியை அஞ்சலிதேவியிடம் எம்.ஜி.ஆர். தெரிவித்தார். முதலில் அந்தப் பொறுப்பை ஏற்றுக்கொள்ள அஞ்சலிதேவி பெரிதும் தயங்கினார். “எனக்கு தமிழ் சரியாகப் படிக்கத் தெரியாது. அதுமட்டுமின்றி இதுபோன்ற பொறுப்புகளில் இருந்து பணியாற்றிய அனுபவமும் எனக்கு இல்லை. அதனால் என்னை விட்டுவிட்டு வேறு யாரையாவது தேர்ந்தெடுங்கள்” என்று எம்.ஜி.ஆரிடம் அஞ்சலி தேவி சொன்னபோது அதை அவர் காதிலேயே வாங்கிக் கொள்ளவில்லை.

நடிகர் சங்கத் தலைவராக பொறுப்பேற்றுக் கொண்ட அஞ்சலிதேவி ஒரு வருடம் அந்தப் பதவியில் மிகச் சிறப்பாகப் பணியாற்றினார்

தமிழ், தெலுங்கு, கன்னடம், மலையாளம் ஆகிய நான்கு தென்னிந்திய மொழிகளுக்கு அடையாளமாக நான்கு குழந்தைகளை நடிகர் சங்கம் என்னும் தாய் அரவணைத்தபடி உள்ள நடிகர் சங்கத்துக்கான சின்னம் அஞ்சலிதேவியின் பதவிக் காலத்திலேதான் உருவாக்கப்பட்டது

தன்னுடைய திரையுலக வாழ்க்கையில் அஞ்சலிதேவி பல ஏற்ற இறக்கங்களைச் சந்தித்து இருக்கிறார். ஆனால் அந்த ஏற்ற இறக்கங்களால் அவர் ஒருபோதும் தளர்ந்தது இல்லை. மீண்டும் போராடி தன்னுடைய இடத்தைத் தக்க வைத்துக் கொள்கின்ற ஆற்றல் அவரிடம் இருந்ததுதான் அதற்குக் காரணம்

நிறைவான வாழ்க்கை வாழ்ந்த அஞ்சலிதேவி 2014ஆம் ஆண்டு ஜனவரி மாதம் 13ஆம் தேதி அன்று இயற்கை எய்தினார்.

அஞ்சலிதேவி 500க்கும் மேற்பட்ட படங்களில் நடித்திருக்கிறார்... பல விருதுகளைப் பெற்றிருக்கிறார். திரையுலகம் சார்ந்த பல அமைப்புகளில் பொறுப்பில் இருந்திருக்கிறார்...

திரையுலகிலே அவர் அடி எடுத்து வைத்த நாள் முதல் இன்று வரை திரையுலகினர் அவர்மீது வைத்திருக்கும் மரியாதை இம்மியளவுகூட குறையவில்லை என்றால் அதற்குக் காரணம் அவருடைய படங்களின் எண்ணிக்கை அல்ல - அவருடைய மனிதநேயம்தான்.

145

விஞ்ஞானியாக ஆசைப்பட்ட கமல்ஹாசன்

தமிழ் சினிமா நடிகர்களில் கமல்ஹாசனைப் போல ஒரு அதிர்ஷ்டசாலி யாரும் இல்லை என்றுதான் சொல்ல வேண்டும்.

நடிகர், பாடகர், பாடலாசிரியர், கதாசிரியர், இயக்குனர், திரைப்படத் தயாரிப்பாளர் என்று எல்லா தகுதிகளிலும் ஜெயித்துவிட்டு இன்று அரசியலில் அடியெடுத்து வைத்திருக்கின்ற 'கலைஞானி' கமல்ஹாசன், அரசியல் அரங்கிலும் வெற்றிபெற எல்லா வாய்ப்புகளும் இருப்பதாக பல அரசியல் விமர்சகர்கள் கருத்துத் தெரிவித்திருப்பதைக் கணக்கில் எடுத்துக்கொண்டு நான் அவரை அதிர்ஷ்டசாலி என்று சொல்லவில்லை.

கமல்ஹாசனை அதிர்ஷ்டசாலி என்று நான் சொல்வதற்கான காரணம் வேறு.

தமிழ் சினிமா உலகில் எம்.ஜி.ஆர், சிவாஜி, ஜெமினி ஆகியோரோடு இணைந்து நடிக்கும் வாய்ப்பு பல நடிகர்களுக்குக் கிடைத்திருக்கிறது. ஆனால், எம்ஜிஆர், சிவாஜி, ஜெமினி கணேசன், மலையாள நடிகரான சத்யன், நடிகை சாவித்திரி போன்ற தலைசிறந்த கலைஞர்களால் சீராட்டப்படுகின்ற வாய்ப்பு கமல்ஹாசனுக்கு மட்டுமே கிடைத்த ஒன்று.

கமல்ஹாசன் நடித்த முதல் திரைப்படம் 'களத்தூர் கண்ணம்மா'

என்பது எல்லோரும் அறிந்த செய்தி. அந்தப் படத்திலே அவர் நடித்திருந்த அந்தப் பாத்திரத்தில் நடிப்பதற்கு அவருக்கு முன்னால் ஒப்பந்தம் செய்யப்பட்டு இருந்தவர் டெய்சி ராணி என்ற குழந்தை நட்சத்திரம்.

ஜெமினி, சாவித்திரி ஆகிய இருவருடனும் "யார் பையன்" என்ற படத்திலே மிகச் சிறப்பாக நடித்திருந்த டெய்சி ராணியை 'களத்தூர் கண்ணம்மா' படத்திலே நடிப்பதற்கு ஒப்பந்தம் செய்திருந்த ஏ.வி.எம் பட நிறுவனத்தினர் அவர் நடிப்பதற்கு பத்தாயிரம் ரூபாய் என்று சம்பளம் பேசி அதற்கான முன்பணத்தையும் அவருக்குக் கொடுத்திருந்தனர். அப்படிப்பட்ட சூழ்நிலையில்தான் திரைப்படங்களில் நடிக்க வேண்டும் என்ற தணியாத ஆசையோடு சிறுவனான கமல்ஹாசன் மெய்யப்பச் செட்டியாரைச் சந்தித்தார். கமல்ஹாசனின் களையான முகமும் துறுதுறுப்பான பேச்சும் செட்டியாருக்கு மிகவும் பிடித்துவிடவே 'களத்தூர் கண்ணம்மா' படத்திலே குழந்தை நட்சத்திரமாக நடிக்க ஏற்கனவே ஒப்பந்தம் ஆகியிருந்த டெய்சி இராணியை மாற்றிவிட்டு அந்தப் பாத்திரத்தில் கமல்ஹாசனை நடிக்க வைக்க அவர் முடிவு செய்தார்.

தமிழ் சினிமாவில் 50 ஆண்டுகளுக்கும் மேலாகப் பணியாற்றி பொன் விழா கண்ட கமல்ஹாசன் அவருடைய வாழ்க்கையில் பார்த்த முதல் படப்பிடிப்பு 'களத்தூர் கண்ணம்மா' படத்துக்காக ஜெமினிகணேசனும். சாவித்திரியும் பங்குகொண்ட 'கண்களின் வார்த்தைகள் புரியாதோ' என்ற பாடல் காட்சிதான்.

'களத்தூர் கண்ணம்மா' படத்திலே நடிக்கும்போது ஜெமினி கணேசனும் சரி, சாவித்திரியும் சரி கமல்ஹாசனைத் தங்களுடைய மகனாக நடிக்கின்ற ஒரு நடிகனாக ஒருநாளும் பார்க்கவில்லை. தங்களுடைய சொந்தக் குழந்தையைப் போலத்தான் கவனித்துக் கொண்டார்கள். அப்போது கமல்ஹாசன் மீது ஜெமினி கணேசனுக்கு ஏற்பட்ட பற்றுதல் ஜெமினி கணேசனின் வாழ்நாளின் இறுதிவரை அப்படியே இருந்தது.

குழந்தை நட்சத்திரமாக இருந்த கமல்ஹாசன் இளைஞனாக வளர்ந்தவுடன் அவரை இயக்குனர் சிகரம் கே.பாலச்சந்தரிடம் அறிமுகப்படுத்தி வைத்ததோடு நிற்காமல் "இவருக்கு நீங்கள் சந்தர்ப்பம் கொடுத்தே ஆக வேண்டும்" என்று உரிமையோடு அவரிடம் சொன்னவர் ஜெமினி கணேசன். தமிழ் சினிமாவில்

கமல்ஹாசனுடைய வேகமான வளர்ச்சியைப் பார்த்து கமல்ஹாசனின் தந்தை சீனிவாசனை விட அதிகமாக ஆனந்தம் அடைந்தவர் அவர்.

நடிகர் திலகம் சிவாஜி கணேசனின் திரையுலக வாழ்க்கையில் ஒப்பற்ற திரைக்காவியமாக அமைந்த 'தேவர்மகன்' படத்தின் தயாரிப்பாளரான கமல்ஹாசன், 'பார்த்தால் பசி தீரும்' படத்தின் படப்பிடிப்பில்தான் சிவாஜியை முதன்முதலாகச் சந்தித்தார். சிவாஜி கணேசனின் உணர்ச்சிமயமான வசனங்களை ஒரு வரி விடாமல் பேசுகின்ற ஆற்றலை அப்போதே பெற்றிருந்த கமல்ஹாசன், சிவாஜியின் முன்னாலே அந்த வசனங்களைப் பேசிக் காட்டியபோது சிவாஜி அசந்து போனார்.

'பார்த்தால் பசி தீரும்' படத்தில் கமல்ஹாசன் நடிக்கும்போதே இன்றைக்கு நடிப்பிலே சிவாஜியின் வாரிசாகப் போற்றப்படுகின்ற அவர் மீது சிவாஜிக்கு மிகப்பெரிய ஈர்ப்பு ஏற்பட்டது. கமல்ஹாசன் வளர வளர அவர் மீது சிவாஜி வைத்திருந்த பாசமும் வளர்ந்தது. ஒரு கால கட்டத்தில் கமல்ஹாசன் கதாநாயகனாக ஆனபோது தன்னுடைய மூத்த மகனாகவே சிவாஜி அவரை பாவிக்கத் தொடங்கினார். அதன் காரணமாகத்தான் சரிகாவை திருமணம் செய்து கொண்டபோது அந்தத் திருமண நிகழ்ச்சிக்கு சிவாஜி குடும்பத்தினரை மட்டும் கமல் அழைத்திருந்தார்.

சினிமா உலகின் மும்மூர்த்திகளில் முதல்வரான எம்ஜிஆரை, கமல்ஹாசன் முதல்முதலாகச் சந்தித்தது 'ஆனந்த ஜோதி' படத்தினுடைய படப்பிடிப்பின் போதுதான்

அப்போது சிறுவனாக இருந்த கமல்ஹாசனைப் பார்த்து "நீ என்னவாக வேண்டும் என்று விரும்புகிறாய்" என்று எம்.ஜி.ஆர் கேட்டபோது, "நல்ல நடிகனாக வேண்டும் என்று விரும்புகிறேன்" என்று கமல்ஹாசன் பதில் அளிக்கவில்லை. அதற்கு மாறாக "நான் ஒரு விஞ்ஞானியாக வர விரும்புகிறேன்" என்றார்.

விஞ்ஞானியாக ஆக விரும்பியவரை இந்தக் கலை உலகம் 'கலைஞானி' ஆக்கியது.

பல தேசிய விருதுகளுக்குச் சொந்தக்காரரான இயக்குனர் சேது மாதவனுக்கு கமல்ஹாசனுடைய திரை வாழ்க்கையில் மிக முக்கியமான பங்கு உண்டு. கமல்ஹாசனை முதன்முதலாக

கதாநாயகன் ஆக்கியவர் அவர்தான். சேதுமாதவன் இயக்கிய "கன்னியாகுமரி" என்ற மலையாளப் படத்திலேதான் கமல்ஹாசன் முதல் முதலில் கதாநாயகனாக நடித்தார்.

"சேதுமாதவன் மட்டும் அந்த வாய்ப்பைத் தரலைன்னா இந்த சினிமா உலகில் நான் ஒரு டான்ஸ் மாஸ்டராகவோ அல்லது ஸ்டண்ட் மாஸ்டராகவோதான் இருந்திருப்பேன் நான் 'கன்னியாகுமரி' படத்தில் கதாநாயகனாக அறிமுகமானபோது மலையாளத்திலே கதாநாயகர்களுக்கு பஞ்சம் எதுவும் இல்லை. திறமையான பல கதாநாயகர்கள் அங்கே இருந்த அந்த நிலையில் என்னை ஒரு கதாநாயகனாக, ஏற்றுக்கொண்ட மலையாளப் பட உலகத்தை என்னால் என்றும் மறக்க முடியாது" என்று ஒரு பத்திரிகைப் பேட்டியில் கமலஹாசன் குறிப்பிட்டிருக்கிறார் .

குழந்தை நட்சத்திரமாக இருந்த போதே சேதுமாதவன் இயக்கத்தில் 'கண்ணும் கழலும்' என்ற படத்திலே கமல்ஹாசன் நடித்து இருந்தார். அந்தப் படத்திலே கதாநாயகனாக நடித்தவர் மலையாளத் திரைப்பட உலகில் அப்போது முன்னணி நட்சத்திரமாக இருந்த மிகச் சிறந்த நடிகரான சத்யன். அப்போதெல்லாம் இரவு நேரங்களில் படப்பிடிப்பு நடத்தினால் படப்பிடிப்புத் தளத்துக்கு பாதிதான் வாடகை என்பதால் பல மலையாளப் படங்களுடைய படப்பிடிப்பு இரவிலேதான் நடக்கும்.

அப்போது கமல்ஹாசன் சிறுவன் என்பதால் இரவு இரண்டு மணிக்கு படப்பிடிப்பு முடிவடைவதற்குள் பெரும்பாலும் அவர் தூங்கி விடுவார். ஆகவே தினமும் படப்பிடிப்பு முடிவடைந்தவுடன் அவரைத் தன்னுடைய தோளிலே தூக்கிக் கொண்டுபோய் அவருடைய வீட்டிலே உள்ள சோபாவில் படுக்க வைத்து விட்டுப் போவது சத்யனுடைய வழக்கம்.

அப்படி அவர் தினமும் தன்னுடைய மகனைத் தூக்கிக் கொண்டு வந்து விட்டபோது அவரை அந்த மலையாளப் படத்தின் தயாரிப்புப் பிரிவில் வேலை செய்கின்ற ஒரு ஆள் என்றுதான் கமல்ஹாஸனின் தாயார் நினைத்துக்கொண்டிருந்தார்.

பின்னர் ஒரு சந்தர்ப்பத்தில் தன்னுடைய மகனை தினமும் தூக்கிக் கொண்டு வந்து வீட்டிலே பத்திரமாகக் கொண்டு விட்டுச் சென்ற நடிகர் மலையாளப் பட உலகின் மிகப்பெரிய கதாநாயகனான சத்யன் என்று தெரிந்த போது அப்படிப்பட்ட பெரிய மனிதனை

வீட்டுக்குள்ளே அழைத்து ஒரு கப் காப்பி கூட கொடுக்காமல் போய்விட்டோமே என்று கமல்ஹாசனின் தாயார் வருந்தாத நாளே இல்லை.

தன்னுடைய சிறு வயதிலே சினிமா உலகின் சாதனையாளர்களான சிவாஜி, எம்ஜிஆர், ஜெமினிகணேசன், சாவித்திரி, மலையாள நடிகர் சத்யன் ஆகியோரால் சீராட்டப்பட்டதாலோ என்னவோ அந்த மாபெரும் கலைஞர்களுடைய கலவையாக கமல்ஹாசனின் திறமை அமைந்திருக்கிறது.

சின்னச் சின்ன பாத்திரங்களில் நடித்துக் கொண்டிருந்த கமல்ஹாசனை முழு கதாநாயகனாக ஆக்கியதில் இயக்குனர் சிகரம் கே பாலச்சந்தருக்கு மிகப்பெரிய பங்குண்டு.

"சினிமாவைப் பொறுத்தவரையில் கமல்ஹாசனுக்கு ஈடான ஒரு நடிகரை நாம் பார்த்திருக்கிறோமோ என்று நான் பலமுறை நினைத்துப் பார்த்திருக்கிறேன். பின்னர் அப்படி எவருமே இல்லை என்ற முடிவுக்குத்தான் நான் வந்திருக்கிறேன். நடிகர்களின் திறமைக்கு 'பிலிம்பேர்' விருதுகளை ஒரு அளவுகோல் என்று வைத்துக் கொண்டால், இன்றுவரை அவர் 19 பிலிம்பேர் விருதுகளை வாங்கியிருக்கிறார். அத்தனை முறை பிலிம்பேர் விருதுகளைப் பெற்ற ஒரே கலைஞர் கமல்ஹாசன்தான். இதுவரை அந்தச் சாதனையை யாராலும் செய்ய முடியவில்லை, செய்யவும் முடியாது. மூன்று முறை தேசிய விருதுகளை வாங்கியுள்ள அவருடன் இணைந்து 30 படங்களுக்கு மேல் நான் பணியாற்றி இருக்கிறேன்.

படமாக்கப்படப்போவது என்ன காட்சி என்று அவரிடம் ஒரு முறை சொல்லிவிட்டால் போதும். அது காதல் காட்சியாகட்டும், நகைச்சுவைக் காட்சியாகட்டும், இல்லை ஓர் உணர்ச்சிமயமான காட்சியாக இருக்கட்டும். அந்தக் காட்சிகளில் தன்னுடைய முழு திறமையைப் பயன்படுத்தி மிக நேர்த்தியாக அவர் நடிப்பார். "முதல் இரண்டு மூன்று படங்களுக்குப் பிறகு அவர் என்னுடைய படங்களில் நடித்தபோது சமயங்களில் 'கட்' சொல்லக்கூட மறந்து நான் அவரை ரசித்ததுண்டு" என்று ஒரு பத்திரிகைப் பேட்டியில் கமல்ஹாசனின் திறமையைப் பற்றி இயக்குனர் சிகரம் கே பாலச்சந்தர் பதிவு செய்திருக்கிறார்.

கமல்ஹாசனின் சாதனைகளில் மிகச் சிறந்த சாதனை என்றால்

அது அவருக்கு இந்த சினிமா உலகிலே ஒரு அடையாளத்தைத் தேடித்தந்த அவரது குருவான கே பாலச்சந்தரையே தன்னுடைய ரசிகராக மாற்றிய அவருடைய ரசவாதம்தான்.

"கமல்ஹாசனின் ரசிகர்கள் பட்டியலில் முதலிடம் எனக்குத்தான்" என்று பல பத்திரிகைப் பேட்டிகளில் கே பாலச்சந்தர் குறிப்பிட்டு இருக்கிறார்.

இப்படி ஒரு பெருமை கலைஞானி கமல்ஹாசனைத் தவிர வேறு யாருக்குக் கிடைக்கும்?

146

சிவாஜியை இன்ப அதிர்ச்சியில் ஆழ்த்திய விருது

1952ஆம் ஆண்டில் தீபாவளி கொண்டாடிய தமிழ்த் திரைப்பட ரசிகர்கள் யாருக்கும் அப்போது தெரியாது -அந்த வருடத்து தீபாவளிக்கு மிகப் பெரிய சிறப்பைச் சேர்க்க ஒரு நடிகர் வரப் போகிறார் என்று.

அந்த ஆண்டு தீபாவளி தினத்தன்று ஒட்டுமொத்தத் தமிழ்ப்பட ரசிகர்களையும் தன்னுடைய அசாத்தியமான நடிப்பாற்றலால் திரும்பிப்பார்க்க வைத்த அந்த நடிகரின் பெயர் சிவாஜி கணேசன். அவர் நடித்த முதல் திரைப்படமான 'பராசக்தி' தீபாவளியன்றுதான் திரைக்கு வந்தது.

முதல் படத்திலேயே கதாநாயகனாக நடிக்கக் கூடிய வாய்ப்பு அமைவது என்பது ஒரு நடிகனின் வாழ்க்கையில் மிகப் பெரிய விஷயம். அந்த வாய்ப்பு சிவாஜியைப் போல வேறு சில நடிகர்களுக்கும் கிடைத்திருக்கிறது. ஆனால் அதில் எத்தனை பேர் முதல் படத்திலேயே தாங்கள் யார் என்பதை நிரூபித்திருக் கிறார்கள், எத்தனை பேர் முதல் படத்திலேயே வெற்றிக் கோட்டைத் தொட்டிருக்கிறார்கள் என்று கணக்கிட்டுப் பார்த்தால் அப்படிப்பட்டவர்களை விரல்விட்டு எண்ணிவிடலாம்.

முதல் படத்திலேயே தன்னை அடையாளம் காட்டிக் கொண்டது மட்டுமின்றி மிகப் பெரிய வெற்றியைக் குவித்த சில நடிகர்களில்

நடிகர்திலகம் சிவாஜி கணேசன் மிக முக்கியமானவர்.

சிவாஜி கவுரவ வேடத்தில் நடித்த "மர்மவீரன், தாயைப்போல பிள்ளை நூலைப் போல சேலை, குழந்தைகள் கண்ட குடியரசு, தாயே உனக்காக, சினிமா பைத்தியம், நட்சத்திரம், உருவங்கள் மாறலாம்" ஆகிய ஏழு தமிழ்ப் படங்களையும் தெலுங்கு, மலையாளம், கன்னடம், ஹிந்தி ஆகிய மொழிகளில் அவர் கவுரவ வேடத்தில் நடித்த பத்து படங்களையும் நீக்கிவிட்டுப் பட்டியலிட்டால் சிவாஜி நடித்த படங்கள் மொத்தம் 288.

அவர் நடித்த அந்த 288 படங்களில் 24 படங்கள் வெள்ளிவிழாப் படங்கள். 88 படங்கள் நூறு நாள் படங்கள்.

சதவிகிதப்படி பார்த்தால் அவர் நடித்த படங்களில் 39 சதவிகிதப் படங்கள் நூறு நாள் படங்களாக அமைந்துள்ளன.

முதல் படம் வெற்றிப்படமாக அமைந்த பல கதாநாயகர்களுக்கு அவர்களின் நூறாவது படம் வெற்றிப்படமாக அமைந்ததில்லை.

ஜெமினி கணேசனின் நூறாவது படமான 'சீதா', ஜெய்சங்கர் நடித்த நூறாவது படமான 'இதயம் பேசுகிறது' என்று பல கதாநாயகர்களின் படங்களை இதற்கு உதாரணமாகச் சொல்லலாம்.

ஆனால் சிவாஜியைப் பொறுத்தவரை அவரது நூறாவது படமான 'நவராத்திரி' மட்டுமின்றி 125 வது படமான 'உயர்ந்த மனிதன்', 150வது படமான 'சவாலே சமாளி', 175வது படமான 'அவன்தான் மனிதன்' 200வது படமான 'திரிசூலம்' ஆகிய எல்லா படங்களுமே மிகப்பெரிய வெற்றிப் படங்களாக அமைந்தன

சிவாஜி நடித்த படத்திலே உங்களுக்குப் பிடித்த படம் எது என்று தமிழ்த் திரைப்பட ரசிகர்கள் யாரிடம் கேட்டாலும் குறைந்த பட்சம் நூறு படங்களின் பெயர்களையாவது நிச்சயம் கூறுவார்கள். சமரசங்கள் நிறைந்த இந்த சினிமா உலகில் நல்ல படங்களில் மட்டும்தான் நான் நடிப்பேன் என்ற பிடிவாதத்தோடு எந்த நடிகனாலும் இருக்க முடியாது என்பது மட்டுமல்ல -அப்படி இருக்க அனுமதிக்கவும் மாட்டார்கள் என்பதும் நாம் ஒப்புக் கொண்டாக வேண்டிய உண்மை.

அப்படிப்பட்ட ஒரு சூழ்நிலையிலே இந்தத் திரையுலகில் சிவாஜி நடித்த படங்களின் பட்டியலைப் பார்க்கும்போது, கண்ணாடிச்

சில்லுகளால் ஆன கலைடாஸ் கோப் என்ற கருவியில் நாம் கண்ணைப் பதித்துப் பார்க்கும்போது அதன் காட்சிகள் மாறியபடி இருக்குமே, அதுபோல, இந்த மாமனிதர் எப்படிப்பட்ட படங்களை எல்லாம் தந்திருக்கிறார் என்ற வியப்பு நம்மையும் அறியாமல் தோன்றுவதை எந்த சினிமா ரசிகனாலும் அவ்வளவு சுலபத்தில் தவிர்த்துவிட முடியாது.

திரைப்படங்களில் அறிமுகமாகி பின்னர் நடிகனாக அடையாளம் காணப்பட்ட பல நடிகர்களை இந்த சினிமா உலகம் சந்தித்திருக்கிறது. ஆனால் முதல் படத்திலேயே முழு நடிகனாக அறிமுகமான ஒரே நடிகர் சிவாஜி கணேசன்தான்.

1952ஆம் ஆண்டில் அறிமுகமான சிவாஜி அதற்கு அடுத்த ஆண்டிலேயே ஏழு திரைப்படங்களில் நடித்திருந்தார். அந்த ஏழு படங்களில் கலைஞரின் கதை வசனத்தில் உருவான திரும்பிப்பார் திரைப்படமும் எல்.வி. பிரசாத் இயக்கத்திலே உருவான 'பெம்புடு கொடுக்கு' என்ற தெலுங்குப் படமும் நூறு நாட்களைக் கடந்து ஓடின.

1954ஆம் ஆண்டில் வெளிவந்த மொத்த தமிழ்த் திரைப்படங்கள் 35. அதிலே எட்டு திரைப்படங்களில் சிவாஜிதான் நாயகன். அந்த எட்டு படங்களில் "மனோகரா, கல்யாணம் பண்ணியும் பிரம்மச்சாரி, எதிர்பாராதது" ஆகிய மூன்று திரைப்படங்களும் நூறுநாள் படங்கள். அதே ஆண்டில் வெளிவந்த 'தூக்குத் தூக்கி', 'அந்த நாள்' ஆகிய இரு படங்களில் எஸ்.பாலசந்தரின் இயக்கத்தில் உருவான 'அந்த நாள்' படம் வெளியான போது மிகப்பெரிய வெற்றிப்படமாக அமையவில்லை என்றாலும் அதற்குப் பிறகு மறுவெளியீட்டில் மிகப்பெரிய வெற்றியைக் குவித்தது. 'தூக்குத் தூக்கி' திரைப்படம் நூறு நாள் என்ற வெற்றிக் கோட்டைத் தொடவில்லை என்றாலும் அதுவும் வெற்றிப்படமே.

ஒவ்வொரு ஆண்டும் குறைந்தது இரண்டு நூறு நாள் படங்களைக் கொடுத்த சிவாஜியின் திரையுலக வாழ்க்கையில் அவரது இரண்டாவது வெள்ளிவிழாப் படமாக ஏ.பி. நாகராஜனின் வசனத்திலும், கே.சோமுவின் இயக்கத்திலும் உருவான 'சம்பூர்ண ராமாயணம்' படம் அமைந்தது. ராமபிரானின் வேடத்திலே என்.டி. ராமாராவ் நடித்திருந்த அந்தப் படத்திலே சிவாஜி ஏற்றிருந்தது பரதனின் வேடம்.

அந்தப் படத்தில் நடித்த அனுபவத்தைப் பற்றிச் சொல்லும்போது "நடிப்பிலே சிறிய பாத்திரம், பெரிய பாத்திரம் என்ற பாகுபாடு கூடாது. ஒரு சீன் வந்தாலும் மக்கள் மனதில் நிற்கும்படி நடிக்க வேண்டும். ராமாயணக் கதையில் நான் ஏற்காத பாத்திரங்களே கிடையாது. சீதா, சூர்ப்பனகை, பரதன், இந்திரஜித் என்று பல வேஷங்களை நான் போட்டு இருக்கிறேன். பரதன் வேடத்தில் நான் நடித்த 'சம்பூர்ண ராமாயணம்' படத்தைப் பார்த்துவிட்டு வெளியே வந்த மூதறிஞர் ராஜாஜியிடம் "படம் எப்படி இருக்கிறது?" என்று கேட்டபோது அவர் வேறு ஒன்றும் சொல்லாமல் "பரதனைக் கண்டேன்" என்றார். "அது போதாதா எனக்கு? எவ்வளவு பணம் புகழ் சம்பாதித்தாலும் மாமேதை ராஜாஜியின் அந்தப் பாராட்டு வார்த்தைகளுக்கு ஈடாகுமா?" என்று தன்னுடைய சுயசரிதை நூலிலே சிவாஜி குறிப்பிட்டிருக்கிறார்.

சிவாஜியின் முதல் பத்து வருட திரை வாழ்க்கையில் அவர் மிகப்பெரிய வெற்றிகளைச் சந்தித்த ஆண்டு என்றால் அது 1961ஆம் ஆண்டுதான். அந்த ஆண்டிலே அவர் நடித்த "பாவமன்னிப்பு பாசமலர்" ஆகிய இரு படங்கள் வெள்ளிவிழா கொண்டாடின என்றால் அவர் நடித்த "ஸ்ரீவள்ளி, மருத நாட்டு வீரன், பாலும் பழமும்" ஆகிய படங்கள் நூறு நாள் படங்களாக அமைந்தன. மிகப் பெரிய வெற்றிப்படமாக அமையவில்லை என்றாலும் அவரது திரை வாழ்க்கையில் மிக முக்கியமான படமான "கப்பலோட்டிய தமிழன்" படம் வெளிவந்ததும் அந்த ஆண்டில்தான்.

சிவாஜியின் நூறாவது படமாக வெளிவந்து மாபெரும் வெற்றியைக் குவித்தது ஏபி.நாகராஜன் இயக்கத்திலே வெளியான நவராத்திரி. இப்போதுள்ளதுபோல கிராபிக்ஸ் வசதிகளோ அயல்நாட்டு ஒப்பனையாளரின் பக்கபலமோ இல்லாமல் ஒன்பது வேடங்களிலும் மிகப்பெரிய மாறுதல்களைக் காட்டி படம் பார்த்த எல்லோரையும் சிவாஜி பிரமிக்க வைத்த படமாக அது அமைந்தது.

நடிகர் திலகம் சிவாஜி கணேசன் அவர்களைப் பொறுத்தவரை வெற்றி என்பதைத் தன்னுடைய முதல் படத்திலிருந்தே சுவைத்தவர். ஆகவே படங்களின் வெற்றியோ அல்லது அந்தப் படங்கள் பெற்றுத் தந்த பாராட்டுக்களோ அவரிடம் எப்போதுமே பெரிய மாறுதல்களை ஏற்படுத்தியதில்லை. அப்படிப்பட்டவரை இன்ப அதிர்ச்சியில் ஒரு விருது ஆழ்த்தியது என்றால் அது ஆப்ரிக்க

ஆசிய திரைப்பட விழாவிலே 'வீரபாண்டிய கட்டபொம்மன்' படத்திலே நடித்ததற்காக அவருக்கு வழங்கப்பட்ட சிறந்த கதாநாயகனுக்கான விருதுதான்.

எகிப்து நாட்டிலே நடைபெற்ற அந்தப் பரிசளிப்பு விழாவில் சிவாஜிக்கான விருது அறிவிக்கப்பட்டவுடன் "வீரபாண்டிய கட்டபொம்மனாக" திரையில் அவரைப் பார்த்துவிட்டு ஆறடி உயரத்தில் ஆஜானுபாகுவாக ஒரு நாயகன் மேடைக்கு வருவார் என்று எதிர்பார்த்த ரசிகர்கள் ஐந்தடி உயரத்தில் இருந்த சிவாஜி மேடைக்கு வந்ததும் பத்து நிமிடத்திற்கு எழுந்து நின்று கைதட்டினார்களாம்.

இந்தியாவிற்கு வெளியே சிவாஜி பெற்ற முதல் விருது அந்த விருதுதான்.

"அவ்வளவு பெரிய பெருமை கிடைக்குமென்று நான் ஒரு போதும் நினைத்தது இல்லை. எவ்வளவு ஆர்ட்டிஸ்ட்களெல்லாம் இருக்கிறார்கள். அவர்களில் எனக்கு பெஸ்ட் ஆர்ட்டிஸ்ட் அவார்ட் கிடைத்ததென்பது ஆண்டவன் அருளல்லவா" என்று அந்த விருதினைப் பற்றித் தனது சுய சரிதையில் குறிப்பிட்டிருக்கிறார் சிவாஜி.

"இந்த நடிப்பு சிங்கத்தை நடிப்பிலே மிஞ்சியவரைக் காண்பது அரிது" என்று பாரதப் பிரதமர் நேரு அவர்களாலும், "தமிழன்னை தலையாய கலைஞனைக் கண்டு பெருமைப்படுகிறாள்" என்று பெருந்தலைவர் காமராஜர் அவர்களாலும், "இவர் போன்ற கலைஞர்கள் தோன்றி இருப்பது இந்த நாடு செய்த தவப் பயன்" என்று இந்திரா காந்தி அவர்களாலும் "உலகின் தலைசிறந்த நடிகரான இவர் நம் நாட்டில் பிறந்தது நாம் பெற்ற பாக்கியம்" என்று தந்தை பெரியார் அவர்களாலும், "இந்த யுகத்தின் சிறந்த நடிகர் இவர்தான்" என்று அறிஞர் அண்ணா அவர்களாலும், "நடிப்பின் இமயமலை" என்று கலைஞர் கருணாநிதி அவர்களாலும், "நான் மனமார ஒப்புக் கொள்கிறேன். என்னை விடச் சிறந்த நடிகர் அவர்" என்று மக்கள் திலகம் எம்.ஜி.ஆர். அவர்களாலும் பாராட்டப்பட்ட சிவாஜி, இந்தியத் திரைவானில் ஒரு துருவ நட்சத்திரம் என்பதை யார் மறுக்க இயலும்?

147

இயக்குனர் ஸ்ரீதருக்கு எம்.ஜி.ஆர்.கொடுத்த வாக்குறுதி

தமிழ்த் திரை உலகின் போக்கை மாற்றியமைத்த புதுமை இயக்குனர்களில் ஒருவரான ஸ்ரீதர் இயக்கித் தயாரித்த சில படங்களின் தோல்வி ஒரு கால கட்டத்தில் அவரை மிகப்பெரிய பொருளாதார நெருக்கடியில் தள்ளியது. ஸ்ரீதர் இயக்கிய இந்திப் படங்கள் பலவற்றில் நடித்திருந்த இந்தி நடிகரான ராஜேந்திரகுமார், ஸ்ரீதரின் மிகச் சிறந்த நண்பர். ஸ்ரீதரின் சூழ்நிலையைப் பார்த்த அவர் "நீங்கள் ஏன் எம்.ஜி.ஆரை வைத்து ஒரு படம் எடுக்கக் கூடாது? அவரை வைத்து ஒரு படம் எடுத்தால் உங்களது பிரச்னைகள் எல்லாம் தீர்ந்து விடுமே" என்று ஸ்ரீதரிடம் ஒரு நல்ல யோசனையைச் சொன்னார். ஸ்ரீதரின் மேல் உள்ள அன்பு காரணமாக அவர் அக்கறையோடு சொன்ன அந்த யோசனை நியாயமானதுதான் என்ற போதிலும் எம்.ஜி.ஆரைச் சந்தித்து கால்ஷீட் கேட்கத் தயங்கினார் ஸ்ரீதர்.

அதற்குக் காரணம் பல ஆண்டுகளுக்கு முன்னால் நடந்த ஒரு சம்பவம்.

1963ஆம் ஆண்டில் எம்.ஜி.ஆர் கதாநாயகனாக நடிக்க 'அன்று சிந்திய ரத்தம்' என்ற பெயரில் ஒரு படத்தை ஸ்ரீதர் தொடங்கினார். கறுப்பு வெள்ளைப் படமான அந்தப் படத்தின் முதல் நாள் படப்பிடிப்பு எம்.ஜி.ஆரின் தோட்டத்திலேயே நடைபெற்றது.

முதல் நாள் படப்பிடிப்பிலே மாணவர்கள் சமுதாயத்துக்கு மத்தியிலே தேசபக்தியைப் பற்றி எம்ஜிஆர் பேசுகின்ற காட்சியைப் படமாக்கப்போவதாக ஸ்ரீதர் கூறியதும் சித்ராலயா கோபுவும், ஸ்ரீதரின் தயாரிப்பு நிர்வாகி சண்முகமும் கல்லூரி கல்லூரியாக

அலைந்து ஐநூறு மாணவர்களை முதல் நாள் படப்பிடிப்பிற்குத் திரட்டிக் கொண்டு வந்து விட்டார்கள்.

முதல் நாளன்று படப்பிடிப்பு முடிந்ததும் ஸ்ரீதரிடம் “உங்கள் சிஷ்யர்கள் கெட்டிக்காரர்கள்தான். நிஜ மாணவர்களையே படப்பிடிப்பிற்கு அழைத்துக் கொண்டு வந்து விட்டார்களே” என்று அவர்களைப் பாராட்டினார் எம்.ஜி.ஆர்.

‘அன்று சிந்திய ரத்தம்’ படத்தின் படப்பிடிப்பு நடந்து கொண்டிருந்தபோதே புதுமுகங்களை வைத்து வண்ணப்படம் ஒன்றை எடுக்க திட்டமிட்டார் ஸ்ரீதர். அந்தப் படம்தான் ரவிச்சந்திரன், காஞ்சனா ஆகிய இருவரும் அறிமுகமான ‘காதலிக்க நேரமில்லை’ படம்.

அந்தப் படத்திற்கான நட்சத்திரத் தேர்வு முடிவடைந்தவுடன் எம்ஜிஆர் நடித்த ‘அன்று சிந்திய ரத்தம்’, புதுமுகங்கள் நடித்த ‘காதலிக்க நேரமில்லை’ ஆகிய இரண்டு படங்களுக்கும் ஒரே நாளில் பத்தரிகையில் விளம்பரம் கொடுத்தார் ஸ்ரீதர்.

அந்த விளம்பரம் வெளியானதற்குப் பிறகு ‘அன்று சிந்திய ரத்தம்’ படத்தின் படப்பிடிப்பு தொடரவேயில்லை.

“புதுமுக நடிகர்கள் நடிக்கும் ‘காதலிக்க நேரமில்லை’ படத்தை கலரில் எடுக்கும் ஸ்ரீதர், உங்களை வைத்து கறுப்பு வெள்ளையில் படம் எடுப்பது என்ன நியாயம்?” என்று எம்.ஜி.ஆரிடம் சிலர் ஸ்ரீதரைப் பற்றித் திரித்துக் கூறியதால்தான் ‘அன்று சிந்திய ரத்தம்’ படத்திற்கு கால்ஷீட் கொடுப்பதில் எம்ஜிஆர் ஆர்வம் காட்டவில்லை என்ற தகவல் பின்னர்தான் ஸ்ரீதருக்குத் தெரியவந்தது. அது தெரிந்த பின்னரும் எம்.ஜி.ஆரைச் சந்தித்து அது பற்றி எந்த விளக்கத்தையும் ஸ்ரீதர் அளிக்கவில்லை.

அந்த உறுத்தல் காரணமாகத்தான் இந்தி நடிகர் ராஜேந்திரகுமார் பலமுறை வற்புறுத்திச் சொல்லியும் எம்.ஜி.ஆரைச் சந்திக்க ஸ்ரீதர் தயங்கினார்.

‘அன்று சிந்திய ரத்தம்’ படத்தின் படப்பிடிப்பு நின்றதற்குப் பிறகு பலமுறை எம்.ஜி.ஆரைச் சந்திக்கக் கூடிய வாய்ப்பு ஸ்ரீதருக்குக் கிடைத்தது. அப்படிப்பட்ட சந்திப்புகளில் ஒரு முறை கூட ‘அன்று சிந்திய ரத்தம்’ படம் நின்று போனது குறித்து ஸ்ரீதரிடம் எம்.ஜி.ஆர் பேசியதே இல்லை. ஆனால் “நாம் இருவரும்

சேர்ந்து ஒரு படம் பண்ண வேண்டும்" என்று மட்டும் ஒரு முறை சொல்லியிருந்தார்.அந்த வார்த்தைகள் தந்த தைரியத்தில் ராஜேந்திரகுமாரின் ஆலோசனைப்படி எம்ஜிஆரைச் சந்தித்து கால்ஷீட் கேட்க முடிவெடுத்தார் ஸ்ரீதர். இருப்பினும் எப்படி, யார் மூலம் எம்.ஜி.ஆரைச் சந்திப்பது என்று அவரால் முடிவெடுக்க முடியவில்லை.

"எம்.ஜி.ஆரை யார் மூலம் அணுகினால் சரியாக இருக்கும்" என்று தன்னுடைய நண்பரான கன்னையாவிடம் ஸ்ரீதர் கேட்டபோது "நீங்கள் எம்.ஜி.ஆரைச் சந்திக்க வேண்டும். அவ்வளவுதானே. கவலையை விடுங்கள். நான் அதற்கு ஏற்பாடு செய்கிறேன்"என்று சொன்ன கன்னையா, எம்.ஜி.ஆரின் ஒப்பனையாளரான பீதாம்பரத்திடம் எம்.ஜி.ஆரைச் சந்திக்க ஸ்ரீதர் விரும்புகின்ற விஷயத்தைப் பற்றிச் சொன்னார்.

ஸ்ரீதர் தன்னைச் சந்திக்க விரும்புகிறார் என்ற செய்தி தெரிந்தவுடனேயே எதற்காக அவர் தன்னைச் சந்திக்க வரவிருக்கிறார் என்பதைத் தெளிவாகப் புரிந்துகொண்ட எம்.ஜி.ஆர் "அவருடைய படத்தில் நடிப்பதில் எனக்கு எந்த ஆட்சேபணையும் இல்லை.ஆனால் பட விஷயமாகப் பேச அவர் என்னுடைய வீட்டுக்கு வரவேண்டாம். அப்படி அவர் வந்தால் தேவையில்லாத விமர்சனங்கள் வெளிவர வாய்ப்பிருக்கிறது. அதனால் பொது நண்பர் ஒருவரின் வீட்டில் சந்திக்கலாம். அந்த வீடு நம்பியார் வீடாக இருந்தால் இன்னும் நல்லது" என்று பீதாம்பரத்திடம் சொல்லி அனுப்பினர்.

அவர் அப்படிச் சொல்லியனுப்பியதைக் கேட்டவுடன் ஸ்ரீதர் நெகிழ்ந்து போனார்.

"எம்ஜிஆர் என் வீடு தேடி வந்தால் நன்றாக இருக்காது, அதே சமயம் நான் அவர் வீட்டுக்குச் சென்றால் எம்.ஜி.ஆர் காலில் விழுந்து அவருடைய கால்ஷீட்டை வாங்குவதற்காக நான் அவருடைய வீடு தேடிப்போனதாகச் சிலர் பேசலாம். அந்த அவமானம் எனக்கு நேரக் கூடாது என்று எம்.ஜி.ஆர் நினைத்தார். அதனால்தான் நம்பியார் வீட்டில் சந்திக்கலாம் என்று சொல்லி அனுப்பினார்" என்று அந்தச் சம்பவம் பற்றி ஒரு கட்டுரையில் குறிப்பிட்டிருக்கிறார் ஸ்ரீதர்.

பெருந்தன்மையின் உச்சமாக எம்ஜியார் அப்படிச் சொன்னதும்

"எம்.ஜி.ஆரை அவரது வீட்டிலே சந்திப்பதில் எனக்கு எந்தத் தயக்கமும் இல்லை" என்ற ஸ்ரீதர், அவரைச் சந்திக்க தோட்டத்திற்கே வருவதாக எம்.ஜி.ஆருக்குச் சொல்லி அனுப்பினார்.

அடுத்த நாள் ராமாபுரம் தோட்டத்தில் எம்.ஜி.ஆர் கையால் பரிமாறப்பட்ட சிற்றுண்டியை முடித்துக் கொண்டு ஸ்ரீதர் எழுந்தபோது "உங்களோடு இணைந்து பணியாற்றும் வாய்ப்பு மீண்டும் கிடைத்ததில் எனக்கு மிகுந்த மகிழ்ச்சி" என்று ஸ்ரீதரிடம் கூறினார் எம்.ஜி.ஆர்.

அவர் அப்படிச் சொன்னதும் உணர்ச்சிவசப்பட்ட நிலையில் இருந்த ஸ்ரீதர் "உங்களிடம் சில விஷயங்களை மனம் விட்டுப் பேச வேண்டும்" என்றார்.

"சொல்லுங்கள்" என்று எம்.ஜி.ஆர் சிரித்தபடியே சொன்னதும் "சிவாஜியை வைத்து நான் இப்போது ஒரு படம் எடுத்துக் கொண்டு இருப்பதும், அது பாதியிலே நிற்பதும் உங்களுக்குத் தெரியும். அந்தப் படம் முடிந்து ஒரு நாள் வெளியாகத்தான் போகிறது என்றாலும் அதுவரையில் காத்திருக்கக் கூடிய நிதி நிலைமையில் இப்போது சித்ராலயா நிறுவனம் இல்லை. உங்களுடைய ஒத்துழைப்பு கிடைத்தால் நான் என்னுடைய நிலையை சீராக்கிக் கொண்டு நான் மீண்டும் எழுந்து வந்து விடுவேன்" என்று ஸ்ரீதர் சொன்னதும் "நீங்கள் சொல்லிய எல்லா விஷயங்களும் எனக்கு நன்றாகத் தெரியும்" என்றார் எம்.ஜி.ஆர்.

"உங்களிடம் சொல்ல வேண்டிய முக்கியமான விஷயத்தை நான் இன்னமும் சொல்லவில்லை" என்ற ஸ்ரீதர் "என்னுடைய வளர்ச்சியைக் கண்டு பொறாமைப்பட்ட பலர் இன்று நான் கஷ்டப்படுவதைப் பார்த்து மகிழ்ச்சியோடு இருக்கிறார்கள். உங்களோடு இணைந்து படம் தயாரித்தால் நான் மறுபடியும் இந்தத் திரை உலகத்தில் மேல் நிலைக்கு வந்து விடுவேனே என்ற கவலை அவர்களில் பலருக்கு எழ வாய்ப்பிருக்கிறது. அதன் காரணமாக என்னைப்பற்றி தப்புத் தப்பாக எதையாவது உங்களிடம் சொல்லி நம் இருவருக்கும் மத்தியில் பிளவு ஏற்படுத்துவதற்கு அவர்கள் முயற்சி செய்யலாம். அதனால் என்னைப் பற்றி யார் என்ன சொன்னாலும் தயவுசெய்து உடனே அதை நம்பிவிடாதீர்கள். எந்த விஷயம் ஆனாலும் என்னைக் கூப்பிட்டுக் கேட்டுவிட்டு அதற்குப் பிறகு முடிவெடுங்கள்" என்றார்.

“நீங்கள் எதைப்பற்றியும் கவலைப்பட வேண்டாம். உங்களது படத்துக்கு முன்னுரிமை கொடுத்து முடிப்பது என்று நான் ஏற்கனவே முடிவெடுத்துவிட்டேன். மூன்று மாதங்களுக்குள் உங்களது படத்தை முடித்துத் தருகிறேன். போதுமா?” என்றார் எம்ஜிஆர்.

அவர் அப்படிச் சொன்னதும் அளவில்லாத மகிழ்ச்சியோடு எம்.ஜி.ஆரிடம் விடைபெற்றுக் கொண்டு ஸ்ரீதர் கிளம்பியபோது “ஒரு நிமிடம் உட்காருங்கள்” என்று அவரிடம் சொல்லிய எம்ஜிஆர் தனது உதவியாளரை அழைத்து அவரிடம் ஏதோ கூறினார்.

சிறிது நேரத்தில் அவரது உதவியாளர் ஒரு கடிதத்தைத் தயார் செய்து கொண்டு வந்து எம்.ஜி.ஆரிடம் கொடுக்க அதில் கையொப்பமிட்ட அவர் அந்தக் கடிதத்தை ஸ்ரீதரிடம் கொடுத்தார்.

“நான் ஸ்ரீதருக்கு ஒரு படம் நடித்துக் கொடுக்க என் ஒப்புதலைத் தெரிவித்துக் கொள்கிறேன். அவர் படத்திற்கு முன்னுரிமை தந்து மூன்று மாதங்களுக்குள் அவர் படத்தை முடித்துத் தர சம்மதிக்கிறேன்”என்று அந்தக் கடிதத்தில் எழுதப்பட்டு இருந்ததைப் பார்த்த ஸ்ரீதர் அளவில்லாத மகிழ்ச்சியடைந்தார்.

“நீங்கள் ஒரு வார்த்தை சொன்னால் போதாதா, எழுதிக் கையெழுத்திட்டுத் தர வேண்டுமா” என்று ஸ்ரீதர் கேட்டபோது அப்படி ஒரு கடிதத்தை எழுதிக் கையொப்பமிட்டுக் கொடுத்ததற்கான காரணத்தைப் பற்றி விளக்கமாகச் சொன்னார் எம்.ஜி.ஆர்.

“இந்தக் கடிதம் உங்களுக்காக நான் கொடுத்த கடிதம் இல்லை. பைனான்ஷியர்களுக்காகக் கொடுத்த கடிதம். இது பெரிய பட்ஜெட் படம். படத்தை ஆரம்பித்த பிறகு பணப் பற்றாக்குறையால் நீங்கள் சிரமப்படக் கூடாது என்பதற்காகத்தான் இந்தக் கடிதத்தைத் தருகிறேன். இந்தக் கடிதத்தைக் காட்டினால் எந்த பைனான்சியரும் உங்களுக்கு உடனே பணம் தந்து உதவ முன்வருவார்” என்றார் எம்.ஜி.ஆர்.

எம்.ஜி.ஆர் கையொப்பமிட்டுக் கொடுத்திருந்த அந்தக் கடிதம் ஒரு மந்திரத் தாயத்து மாதிரி வேலை செய்தது. அப்போது தமிழ் சினிமா உலகில் மிகப் பெரிய பைனான்சியர்களாக இருந்த கிரசென்ட் மூவீஸ் நிறுவனத்தினர் ஸ்ரீதரின் படத்துக்கு முழுவதுமாக பைனான்ஸ் செய்ய ஒப்புக் கொண்டது மட்டுமின்றி

மதுரை, திருச்சி, செங்கல்பட்டு, வடஆற்காடு, தென் ஆற்காடு உட்பட பல ஏரியாக்களுக்கு எம்.ஜி.ஆரை வைத்து ஸ்ரீதர் தயாரிக்க இருந்த படத்தின் வினியோக உரிமையை வாங்கிக் கொண்டு அதற்கான முன் பணத்தையும் கொடுத்தனர்.

அப்போது ஏ.நாகேஸ்வரராவ் நடித்த 'தசரா புல்லடு' என்ற தெலுங்குப் படம் மிகப்பெரிய வெற்றியைப் பெற்றிருந்தது. அந்தக் கதையை தமிழில் படமாக்கும் உரிமையை வாங்கிய ஸ்ரீதர் அதிலிருந்த முக்கியமான பாத்திரங்களை மட்டும் வைத்துக் கொண்டு புதிய திரைக்கதை ஒன்றை எழுதி எம்.ஜி.ஆரிடம் சொன்னார். அந்தக் கதை, அந்தக் கதைக்கு ஸ்ரீதர் வைத்திருந்த 'உரிமைக் குரல்' என்ற பெயர் ஆகிய இரண்டுமே எம்ஜிஆருக்கு மிகவும் பிடித்துப் போனது..

'உரிமைக்குரல்' படத்திற்கு ஒளிப்பதிவு செய்ய என். பாலகிருஷ்ணனைத்தான் ஸ்ரீதர் முதலில் ஒப்பந்தம் செய்திருந்தார். ஆரம்பத்தில் சில நாட்கள் அவர் வரமுடியாத சூழ்நிலை ஏற்பட்டதால் தனக்குப் பதிலாகப் பணியாற்ற ஒளிப்பதிவாளர் தம்புவை அவர் அனுப்பியிருந்தார். எம்.ஜி.ஆரோடு பல படங்களில் பணியாற்றிய அனுபவம் ஒளிப்பதிவாளர் தம்புவுக்கு உண்டு.

முதல் நாள் படப்பிடிப்பிற்கு வந்த தம்பு "எம்ஜிஆருக்கு குளோசப்பில் அவரைப் படமாக்குவதுதான் பிடிக்கும். லோ ஆங்கிள், டாப் ஆங்கிள் ஆகியவைகளை அவர் அதிகமாக விரும்ப மாட்டார். நீங்கள் லோ ஆங்கிள் ஸ்பெஷலிஸ்ட் ஆயிற்றே. அதனால்தான் உங்களிடம் முதலிலேயே சொல்லிவிட்டேன். ஷாட் வைக்கும்போது கவனமாக இருங்கள்" என்று ஸ்ரீதரிடம் ஒரு குண்டைத் தூக்கிப் போட்டார்.

ஸ்ரீதருடைய மிகப் பெரிய பலம் அவரது காட்சி அமைப்புகளும் கேமரா கோணங்களும்தான் என்பதால் எம்.ஜி.ஆரிடம் அது குறித்து முதலிலேயே தெளிவுபடுத்திக் கொள்ள விரும்பினார் ஸ்ரீதர். அவர் சொன்னதையெல்லாம் பொறுமையாகக் கேட்டுக் கொண்ட எம். ஜி.ஆர், "நீங்கள் எந்த ஆங்கிளில் வேண்டுமானாலும் படமாக்கிக் கொள்ளுங்கள். என் முகத்தைக் காட்டாமல் நீங்கள் என் முதுகைக் காட்டினால்கூட நான் உங்களை எதுவும் கேட்க மாட்டேன். போதுமா?" என்றார். அன்று கொடுத்த அந்த வாக்குறுதியைப் படப்பிடிப்பு முடிகின்றவரை எம்.ஜி.ஆர் காப்பாற்றினார்.

148

கண்ணதாசனால் ஸ்ரீதருக்கு ஏற்பட்ட சிக்கல்

ஸ்ரீதருடைய எல்லா படங்களுக்கும் எம்.எஸ்.விஸ்வநாதன் இசையமைக்க கண்ணதாசன்தான் பாடல்களை எழுதிக் கொண்டிருந்தார்.

'உரிமைக் குரல்' படத்தை ஸ்ரீதர் ஆரம்பித்தபோது எம்ஜிஆருக்கும் கண்ணதாசனுக்கும் இடையே அவ்வளவு சுமுகமான உறவு இல்லை. ஆகவே அவரிடம் சொல்லாமல் கண்ணதாசனைப் பாடல் எழுதச் சொன்னால் சரியாக இருக்காது என்று எண்ணிய ஸ்ரீதர், எம்ஜிஆரைச் சந்தித்து கண்ணதாசன் பாடல்களை எழுதுவது குறித்து அவருக்கு ஆட்சேபணை ஏதாவது இருக்கிறதா என்று கேட்டார். "தாராளமாக எழுதச் சொல்லுங்கள். எனக்கு எந்த ஆட்சேபனையும் இல்லை" என்று அவரிடம் சொன்னார் எம்ஜிஆர்.

அதற்குப் பிறகுதான் விஸ்வநாதன் இசையில் கண்ணதாசன் எழுதிய 'விழியே கதை எழுது' என்ற பாடலும் 'ஆம்பிளைங்களா நீங்க ஆம்பிளைங்களா' என்ற பாடலும் பதிவாகின.

பதிவான அந்த இரண்டு பாடல்களையும் எம்ஜிஆர் கேட்பதற்காக அவரது தோட்டத்திற்கு அனுப்பி வைத்தார் ஸ்ரீதர். பாட்டைக் கேட்டுவிட்டு பாடல்கள் ரொம்பவும் நன்றாக இருப்பதாக ஸ்ரீதருக்கு தகவல் சொல்லி அனுப்பினார் எம்ஜிஆர்.

அடுத்த சில தினங்களில் மொரிஷியஸ் நாட்டின் சுதந்திர தின

விழாவில கலந்துகொள்ள வரும்படி எம்ஜிஆருக்கு அழைப்பு வரவே மொரிஷியசிற்குப் பயணமானார் எம்ஜிஆர்.

அப்போது 'கிழக்கு ஆப்ரிக்காவில் ராஜு' என்ற படத்தை எடுக்க திட்டமிட்டுக் கொண்டிருந்த எம்ஜிஆர் படப்படிப்பிற்கான இடங்களைத் தேர்வு செய்வதற்காக அங்கிருந்து கென்யா சென்றார் அந்தப் பயணத்தில் அவருடன் ஆனந்த விகடன் மணியன், ஆர்.எம்.வீரப்பன் ஆகியோரும் கலந்து கொண்டனர்.

இதற்கிடையே சென்னையில் எம்ஜிஆரை மிகக் கடுமையாகத் தாக்கி கண்ணதாசன் எழுதிய கட்டுரை ஒன்று ஒரு பத்திரிகையில் பிரசுரமானது. அந்தக் கட்டுரை வெளியானவுடன் ஊரெங்கும் அதைப் பற்றிய பேச்சாகவே இருந்தது.

அந்தக் கட்டுரை வெளியானவுடன் ஸ்ரீதர் மிகப்பெரிய அதிர்ச்சிக்கு ஆளானார்.

வெளிநாட்டுப் பயணம் முடிந்து சென்னை திரும்பியவுடன் "உங்களுக்கு நான் வேண்டுமா அல்லது கண்ணதாசன் வேண்டுமா?" என்று எம்ஜிஆர் கேட்டுவிட்டால் என்ன செய்வது? ஆகவே அவருடைய கருத்தைக் கேட்டுவிட்டு அந்தப் பாடல்களுக்கான படப்பிடிப்பை நடத்தலாம் என்று முடிவு செய்த ஸ்ரீதர் எம்ஜிஆரை போனில் தொடர்பு கொண்டு பேசினார்.

கண்ணதாசன், எம்ஜிஆரைக் கடுமையாகத் தாக்கி கட்டுரை எழுதியிருந்ததால் அவர் எழுதிய பாட்டை படத்தில் பயன்படுத்த எம்ஜிஆர் ஆட்சேபணைத் தெரிவிப்பாரோ என்ற அச்சத்தில் எம்ஜிஆருக்கு ஸ்ரீதர் போன் செய்த போது "கண்ணதாசன் எழுதிய பாடல்களை நீங்கள் பயன்படுத்துவதில் எனக்கு எந்த ஆட்சேபணையும் இல்லை. ஆனால் கண்ணதாசனுக்கும் எனக்கும் சுமுகமான உறவு இல்லை என்பதால் ரசிகர்கள் அவரது பாட்டுக்கு எதிர்ப்புத் தெரிவிப்பார்களோ என்ற சந்தேகத்தில் நீங்கள் வேறு யாரையாவது வைத்து பாடல் எழுத முடிவெடுத்தீர்கள் என்றால் அது உங்களது முடிவு" என்று பதில் சொன்னார் எம்ஜிஆர்.

அவர் அப்படிச் சொன்னவுடன் என்ன முடிவு எடுப்பது என்பது தெரியாமல் தடுமாறிய ஸ்ரீதர் 'உரிமைக்குரல்' படத்தை வாங்கியிருந்த விநியோகஸ்தர்கள் அனைவரையும் அழைத்து கண்ணதாசன் எழுதியிருந்த பாடல்களை அவர்களுக்குப்

நெஞ்சம் மறப்பதில்லை – மூன்றாம் பாகம்

போட்டுக் காண்பித்தார். பின்னர் கண்ணதாசன் எம்ஜிஆரைத் தாக்கி எழுதிய கட்டுரையால் எழுந்துள்ள சிக்கலையும், அதைப் பற்றி எம்ஜிஆர் சொன்ன கருத்துக்களையும் அவர்களிடம் விளக்கமாகச் சொல்லிவிட்டு கண்ணதாசன் எழுதிய பாட்டை பயன்படுத்தலாமா வேண்டாமா என்பது பற்றி அவர்களுடைய கருத்தைக்கூறச் சொன்னார்.

"பாடல்கள் ரொம்பவும் பிரமாதமாக இருக்கின்றன என்பது உண்மைதான். ஆனால் எம்ஜிஆர் படத்தில் அந்தப் பாடல்களைப் பயன்படுத்தாதீர்கள். வேறு படங்களில் அந்தப் பாடல்களைப் பின்னர் பயன்படுத்திக் கொள்ளுங்கள். இப்போது எம்ஜிஆர் படத்துக்கு வேறு யாரையாவது பாட்டு எழுதச் சொல்லுங்கள்" என்று அவர்கள் கூறினார்கள். அவர்கள் சொன்னது ஸ்ரீதருக்கும் சரியாகப்பட்டது.

கண்ணதாசனுடைய பாடல்களை ரசிகர்கள் ஏற்றுக் கொள்ளாமல் அதன் காரணமாக படம் தோல்வியடைந்தால் அந்த நஷ்டத்தை யார் தாங்குவது? சித்ராலயாவிற்கு ஏற்பட்டுள்ள நெருக்கடியைச் சமாளிக்கப் படம் எடுக்கின்ற இந்தச் சூழ்நிலையில், எந்த பரீட்சையிலும் ஈடுபடக்கூடாது என்று முடிவெடுத்த ஸ்ரீதர், பாட்டை எழுத புதிய கவிஞரைத் தேடுவதற்கு முன்னர் முதல் வேலையாக கவிஞர் கண்ணதாசனைச் சந்தித்தார். அவர் எழுதிய அருமையான பாடல்களைத் தான் பயன்படுத்த முடியாத ஒரு சூழ்நிலையை கண்ணதாசனே ஏற்படுத்திவிட்டதைப் பற்றி அவரிடம் கூறிவிட்டு, பின்னர் அவருடைய அனுமதியுடன் கவிஞர் வாலியை அழைத்து அந்தக் காட்சிகளுக்கு பாடல் எழுதித் தரும்படி கேட்டார். அவரும் மிக அழகான பாடல்களை எழுதித் தந்தார்.

இதற்கிடையில் மொரிஷியசிலிருந்து எம்ஜிஆர் திரும்பிவிடவே நடந்தவைகள் அனைத்தையும் அவரிடம் விளக்கமாக கூறினார் ஸ்ரீதர்.

"கண்ணதாசன் பாடல்களைப் பயன்படுத்திக் கொண்டால் உங்களுக்கு பாதிப்பு வரும் என்று நீங்கள் நினைத்தால் வேறு யாரையாவது பாடல் எழுதச் சொல்லுங்கள் என்று நான்தான் உங்களுக்குச் சொன்னேன். ஆனால் என்னுடைய அனுபவத்தில் இன்னொரு விஷயத்தையும் உங்களுக்குச் சொல்ல வேண்டியது என்

கடமை என்று நினைக்கிறேன். கண்ணதாசன் உங்களது படத்துக்காக எழுதிய இரண்டு பாடல்களுமே அருமையான பாடல்கள். அந்தப் பாடல்களை நீங்கள் அப்படியே உபயோகப்படுத்திக் கொண்டால் நிச்சயம் ஹிட் ஆகும்" என்றார் எம்ஜிஆர்.

பாடல்களைத் தேர்வு செய்வதில் எம்ஜிஆருக்கு ரசனை அபாரமானது என்பதை ஸ்ரீதர் நன்கு அறிவார். ஆகவே அந்த ரசனைக்கு முக்கியத்துவம் கொடுப்பது என்று முடிவெடுத்த அவர், கண்ணதாசன் எழுதிய இரு பாடல்களையும் படத்தில் பயன்படுத்திக் கொள்வது என்று முடிவெடுத்தார்.

கண்ணதாசன் பாடல் எழுதிய போது 'விழியே கதை எழுது' பாடல் கனவுப் பாடலாக இல்லை. லதாவுக்கு வேறு ஒரு இடத்தில் திருமணம் நிச்சயமாகிவிட்ட சூழ்நிலையில் சந்தித்துக் கொள்ளும் லதாவும், எம்.ஜி. ஆரும் தங்களது மனதிலே உள்ள ஆழமான சோகத்தை வெளிப்படுத்துகின்ற பாடலாகத்தான் முதலில் அந்தப் பாடல் அமைந்திருந்தது.

ஸ்ரீதர் படத்தை எடுத்து முடித்துவிட்டு விநியோகஸ்தர்களுக்கு படத்தைப் போட்டுக் காட்டியபோது படத்தைப் பார்த்த விநியோகஸ்தர்கள் அனைவரும் படத்தைப் பாராட்டினாலும் கனவுப்பாடல் காட்சியே படத்தில் இல்லையே என்று வருத்தப்பட்டனர். "வழக்கமாக எல்லா எம்ஜிஆர் படங்களிலும் இடம்பெறும் கனவுக் காட்சிகளை இந்தப் படத்திலும் வைக்க வேண்டாம் என்றுதான் நான் வைக்கவில்லை" என்று ஸ்ரீதர் அவர்களுக்கு சமாதானம் கூறினாலும், அவர்கள் விடுவதாக இல்லை. கனவுப் பாடல் காட்சி இருந்தே ஆக வேண்டும் என்று ஒற்றைக்காலில் நின்றார்கள்.

அவர்கள் அப்படிச் சொன்னவுடன் எம்ஜிஆரின் கருத்து என்ன என்று தெரிந்துகொள்வதற்காக அவரைச் சந்தித்தார் ஸ்ரீதர். "நீங்கள் எடுக்கும் முடிவுதான் இறுதியானது. என்னைப் பொறுத்தவரையிலே கனவுக் காட்சி இருந்தே ஆகவேண்டும் என்று எந்தக் கட்டாயமும் இல்லை" என்றார் எம்ஜிஆர்.

அவர் அப்படிச் சொல்லியபோதிலும் விநியோகஸ்தர்கள் தங்களது எண்ணத்தை மாற்றிக் கொள்வதாக இல்லை.

அவர்கள் விருப்பத்தை நிறைவேற்ற புதிதாகப் பாடல் ஒன்றை

எழுதி பதிவு செய்து பின்னர் அதைப் படமாக்குவது என்றால் ஏற்கனவே அறிவித்தபடி படத்தை வெளியிட முடியாது என்பதால், தான் ஏற்கனவே சோகப் பாடலாகப் படமாக்கியிருந்த 'விழியே கதை எழுது' பாடலையே கனவுப் பாடல் காட்சியாக மீண்டும் படமாக்குவது என்று முடிவெடுத்தார் ஸ்ரீதர்.

ரவிகாந்த் நிகாய்ச்சின் தந்திரக் கட்சிகளோடு படமாக்கப்பட்டிருந்த அந்தப் பாடலை மிகுந்த உற்சாகத்தோடு ரசிகர்கள் கைதட்டி வரவேற்றார்கள். அந்தப் பாடல் எம்ஜிஆரை எதிர்க்கின்ற கண்ணதாசன் எழுதிய பாடல் ஆயிற்றே என்ற எண்ணமே அவர்கள் மத்தியில் எழவில்லை.

ரசிகர்கள் மன நிலையைப் பற்றி எம்ஜிஆர் எவ்வளவு துல்லியமாக எடைபோட்டு வைத்திருக்கிறார் என்பதை அந்த நிகழ்ச்சி ஸ்ரீதருக்கு உணர்த்தியது.

எந்த நோக்கத்திற்காக எம்ஜிஆரை வைத்துப் படம் எடுக்க வேண்டும் என்று ஸ்ரீதர் விரும்பினாரோ அதை முழுமையாக 'உரிமைக்குரல்' திரைப்படம் நிறைவேற்றியது. சித்ராலயா நிறுவனத்தின் மீது இருந்த பெரும்பாலான கடன் சுமைகள் அந்தப் படத்தில் நீங்கின.

அந்த ஆண்டில் சினிமா அரசியல் ஆகிய இரு தளங்களிலும் இணையில்லாத வெற்றிகள் எம்ஜிஆரைத் தேடி வந்தன. கட்சியை ஆரம்பித்து இரண்டு ஆண்டுகள் முடிவதற்கு முன்னரே ஆட்சிப் பொறுப்பில் அமரக்கூடிய வாய்ப்பும் அந்த ஆண்டில் அண்ணா தி.மு.க.விற்குக் கிடைத்தது.